தாயுமானவர்
கண்ட
மனம் - மனிதன் - கடவுள்

த.தியாகராசன்

நியூ செஞ்சுரி புக் ஹவுஸ் (பி) லிட்.,
41-பி, சிட்கோ இண்டஸ்டிரியல் எஸ்டேட்,
அம்பத்தூர், சென்னை - 600 050.
☎ : 044 - 26251968, 26258410, 48601884

Language: Tamil

Thaayumaanavar

Kanda

Manam - Manithan - Kadavul

Author : **T.Thiyagarajan**

First Edition: July, 2023

Copyright: Author

No.of Pages: 216

Publisher:

New Century Book House Pvt. Ltd.,

41-B, SIDCO Industrial Estate,

Ambattur, Chennai - 600 050.

Tamilnadu State, India.

Email: info@ncbh.in

Online: www.ncbhpublisher.in

ISBN. 978-81-2344-488-8

Code No. A4851

₹ 270/-

Branches

Ambattur 044 - 26359906 **Spenzer Plaza (Chennai)** 044-28490027
Trichy 0431-2700885 **Pudukkottai** 04322- 227773 **Thanjavur** 04362-231371
Tirunelveli 0462-4210990, 2323990 **Madurai** 0452-2344106, 4374106
Dindigul 0451-2432172 **Coimbatore** 0422-2380554 **Erode** 0424-2256667
Salem 0427-2450817 **Hosur** 04344-245726 **Krishnagiri** 04343-234387
Ooty 0423-2441743 **Vellore** 0416-2234495 **Villupuram** 04146-227800
Pondicherry 0413-2280101 **Nagercoil** 04652-234990

தாயுமானவர்

கண்ட

மனம் - மனிதன் - கடவுள்

ஆசிரியர்: த.தியாகராசன்

முதல் பதிப்பு: ஜுலை, 2023

அச்சிட்டோர்: **பாவை பிரிண்டர்ஸ் (பி) லிட்.,**

16 (142), ஜானி ஜான் கான் சாலை, இராயப்பேட்டை, சென்னை - 14

☎: 044-28482441

All rights reserved. No part of this book may be reprinted or reproduced or utilised in any form or by any electronic, mechanical, or other means, now known or hereafter invented, including photocopying and recording, or in any information storage or retrieval system, without permission in writing from the publishers.

முன்னுரை

தத்துவம் எங்குண்டு தத்துவன் அங்குண்டு
தத்துவம் எங்கில்லை தத்துவன் அங்கில்லை!
தத்துவ ஞானத்தின் தன்மை அறிந்தபின்
தத்துவன் அங்கே தலைப்படும் தானே!   (திருமந். 2817)

தத்துவ ஞானம் தலைப்பட்ட வர்கட்கே
தத்துவ ஞானம் தலைப்படலாய் நிற்கும்!
தத்துவ ஞானத்துத் தான்அவன் ஆகவே
தத்துவ ஞானானந் தம்தான் தொடங்குமே!   (திருமந். 2330)

என்னும் அருமையான இந்தத் திருமந்திரப் பாடல்கள் தத்துவத்தின் சிறப்புகளைச் சிறப்பாக மொழியும். உண்மைகாணும் மெய்யுணர்வே ஞானம் - தத்துவம் எல்லாம்; செம்பொருள் காண்பது அறிவு (358) என்பது வள்ளுவம். கற்றீண்டு மெய்ப்பொருள் கண்டார் தலைப்படும் (356) ஞானம் இது. செம்பொருள் காண்பவனிடம் சிவம் விளங்கும்! திருமூலர் சகலமுமாய் நிற்கும் தத்துவமாகும் சதாசிவன் தானே! (1738) என்று இதனைத் தெளிவுபடுத்துவார்.

பொதுமை காண்பது தமிழியம்; ஒருமைக்குரல் அதன் முழக்கு! சமூக விஞ்ஞானமாய் இருந்தாலும் ஒன்றே குலம்; சமய மெய் ஞானமாய் இருந்தாலும் ஒருவனே தேவன்! யாதும் ஊரே! யாவரும் கேளிர் (புறம்) எனும் குரல் தொடங்கி, எல்லோரும் ஓர் குலம்; எல்லோரும் ஓர்விலை எனும் பாரதிகாலத்துக் குரல் வரை வேற்றுமைகளைக் கடந்த ஞானம் தமிழ் தந்த ஞானம், சதாசிவம் தத்துவம் முத்தமிழ் வேதம் (திருமந்.76) எனும் தமிழ்க்குரல் சிறப்பாக ஒலிக்க வேண்டி யிருந்தால், தமிழ்ச் சமூகத்தின் எந்தப் பின்புலத்தில் திருமூலர் அன்று வாழ்ந்திருந்தான் என்பதை நாம் உணர்ந்து கொள்ளமுடியும். அகண்டங்களைத் தழுவியது சதாசிவத் தத்துவம்; மெய்ஞான உலகின் முத்தமிழ் முழக்கம் அது. எந்த ஜீவனும் சிவன் ஆதல் வேண்டும்; ஒளிசெய் மானுடம் என்பது இதுதான்! இதனைத்தான் 18ஆம் நூற்றாண்டில் மீட்டெடுத்துத் தத்துவமாக்கித் தாயுமானவர் தமது காலத்தின் தமிழ்வேதமாகத் தமது கவிதைகளில் அங்கிங்கெனாதபடிப் பாடி வைத்துள்ளார்.

கடவுளை அறிதல் என்றால், உயிர்கள் தம்மை அறிதல், தம்மை அறியும் போது, உலகத்தை அறிதல் என்று உள்ளே உள்ளே

விசாலமாகும் ஒப்பற்ற ஒரு ஞானம் அது; அங்கே பசு, பாசம், பதி ஞானங்கள் கவடு விடுகின்றன. தென்னகத்தின் தமிழர்தம் உயிர்ப்பான உயர்ந்த சித்தாந்த ஞானமாகத் தத்துவமாக இது பரிணமிக்கிறது. பசு, பாசம், பதி எனும் மூன்றும் அநாதி (சாசுவதம்) இங்கு என்றுமுள தத்துவங்கள் என்றும் என்றுமுள மெய்யியல் தமிழ் என்றும் ஆழமாகச் சொல்லப்படும் அளவுக்குத் தமிழின் மெய்யியல் அடிப்படைகளை அறிய வேண்டும். இதுதான் தமிழ் தந்த ஞானத்தின் வெற்றி! இது மட்டுமன்று எல்லா உயிர்களும் பேரின்பம் உற்று வாழ வேண்டும் எனும் சன்மார்க்க ஞானம் சமய பேதங்களைக் கடந்த ஒப்பில்லாத ஒரு மெய்யியல் தத்துவஞானம்

சொல்லும் சமயநெறிச் சுற்றுக்குள் சுழல்கின்ற
அல்லல்களை (துன்பங்கள்) (பராபரக் 303) எல்லாம்

நீத்த ஞானம் சன்மார்க்க ஞானம். மானுடம் ஒன்று; கடவுள் (சதாசிவக் குறியீடு) ஒன்று என்று அகண்டாகார ஒருமைக்கு அத்துவிதத்திற்குப் பாலம் கட்டும் ஞானம்!

கல்லாலின் கீழ் இருந்து சிவம், மோனத்துரையாகச் சொல்லும் - சின்மய ஞானமாக முழங்கும், வீறுபெறு சைவ சித்தாந்தத்தின் உயிர்ப்பான இந்தச் சன்மார்க்க ஞானத்தைக் - கல்லாலியத்தின் தத்துவமாக, தமது மெய்ஞ்ஞானக் கவிதைகளின் அடிநாதமாகத் தாயுமானவர் பாடியிருக்கிறார்; மூலர் மரபிலிருந்து தொடர்ந்து (ஒரு மூலம் சதாசிவமூலம் அதன் இன்னொருமூலம் திருமூலம்) வரும் முத்தமிழ் ஓசையாக முத்தமிழ் வேதத்தின் சாரங்களாக அவர் கவிதைகள் திகழ்கின்றன. தமிழ் மெய்யியல் ஞானங்களின் முடிச்சினை அவிழ்த்துத் திரை விலக்கி, அவர் காட்டும் இந்தத் தரிசனத்தில் ஒளிசெய் மானுடம் தெரிகிறது! இது மனவிகாரங்களைப் பாடிக்காட்டி (மும்மலநிலைகள்) மனதற்ற பரிசுத்த மானிட நிலையைப் (உயிரின் நிலை) பாடிக் காட்டிப் பின் தெளிந்த ஒரு கடவுட் காட்சியில் (மனிதமும் சிவமும் ஒன்றில் ஒன்று கலந்து கிடக்கும் சதாசிவ - அகண்டாகாரக் காட்சி) ஒளி செய் மானுடத்தைக் காட்டும், அற்புதச் சித்திரங்களாக அவரது கவிதை நுட்பங்கள் விளங்குகின்றன. சித்தாந்த நுண்மைகளில் ஒளிந்திருக்கும் அரிய உண்மைகளைப் புலப்படுத்துவனவாக அவை உள்ளன. மூலர் மரபில் வரும் ஒரு குருவின் தரிசனமாகவும், அம்மரபின் சீடனாக வந்து செப்பும் தாயுமானவத் தரிசனமாகவும் அவை தெரியும், கல்லால மரமும் தெரியும்; தாயுமானவரின் சொல் ஆல விழுதுகளும் தெரியும்!

ஐந்துவகை ஆகின்ற பூதம் முதல் நாதமும்
அடங்க வெளியாக வெளிசெய்து

> அறியாமை அறிவாதி பிரிவாக, அறிவார்கள்
> அறிவாக நின்ற நிலையில்
> சிந்தை அற நில்! என்று சும்மா இருத்தி! மேல்
> சின்மயானந்த வெள்ளம்
> தேக்கித் திளைத்து நான் அதுவாய் இருக்க
> செய் சித்ரம் மிக நன்று காண் (மௌனகுரு.2)

எனும் சித்திரத்தின் விரிவான தரிசனக் காட்சிகளே, தாயுமானவர் தீட்டும் கவிதைச் சித்திரங்கள் ஆகும். ஒளிசெய் மானுடத்துக்கான சித்திரங்கள் அவை!

நான் அதுவாக இருக்க, செய் சித்திரம் எனும் மகோன்னதத்தில் சீவன் எனச் சிவன் என்ன வேறில்லை... சீவனார் சிவனாரை அறிந்த பின்... சீவனார், சிவனாயிட்டு இருப்பரே! (திருமந்.2017) எனும் சதாசிவ தத்துவம் வீற்றிருக்கிறது. உயிர், உயர்சிவமாய்க் கலந்து ஒன்றில் ஒன்று பொலியும் ஒளிசெய் மானுடம்தான் சன்மார்க்கத்தின் இலட்சியம்! கல்லாலியத்தின் சின்மயத் தத்துவம்! சீவன் தேடுகிறது சிவனை; சிவன் நாடுகிறது சீவனை; தேடுவார் தேடும் சிவனேயோ என்பார் தாயுமானவர். தமிழ் மெய்யியல் ஞானத்தின் சிகர நிலை; தத்துவக் கொடுமுடிதான் இது.

"தாயுமானவர் கண்ட மனம் - மனிதன் - கடவுள்" எனும் இந்நூலில், தாயுமானவர் தமிழ் தந்த ஞானங்களுக்குப் புதிய விளக்கம் கண்டு முடிசூட்டி மகிழ்கிறார்; அவர் கண்ட மனம், அவர் கண்ட மனிதன், அவர் கண்ட கடவுள் காட்சிகளைத் தென்னகத்தின் அரிய சித்தாந்தப் பின்புலங்களில் காண்பதுடன் சன்மார்க்கத்தின் உச்சித்திலகமான ஒளிசெய் மானுடக் காட்சியை அவர் புலப்படுத்தியிருப்பதனையும் இதில் காணமுடியும். இவை பெரிய பெரிய தத்துவங்கள்! சிறியேனால் வானம் காணல் வேண்டி, மலை ஏறுவது ஒக்கும் (பரா.100) என்று தாயுமானவர் பாடியது போலப் பார்க்கப் பெற்றுள்ளன. தாயுமானவத்தின் புழுதி கூட இமயத்து உச்சி! என்னால் அதன் அடிவாரத்தைக் கூடத் தீண்ட முடியாது என்பது தெரியும். எனவே, இதில் காணும் குற்றம் குறைகளைப் பெரியோர்கள் பொறுத்தருள வேண்டுகிறேன்.

தாயுமானவம் கண்ட முக்தியை - ஞானத்தை - முத்தமிழ் ஓசையைக் கற்கும் போதெல்லாம், மனத்துள்ளே மகிழ்ந்திருக்கலாம். தத்துவம் கூத்தாடும் தரிசனத்தைக் கண்டு மகிழலாம். அருளைப் பெறுதற்கு அன்புநிலை தேடும் பருவம் இது கண்டீர், சேரவாரும் உலகீரே! என்பது தாயுமானவத்தின் மனித குலத்துக்கான அன்பின் முழக்கம்!

இந்த முன்னுரையில் ஒன்றைச் சொல்லி ஆக வேண்டும். தாயுமானவர் பற்றிய நூலின் கையெழுத்துப்படி, கரையான்களால், முன்பு சிதைந்து அழிந்துவிட்டது. அதுபற்றிப் பூம்புகார் மேலையூர் தாசில் பண்ணைச் செந்தமிழ்ப் புரவலர் **திரு.இராஜசேகரனாரிடம்** வருந்திப் பேசிய போது, தாயுமானவர் குறித்த அந்நூலை மீண்டும் முயன்று எழுதி வெளியிடுங்கள் என்று வலியுறுத்தினார். கொரோனாத் தொற்றுக் கால முடக்கத்தின் போது அந்தவகையில் மீளவும் நினைந்து எழுதப் பெற்றதுதான் இந்நூல், அவருக்கு என் நெஞ்சார்ந்த நன்றிகள்.

எப்போதும் போல என்பால் அன்பு காட்டும் இனியர் என் மாணவர் குடந்தை தம்பி பேரா.முனைவர் **அ.குணசேகரன்**, முதல்வர் (அரசுக் கலைக்கல்லூரி, பரமக்குடி) இந்நூல் வெளிவர என்னைவிடப் பல்லாற்றானும் ஆர்வம் கொண்டு உழைத்து, மெய்ப்புத் திருத்தி, நூலாக வெளிவருவதற்குப் பற்பல உதவிகள் செய்துள்ளார். அவருக்கு என் நெஞ்சார்ந்த நன்றிகள்.

இந்நூலின் கணினி அச்சாக்கத்திலிருந்து அழகிய வடிவமைப்பு வரை உதவிய குடந்தைத் தமிழன் கம்ப்யூட்டர் உரிமையாளர் அன்புத் தம்பி **ஏ.எஸ்.வினோத்** அவர்களுக்கு என் நெஞ்சார்ந்த நன்றிகள்.

பதிப்புத்துறையில் இந்திய அளவில் புகழ் பெற்றது நியூ செஞ்சுரி புக் ஹவுஸ் நிறுவனம். பலநூறு நூல்களைப் பதிப்பித்துப் பதிப்பித்து அறிவுலக விசாலத்துக்கு உதவிடும் இந்நிறுவனத்தின் மேலாண்மை இயக்குநர் கவிஞர் **சண்முகம் சரவணன்** அவர்களும், மதுரை மண்டல மேலாளர் திரு.**அ.கிருஷ்ணமூர்த்தி** அவர்களும் இந்நூல் வெளிவருவதற்கு அன்பு காட்டி உதவியவர்கள். அவர்களுக்கு எல்லாம் என் நெஞ்சார்ந்த நன்றிகள்.

தமிழ்த் தத்துவ உலகின் சிகரங்களில் தலைசிறந்த ஒருவரான தாயுமானவர் குறித்த இந்நூலைத் தமிழ் உலகம் வரவேற்கும் என்று நம்புகிறேன். நன்றி.

த.தியாகராசன்,
பூம்புகார் - மேலையூர்.

பொருளடக்கம்

1. தமிழ் தந்த ஞானம் 9

2. மனம் 62

3. மனிதன் 84

4. தெய்வம் 133

5. ஒளிசெய் மானுடம் 190

நிறைவாக 211

துணைநூல்கள் 213

1. தமிழ் தந்த ஞானம்

ஆன்மாவின் உண்மை வடிவமானது பிரபஞ்சம் முழுதும் பரந்து காணப்படும் தெய்வீக உணர்ச்சிப் பிழம்பே ஆகும் (டாக்டர் எஸ்.இராதாகிருஷ்ணன் இந்தியப் பெருமக்கள் நால்வர், மொ.பெ. வி.எஸ்.வி. இராகவன், ப.115) ஆன்மீக வாழ்க்கையே இந்தியாவின் உண்மையான மேதை ஆகும். இந்தியர்களின் மனத்திற்கு மிகப்பெரிய ஊக்கத்தை அளித்தவர்கள் போர் வீரர் அல்லர், செல்வம் கொழிக்கும் வணிகர் அல்லர்; பெரிய இராஜதூதர் அல்லர்; ஆனால் பக்தி மிக்க முனிவர்களும் மிகவும் தலையாயதும், சிறந்ததும், தூயதுமான ஆன்மீகத்தைத் தங்கள் உயிர்ப்பாகக் கொண்டு வாழ்ந்து வந்த ரிஷிகளுமே ஆவர். (மேலது.ப.108) இத்தகைய ஆன்மீக ஒளிவீசிய அற்புத ரிஷிகளில் ஒருவர் தான், தமிழ்நாடு உலகுக்குத் தந்த தத்துவச் சுடர் தாயுமானவர்! மெய்யியல் ஞானங்களின் எல்லை கண்டவர்; தமது தத்துவக் கவிதைகளால் ஒட்டுமொத்த மானிடத்துக்கும் ஒளிசெய்தவர்! தமிழ் தந்த ஞானங்களால் மானிடத்திற்குள் தெய்வீகம் கண்டவர்.

வேதாந்தமா? சித்தாந்தமா?... சமய உலகம் - சிறப்பாகச் சைவ உலகம் இவற்றில், ஒவ்வொன்றிலும் மானுடத்திற்கான புதியன விரும்பியாய்ப் புதுமைகள் செய்தவர் தாயுமானவர். சமயம், தத்துவம், மெய்யியல் உலகு ஆகியவற்றில் தமக்கென ஒரு தனித்தடம் வகுத்தவர் அவர்கள். மனத்தினை ஆய்ந்தவர் அவரை விட அவர்காலத்தில் யாருமிலர்? மாயையை அவரைவிட யாரும் சிந்தித்திலர்? மனிதனைக் கடவுளை என்று சிந்தித்துச் சிந்தித்துத் திருமூலர் கூறுமாறு செல்லும் அளவும் செலுத்துமின் சிந்தனையை (திருமந்.2103) என்று ஆய்ந்து புதிய வேதாந்தத்தைப் புதிய சித்தாந்தத்தை - மெய்யுணர்வுத் தடங்களைத் திருத்தியும் இணைத்தும் செழுமை செய்தவர் அவர்; ஞானத்தின் ஞானத்தைத் தொட்டுச் சாயுச்சியத்தின் எல்லை கண்டு - அதற்கப்பாலும் தேடித் தேடிச் சிந்தித்த ஆன்மீகச் செல்வர் அவர். மானுடத்திற்கான செம்மையில் அவரது பாடல்கள் தமிழ்ப்பக்தி இலக்கியங்களுள் வைரச் சுரங்கங்களாக உள்ளன; புதிய வானவெளிகளை அவரது பாடல்கள் வாசல்களாக்கியுள்ளன.

ஒரு ஞானியின் மேன்மைகளை அவ்வளவு எளிதில் அளந்து மதிப்பிட முடியாது. இதனை ஞாயிற்றைச் சங்கிலியால் அளக்கலாமோ

என்பான் மகாகவி பாரதி. நூலேணி விண்ணேற நூற்குப் பருத்தி வைப்பார் என்பர் (பராபர 186) தாயுமானவர்! ஞானியின் பீடம் - அவன் வகுத்த தடம் யாவும் அத்துணைப் பெருமைகளுக்கு உரியவை. இந்தியச் சம்பிரதாயமானது ஒவ்வொரு காலத்திலும் தோன்றும் தீர்க்க தரிசிகளாலும் பெருங்கோட்பாடுகளை உருவாக்கியவர்களாலும் வாழ்விக்கப்படுகிறது. இன்றும் நம்மிடையே அத்தகைய கடவுட் பேரருள் பெற்ற மகான்கள் இருக்கிறார்கள். கடவுள் அருள்திறத்தை உயிர்ப்பாகக் கொண்டவரும் தெய்வாம்சம் பொருந்திய மனித வாழ்க்கையாகிய கண்ணாடி வாயிலாக அப்பரம்பொருளின் முழு உருவத்தை விளக்குபவருமான ஸ்ரீரமண மகரிஷியைக் குறித்து எழுதும்போது (மேலது.பக்.92-98) அவரை ஓர் அவதூதர் ஆகத் தரிசிப்பார் டாக்டர் எஸ்.இராதாகிருஷ்ணன்.

அவதூத எனும் சொல்லுக்குப் பொருள் யாது? அவதூதர் என்பவர்கள் யார் யார்? என்று தத்துவப் பேராசிரியர் டாக்டர் எஸ்.இராதாகிருஷ்ணன் அவர்கள் விளக்கியபின் தவத்திரு இரமண மகரிஷியின் மேன்மைகளை வானளாவப் புகழ்வார். ஸ்ரீரமணர் இவ்வுலகத்தைத் துறந்து அவதூதர் ஆகிவிட்டார். அவதூத எனும் சொல்லில் நான்கு எழுத்துக்கள் உள்ளன.

அக்ஷரத்வாத் வரேண்யத்வாத் துதாசம்சார பந்தனாத்
தத்வமஸ்யா திலக்ஷயத்வாத் அவதூத இதிர்யதே
(வடமொழிச் சுலோகம்)

இதில் முதல் எழுத்து அக்ஷரத்துவம் என்னும் இறவாத் தன்மையையும் இரண்டாம் எழுத்து வரேண்யத்துவம் என்னும் முழுத்துவத்தின் சிகரத்தையும் மூன்றாமெழுத்து இவ்வுடல் தோன்றுதற்குக் காரணமாய் உள்ள சம்சார பந்தங்களின் ஒழிப்பையும், நான்காவதும் கடைசியுமானதுமான எழுத்து தத்துவமசி என்றும் **அதுதான் நீ** என்னும் மகாவாக்கியத்தில் காணப்படும் உண்மைகளை அனுபவத்தால் உணர்தலையும் குறிக்கின்றன. (மேலது, பக்.96 மொ.பெ. வி.எஸ்.வி.இராகவன்) எனும் ஆழ்ந்த நோக்குகளில் இரமணரை - அவர்தம் ஆன்மீயச் செழுமைகளை மதிப்பிடுவர். இந்நோக்குகளில் தாயுமானவரும் உலகின் மிகச்சிறந்த ஓர் ஒப்பற்ற அவதூதரே! ஆனால் பலர் தாயுமானவரைப் பற்றி அதிகம் பேசுவதும் இல்லை; எழுதுவதும் இல்லை.

இமயத்துச் சிகரங்களைவிடத் தாயுமானவர் பாடல்களின் நுண்ணிய நோக்குகள் உயர்ந்து காணப்படுவதால் - புரிதற்கரிய நுட்பங்களை அவற்றில்

பேசி இருப்பதால் பலர் தாயுமானவரைத் தொட அஞ்சியிருக்கிறார்கள் என்றே தெரிகிறது. பேராசிரியர் டாக்டர் எஸ்.இராதாகிருஷ்ணன் போன்றவர்கள் தென்னகத்தின் ஒரு மிகச்சிறந்த அவதூதர் ஆகிய தாயுமானவரை எல்லாம் விதந்து கூறவுமில்லை, எழுதவுமில்லை. வேதாந்தப் பள்ளியின் வித்தக ஆற்றலில் தாயுமானவர் சிறிதும் குறைந்தவர் அல்லர். இல்லை என்றால் வேதாந்த சித்தாந்த சமரசத்தை - ஒரு சிறப்பான தத்துவத்தரிசனக் கோட்பாடாக அவரால் முன் வைத்திருக்க முடியாது. தாயுமானவர்க்கு வடக்கு - தெற்கு என்கிற பேதமில்லை; கிழக்கு - மேற்கு என்கிற பேதமில்லை. உலகு ஒன்று மானுடம் ஒன்று; கடவுள் ஒன்று; எனும் பார்வையாளர் அவர்! அண்டங்களையே இணைத்து வைத்த அவதூதர்தான் அவர்! தாயுமானவரின் ஆன்மீயம் நாடுகள், மதங்கள், மொழிகள் என்று எல்லைகள் கடந்தது. ஒரு வேந்தனின் அமைச்சராக இருந்ததையும் தாண்டி அந்த வேதாரண்யத்துத் தமிழனின் பார்வை வேதாரண்யத்துக் கடலை மட்டும் பார்க்கிற அளவுகளில் இல்லாமல் விசாலப் பார்வைகளில் விரிவடைந்து அகில அண்டங்களின் வேறுபாடு களையும் பின்னுக்குத் தள்ளிவிட்டு, ஓர் ஆன்மீய அகிலத்தை - அண்ட சராசரங்களைப் பிணைத்து வைத்திருக்கிற நோக்குடையதாய் இருந்திருக்கிறது. இதனை அவரது ஒப்பற்ற,

காகம் உறவு கலந்துண்ணக் கண்டீர்!
அகண்டாகார சிவப்
போகம் எனும் பேரின்ப வெள்ளம் பொங்கித்
ததும்பிப் பூரணமாய்
ஏக உருவாய்க் கிடக்குது ஐயோ! இன்புற்றிட
நாம் இனி எடுத்த
தேகம் விழும்முன் புசிப்பதற்குச்
சேரவாரும் ஜகத்தீரே! (தாயு : காடும் கரையும் 30 - பாட்டு)

எனும் உலக மானுடத்திற்கான அவரது அழைப்பில் காணலாம். இந்த ஒரே பாட்டு கூட அவரது 1452 பாடல்களில் ஒட்டு மொத்த தாயுமானவரையும், அவரது ஞானபீடத்தின் எல்லைகளையும் தத்துவத் தடங்களையும் காட்டும் என்றால் அது மிகையில்லை, இந்தியத் தத்துவப் பார்வைகளையும் கடந்து ஓர் உலகத் தத்துவத்திற்கும் அதற்கான மானுடச் செழுமைக்கும் சிறகுகள் விரிக்கிற பாட்டாகும் இது.

அவதூத விளக்கத்திற்குத் தமிழ் இலக்கியங்களில் பேசப் பட்டிருக்கிற ஆன்மீய மானுட நேசத்திற்கான பண்புநலக் கூறுகள் ஞானங்கள் பெரிதும் உதவும். தமிழ் இனத்திற்கான தமிழியம்

உலகிற்குத் தந்த அறிவுக்கொடைகள் அவை. மூவாயிரம் ஆண்டுக் காலத்திற்கு முன்பேயே தமிழியம் தந்த உலகளாவிய பார்வை - மானுடநேயக்குரல்கள் அவை. தமிழின் அகமும் - புறமும் தந்த அன்பும் அறிவும் ஒன்றிக் கலந்த நேசக்குரல்கள் தமிழியத்தின் தொடர்ச்சியாய்த் தொல்காப்பியரால், சங்க இலக்கியத்தால், திருக்குறளால், திருமூலரால் பேசப்பட்டுப் பேணப்பட்டுப் பிறகு இடைக்காலத்தில் பக்தி இயக்க இலக்கியங்களில் - சித்தாந்த சாத்திரங்களில் எல்லாம், எதிர் ஒலித்துப் பட்டினத்தார் - அருணகிரி குமரகுருபரர் - தாயுமானவர் - வள்ளலார் - பாரதி எனக் காலந்தோறும் ஒலித்துள்ளன, பண்டு இக உலக வாழ்வின் சாரமாக ஒலித்த இந்தக் குரல்கள், பக்தி இயக்கக் காலத்தின் ஆன்மீய வாழ்வின் அடி நாதங்களாய்த் தோத்திர - சாத்திரங்களில் பரவுலகுக்கானவையாக ரசவாதம் பெற்று ஒரு புதிய பரிணாம நிலையைப் பெற்றன.

மனிதகுலத்தின் செழுமை மிக்க பண்பாட்டு வளர்ச்சியில் காணப் பெறும் இறவாத் தன்மை, முழுத்துவத்தின் சிகரம், உலக நலம் நாடித் தான் - தனதற்ற வாழ்வுக்குச் சம்சார பந்தங்கள் எனும் லௌகீகத்தை முற்றத் துறத்தல், தெய்வீகம் வெளியில் இல்லை - முழுத்துவம் என்பது உள்ளத்தின் உள்ளே உள்ள உணர்கிற பேரொளியில் நேரும் உணர்வில் உறும் பயன், அதுதான் அது நீ எனும் தத்வமசி (வடமொழியில் காணப்படும் வேதத்தின் மகாவாக்கியத்தொடர்) எனும் உயர்வற உயர்ந்த நிலை. உயர்ந்த மனித விழுமியங்கள் என என்றுமுள தமிழியத்தோடு பிணைந்த நிலைகள்; தமிழ் அறிவுறுத்தும் ஞான நிலைகள்!

தமிழ் தந்த ஞானங்கள்

'எல்லா உயிர்க்கும் இன்பம்' (தொல்.பொருளியல்.27)

'பெற்ற பெருவளம் பெறார்க்கு அறிவுறீஇச்
சென்று பயன்எதிரச் சொன்ன பக்கம்' (தொல்.புறத்.30)

'காமம் சான்ற கடைக்கோட் காலை
ஏமம் சான்ற மக்களொடு துவன்றி
அறம்புரி சுற்றமொடு கிழவனும் கிழத்தியும்
சிறந்தது பயிற்றல் இறந்ததன் பயனே!' (தொல்.கற்பியல்.51)

போன்ற தொல்காப்பியரின் இந்த வரிகள் உலகியல் இன்பம், பிறர் நலம் பேணும் செயல் (Altruism) இல்லற வாழ்வு கனிந்து முற்றிய நிலையில் சிறந்தது பயிற்றல் முதலான வாழ்வின் முழுத்தத்துவத்தைப் பேசுபவை. உயர்வுள்ளிய நிலைக்கு இட்டுச் செல்பவை. தான் பெற்ற

பெருவளம் பெறார்க்கும் கிடைப்பதில் தன்னல மறுப்பும் பிறர்நலம் பேணலும் விரிந்த பொதுமையும் அடங்கியுள்ளன. ஆற்றுப்படை இலக்கியங்கள் பிறர் நலத்துக்கான இலக்கியங்கள். இவை மனித வாழ்வின் முழுமை காணும் போக்கின, இவ்வளர்ச்சிதான் பிறகு அன்பிய மலர்ச்சியாய் உயிரிய மலர்ச்சியாய் மாறின. திருவள்ளுவர் இத்தகைய தமிழிய விழுமியங்களுக்கு விரிவான எல்லைகளைக் கண்டார்.

தாம்இன் புறுவது உலகுஇன் புறக்கண்டு
காமுறுவர் கற்றறிந் தார் **(குறள்.399)**

எனும் அரிய குறளில் மானுடத்தின் ஆன்மீய மலர்ச்சிக்குத் தடம் கண்டு அதற்கான உயரிய நோக்கில் கல்வி அதிகாரத்தையே வள்ளுவரும் ஓர் அவதூதர் ஆகிப்பாடுகிறார். ஏட்டுக்கல்வி - வெறும் கல்வி பற்றியதாக அவரது கல்வி அதிகாரம் அமைந்திருக்கவில்லை. மனிதனுக்குள்ளே கிடக்கும் ஒரு முழுமை பெற்ற உயர் மனிதனை உருவாக்குகிற கல்வியாகப் பார்க்கிறார்;

புல்லாகப் பூடாய்ப் புழுவாய் மரமாகிப்
பல்விருகமாகிப் பறவையாய்ப் பாம்பாகிக்
கல்லாய் மனிதராய்ப் பேயாய்க் கணங்களாய்
(திருவாசகம்.சிவ.26-28)

என்று இங்கு மனிதன் வெறும் பிண்டப் படைப்பில் கிடப்பவனாய் இருக்கலாமா? என்று கவலைப்பட்டவராய் மனிதனுக்குள் ஒரு படைப்பு மாற்றத்தைக் காணும் கல்வியாகப் பாடியுள்ளார். பாரதி கூறுமாறு சுடர்மிகும் அறிவுடன் கூடிய மானுடப்பிறப்புக்கான அந்தக் கல்வி கட்டாயத் தேவை என்றே பாடியுள்ளார். கல்வி *(40)*, கல்லாமை *(41)*, கேள்வி *(42)*, அறிவுடைமை *(43)* என்று கல்விக்கான எல்லைகளைப் பலதளங்களில் விரிவு செய்து பாடுகிறார்.

வையத்துள் வாழ்வாங்கு வாழ்பவன் வானுறையும்
தெய்வத்துள் வைக்கப் படும் **(குறள்.50)**

என்ற குறளில் உயர்வற உயர்நலம் உடைய தெய்வீக மனிதனைப் பாடியது போல அந்த மனிதனுக்கான வையத்துள் வாழ்வாங்கு வாழத் தலைப்படும் மனிதனாக - மாறுவதற்குரிய கல்வியினைப் பாடுகிறார்.

நீ விலங்கு அல்ல; மனிதன். அதற்கு மேலும் ஒரு மனிதன்... நீ தெய்வம் என்று நினைப்பிக்கிற கல்வியைக் கற்றுத்தரும் பேராசிரியனாகத் திகழ்கிறார். கற்க கசடற கற்பவை *(39)* இலங்கு

நூல் *(410)* கற்க என்னும் திருக்குறளே ஓர் இலங்கு நூல்தான். இதற்கான ஒரு நூலாகவே திருக்குறள் என்பது போல வாழ்வின் முழுத்துவக் கல்விக்கான ஒரு மானுட விளக்கத்துக்கான நூலாகப் படைத்திருக்கிறார். அதற்கேற்ப அதிகாரங்கள் இயல், பால் பகுப்புகளை எல்லாம் வரையறை செய்து பாடியுள்ளார். காமஞ்சான்ற மனிதனை இல்லறவியலிலும் துறவு தவம் - தத்துவங்கள் சான்ற மனிதனைத் துறவற இயலிலும் பாடியுள்ளார்.

தன்னுயிர் தானறப் பெற்றானை ஏனைய
மன்னுயிர் எல்லாம் தொழும் (குறள்.268)

எனும் இந்த இலக்கு வள்ளுவரிடம் காணப்படுகிறது. அவர் கண்ட ஒப்புரவு அறியும் வாழ்வுக்கு, உலகு அவாம் பேரறிவாளன் *(215)* தேவைப்படுகிறான். பகுத்துண்டு பல் உயிர் ஓம்பும் *(322)* மனிதர் தேவைப்படுகிறான்; யாதனின் யாதனின் நீங்கியானைத் *(341)* தேடுகிறார். கற்றீண்டு மெய்ப்பொருள் கண்டாரைப் *(356)* பாடுகிறார். அந்த, யான் எனது என்னும் செருக்கறுப்பாளன் வானோர்க்கும் உயர்ந்த உலகம் புகும் *(346)* என்று அடையாளம் காட்டுகிறார். அன்பிலார் எல்லாம் தமக்குரியவர்; அன்புடையார் என்பும் உரியர் பிறர்க்கு *(72)* என்றெல்லாம் பாடித் தன்னல மறுப்பு சார்ந்த கல்வி, மானுடத்துக்கான முழுமை பெறுவதற்கான கல்வியினை வற்புறுத்தி உலகம் தழீயது ஒட்பம் *(425)* என்று கூறி

யாதானும் நாடாமால் ஊராமால், என்னொருவன்
சாந்துணையும் கல்லாத வாறு (397)

என்று பாடி உலகத்துக்கான மனிதனை, உலகு அவாவும் மனிதனைப் படைத்திருப்பதில் மானுட முழுத்துவம் வெளிப்படத் தமிழியத்தைச் சித்திரமாக்கியுள்ளார். அதற்கான நல்ல கல்வியினைத் திருக்குறள் தந்துள்ளதை ஆழ்ந்து நோக்க வேண்டும். மெய்யுணர்தல் *(36)* அதிகாரம் வள்ளுவத்தின் அறிவுக்கேணி! மனிதனின் அதோமுகத் தரிசனத்தைப்,

பிறப்பென்னும் பேதைமை நீங்கச் சிறப்பென்னும்
செம்பொருள் காண்பது அறிவு (குறள்.358)

என்னும் ஞானதீபத்தை மானிட நெஞ்சில் ஏற்றி வைக்கிறது அது. இது லௌகீகத்தை மறுப்பது அன்று. வாய்த்ததொரு மானிடப்பிறவி இதனை மதித்திடுமின் எனும் அப்பரின் குரலை அறிவுறுத்துவது. லௌகீகத்தின் பயனை அனுபவிக்க வற்புறுத்துவது. திருவள்ளுவரின் இந்தத் தடத்தில் ஒரு ஞானிக்கான அவதூத இலக்கணங்கள் எல்லாம் காணப்பெறும். வள்ளுவர்க்குப் பின் வாழையடி வாழையென வந்த

செம்பொருள் காணும் அறிஞர்கள் - ஞானிகள் - சித்தர்கள் - பக்தர்கள் எல்லாம் இந்த அறிவர் பாதையில் நடந்தவர்களாகவே காணப்படுகின்றனர். தமிழியப் பள்ளியாகத் திருக்குறள் திகழ்வதோடு மாசறு காட்சியாளர்க்கு (குறள்.352) ஒரு கைவிளக்காகவும் விளங்குகிறது. திருமூலர், ஆழ்வார், நாயன்மார், தாயுமானவர், வள்ளலார், பாரதி உள்ளிட்ட எல்லோரும் குறள்காட்டும் வழியினரே என்றால் அது மிகை ஆகாது. இந்த வகையில் திருவள்ளுவர் ஒரு தமிழ்மூலர் அன்றோ...!

கயிலாயத்துச் சித்தனாய் வந்து திருவாவடுதுறையில் வாழ்ந்து மூவாயிரம் தமிழ், முந்நூறு மந்திரம், முப்பது உபதேசங்களைப் பாடி அருளிய திருமூலர், திருவள்ளுவர் தடத்தில் நடந்திருப்பதைத் தமிழ் அறிஞர்கள் அறிவார்கள்.

தேவர் குறளும் திருநான் மறைமுடிவும்
மூவர் தமிழும் முனிமொழியும் - கோவை
திருவாசகமும் திருமூலர் சொல்லும்
ஒருவாசகம் என்று உணர்

எனும் தமிழின் பழைய வெண்பா கூட, முன்னம் மொழிவது குறளை; அந்தப் பாசறையில் அடுத்தடுத்து கால்வழியினராய்ப் பின்வந்த ஞானிகளின் படைப்புகளைப் போற்றுகிறது இந்தப் பாட்டு! ஒரு ஞானமரபின் தொடர்ச்சியை இதன்வழிக் காணலாம். தமிழிய ஞானத்தின் ஊற்றத்தில் திருமூலர்,

என்னை நன்றாக இறைவன் படைத்தனன்
தன்னை நன்றாகத் தமிழ்செய்யு மாறே (திருமந்.81)

என்று இதனைப் பாடுவதன் மூலம் நாம் உணரலாம். மேலும் அவரே,

சதாசிவம் தத்துவம் முத்தமிழ் வேதம் (திருமந்.76)

செந்தமிழ் ஆதி தெளிந்து வழிபடு!
நந்தி யிதனை நவமுரைத் தானே! (திருமந். 1089)

என்று பாடியதனுள்ளும் தமிழ்ச்சீர்மையைப் போற்றிடுவர். ஒரு தமிழ் மூலம் திருமந்திரம் மூலமாக வெளிப்படுவதை இங்கு அறியலாம். தாயுமானவர் தமது குருநாதரை மூலன் மரபில் வரும் மௌன குருவே! என்பார். மூலனுக்குத் தமிழ்நந்தி மரபு... என்று சித்தாந்தங்களுக்குத் தமிழ் மூலமரபுண்டு என்பதனை ஆழமாகச் சிந்திக்க வேண்டும். ஒவ்வொன்றும் இங்கு ஆரிய மயமானபோது தமிழ்தன் மூலங்களை இழந்ததையும் ஆராய வேண்டும். திருமூலர் பேசிய தமிழ் மண்டலம் ஐந்தும் தாவிய ஞானம் (திருமந்.1646) குறித்து இன்னும் சிந்திக்க

வேண்டும்! இது வாழையடி வாழை என வந்த மாசறு காட்சியாளர்களின் தொடர்ச்சியைக் காட்டும். இந்த நோக்கில்,

கல்லாத பேர்களே நல்லவர்கள்; நல்லவர்கள்!
கற்றும் அறிவிலாத என்
கர்மத்தை என் சொல்கேன்? மதியை என் சொல்கேன்?
கைவல்ய ஞான நீதி
நல்லோர் உரைக்கிலோ கர்மம் முக்கியம் என்று
நாட்டுவேன்; வடமொழியில்
வல்லான் ஒருத்தன் வரவும், திராவிடத்திலே
வந்ததா விவகரிப்பேன்!
வல்ல தமிழ் அறிஞர்வரின், அங்ஙனே வடமொழியின்
வசனங்கள் சிறிது புகல்வேன்!
வெல்லாமல் எவரையும் மருட்டிவிட வகைவந்த
வித்தை என்முத்தி தருமோ?
வேதாந்த சித்தாந்த சமரச நன் னிலைபெற்ற
வித்தகச் சித்தர் கணமே! **(தாயு : சித்தர்கணம்.10)**

எனும் இப்பாட்டு தாயுமானவர் வாழ்ந்த 17 அல்லது 18 ஆம் நூற்றாண்டின் சமூகம் மற்றும் மொழிநிலைகளைக் காட்டும், மதப்பூசல் - மொழிப்பகை - கல்வி எது என்று அறியாது கற்ற மேதாவிகள், மிரட்டுகின்ற மதத்தலைவர்கள் - அன்னவரின வரட்டு வாதங்கள் - மருட்டுகிற சொல்வித்தைகள் நிறைந்த பொய்நடைகள் மலிந்த சமூகத்தை எல்லாம் சுயவிமர்சனம் செய்கிற பாட்டு. கர்வ வித்தை முத்தி தருமா? தராது. மருட்டுகிற சொற்சால வித்தைகளை - அறிவினை - மதியை என்ன சொல்வது? இதற்குக் கல்லாத பேர்களே நல்லவர்கள் என்று நொந்து கொள்வார் தாயுமானவர். பொய்ஞான மதகுரவர்களின் ஞானத்தைவிடக் கல்லாதவனின வஞ்சமற்ற அஞ்ஞானம் பெரிது. அது கபடு அறியாதது எனும் நிலையில் பாடுவார். தமிழ்நாட்டில் பல்வேறு அறிஞர்களின வாழ்வும் வாக்கும் பறறி எழுதிய அறிஞர் அ.லெ.நடராசன் தமது தாயுமான சுவாமிகளின் வாழ்வும் வாக்கும் (1980 பக்.13-14) எனும் நூலில் இப்பாட்டினை வைத்து,

1. *தமிழ்நாட்டில் இருந்த சமயவாதிகளின் நிலை*
2. *கல்வியை எதற்காக அவர்கள் கற்றார்கள்*
3. *கல்வி கற்பதன் நோக்கம் (அன்றைய நிலையில்)*

எவ்வாறு இருந்தன என்று விமர்சிப்பார். வேதாந்த சித்தாந்திகளின் வரட்டுத்தனமான மருட்டும் மதப்பூசல்கள், ஆன்மீய நோக்கமற்ற

கருத்து மலைவுகள் - கல்வி நிலைகளை இந்தப் பாட்டு புலப்படுத்துவதை அறியவேண்டும். கற்றபின் நிற்க என்றும் ஆன்மியப் பண்பாட்டு நோக்கினை அறியாதவர்களைத் தாயுமானவர் இதில் சாடுவார்; மனிதப்பிறவி, இதன் முக்கியத்துவம் பற்றி உணராத அறியாத கல்வி எதற்கு? முத்தி தராதது வீண் அன்றோ? என்று ஆன்மிய நோக்கில் இங்கும் தெளிவாகவே பாடுகிறார்.

கற்றீண்டு மெய்ப்பொருள் கண்டார்; தலைப்படுவர்
மற்றீண்டு வாரா நெறி (குறள்.356)

எனத் திருவள்ளுவரும் மெய்ப்பொருள் கண்டவர்களின் பேரின்ப நிலை தேடுதலைச் சுட்டுவர். கற்றும் சிவஞானம் இல்லாதவர்களைக் கலதிகள் *(318)* என்பார் திருமூலர்! இந்த வகையில்,

நான் பெற்ற இன்பம் பெறுக! இவ்வையகம் (திருமந்.85)

எனும் திருமந்திரம் தன்னை உலகினுக்குத் தந்த திருமூலரை அடையாளம் காட்டும். தான் தனதற்ற பொதுவானவனுக்கே தான் பெற்ற இன்பம் பெறுக இவ்வையகம் என்று நினைக்க முடியும். தாயுமானவர் இந்தப் பக்குவத்தில் தான்,

எல்லோரும் இன்புற்றிருக்க நினைப்பதுவே
அல்லாமல் வேறு ஒன்றறியேன் பராபரமே! (தாயு.பராபரக்.221)

என்றுபாடி உலகு இன்புற வாழ்ந்தவர் ஆகிறார். தாயுமானவரை அடையாளம் காட்டும் குரல் இது! இது மூலர் மரபில் வரும் குரு ஞானக்குரல் பெற்ற ஆன்மீயப் பெருவளத்தைப் பெறார்க்கும் வழங்கத் துடிக்கும் குரல். இதுதான் உலகவாம் பேரறிவாளர் ஆகிய ஒரு தமிழ்ச்சித்தன் உலகுக்கு வழங்கும் ஞானம். நல்கைகள் எல்லாம்!

தமிழகத்தின் அமுத ஊற்றாக விளங்கிய அருளாளர்கள் ஒப்புயர்வற்ற கவியரசர்களாகவும் திகழ்ந்தனர். உவமையிலாக் கலை ஞானமும் உணர்வரிய மெய்ஞ்ஞானமும் ஒருங்கே பெறறவர்கள் என்று அவர்களைக் குறிக்கலாம். அறங்கனிந்த அருளார்களில் தாயுமானவருக்கு மேலும் ஒரு தனிச்சிறப்புண்டு. தாயுமானவர்க்கு முன்னர்த் தோன்றிய பத்திமைப் பனுவல்கள் தோத்திரங்கள் என்றே பெயர் பெற்றன. மெய்யுணர்வு நூல்கள் சாத்திரங்கள் என்று பெயர் பெற்றன. தாயுமானவத் தமிழோ சாத்திரமும் தோத்திரமும ஆகத் திகழ்வது; மேலும் மெருகூட்டும் வகையில், தாயுமானவர் பாடல்களில் அமைதி நெறிக்கு ஆற்றுப்படுத்தும் பொறை மிகுந்த பொதுமை உணர்வுகள் ததும்பி வழியும், சமரச சன்மார்க்கத் தோன்றலாகிய வள்ளலாரின் முன்னவராகத் தாயுமானவர் திகழ்ந்தார் (முனைவர் ஔவை நடராசன்,

அணிந்துரைப்பகுதி - மஸ்தான் சாகிபும் தாயுமானவரும் - ஓர் ஒப்புநோக்கு ஆய்வு - முனைவர் சி.நயினார் முகமது, 1993) என்பர்.

இந்த வகையில் தாயுமானவரின் தமிழ், பக்தி இலக்கியம் சார்ந்த வகையில் சாத்திரத்துக்குச் சாத்திரமாய்த் தோத்திரத்துக்குத் தோத்திரமாய்த் திகழ்கிறது. திருமூலர் செய்த தமிழ் இதற்கு முன்னோட்டமாய் முன்பே திகழ்ந்ததாகும். அவர்வழியில் தாயுமானவர் தாம் வாழ்ந்த கி.பி. 18 -ஆம் நூற்றாண்டில் தமிழ்ச் சாத்திரத்தையும் தோத்திரத்தையும் இணைத்துப் பாடவேண்டிய கட்டாய நிலை ஒரு வரலாற்றுச் சூழல் இருந்தது என்பது இதற்கு ஒரு காரணமாகும்.

திருமுறை எனும் தனித்த நோக்கில் பெரியபுராணத் தொகுப்பு கி.பி.12 ஆம் நூற்றாண்டோடு நிறைவு அடைந்து விடுகிறது. பக்திமைத் தமிழ் திருமுறை முத்திரை பெற்ற வரலாறு அத்துடன் நிறைவு பெற்று விட்டது. கி.பி.13-14 ஆம் நூற்றாண்டுகளில் மெய்யுணர்வுத் தடத்தில் சாத்திர நூல்களின் காலம் ததும்பி வழிந்தது. தோத்திரமும் சாத்திரமும் ஆனான் கண்டாய் என்று அப்பர் பெருமான் சிவபிரானைப் பாடுவர். தமிழில், கபிலன் தலைவிக்கும் தோழிக்குமான ஆழமான நட்பினை, இருதலைப் புள்ளின் ஓருயிர் அம்மே! (அகம்.12) என்று பாடுவார். இதுபோலத் தோத்திர சாத்திரத் தமிழாகிப் பக்தித்தமிழ் மீண்டும் 18 ஆம் நூற்றாண்டில் தாயுமானவரால் புதிய உருப்பெற்று வளர்ந்தது, ஓர் ஆறு நூற்றாண்டுகள் பக்தித்தமிழும், ஞானத்தமிழும், வாழை அடி வாழை எனும் வளர்ச்சியின்றித் தவித்துக் கிடந்த போது, தாயுமானவர் தோத்திர சாத்திரக் கூறுடைய ஒரு மெய்ஞ்ஞானத் தமிழை இணைத்து ஒரு தமிழ் நதியாய்ப் பாடிய பெருமைக்குரியவர் ஆகிறார். பக்தி இயக்கக் காலத்தமிழின் சாறுகளை முகந்து கொண்டும் சாத்திரத் தமிழின் மெய்யியல் ஞானச்சாறுகளை எல்லாம் வாரிக் கொண்டும் தாயுமானவத் தமிழ்நதி பெருக்கெடுத்தது ஒரு தமிழ் வரலாற்றின் தொடர்ச்சி! குமரகுருபரர் நடுவில் வந்து இதற்கான சில நல்கைகளைத் தந்திருக்கிறார். இந்தத் தமிழைத் தாயுமானவர்க்குப் பிறகு ஒரு சன்மார்க்கத் தமிழ் எனும் சிறப்புக்கூற்றில் தமது காலத்தில் ஓர் ஆறு திருமுறைகளைப் பாடித் தமிழில் திருமுறை மரபுகள் அறுந்து விடாதபடி வள்ளலார் வளர்த்த பெருமைக்குரியவர் ஆகிறார். மறைந்து போன சரஸ்வதி நதி மாதிரி, பக்தித் தமிழ் ஆகிவிட்ட நிலையில், மீண்டும் தமிழகத்தில் தோத்திரச் சாத்திரத் தமிழாக அதைப் பாயவிட்டவர் தாயுமானவர் தான். பின்னைச் சவியுறத் தெளிந்த சான்றோர் கவிநதிதான் தாயுமானவர் தமிழ் நதி! அது ஆழமான தெளிந்த தத்துவ நதியும் கூட!

தாயுமானவர் வேதாந்தியா? சித்தாந்தியா?

தாயுமானவர் பாடல்களில் வேதாந்தமும் சித்தாந்தமும் பவனி வரும். வடமொழியாக்கம், பண்பாட்டுப்பரவல் காரணமாகத் தமிழில் நேர்ந்துவிட்டது, தொல்காப்பியர் காலம் முதலே இது நேர்ந்து விட்டதை அறிஞர்கள் அறிவார்கள். சங்க இலக்கியத்தில் வேள்விக் கலாச்சார ஊடுருவல்கள் நிகழ்ந்திருப்பதையும், சங்கம் மருவிய காலம், பக்தி இயக்கக் காலம் (பல்லவர் - சோழர்கள் காலத்தில்) ஆகிய காலங்களில் இது அதிகம் நேர்ந்து விட்டது. தூய முன்னைச் சைவம் காலப்போக்கில் வைதீக சைவமாகி மாறி விட்டது. வடமொழி பாஷியங்களுக்குச் சங்கரர், இராமாநுசர், மத்துவர் போன்ற தென்னகத்தார் தாம் வடமொழியில் பேருரைகள் எழுதியவர்கள்; தமிழர் வடமொழி வல்லாராகி ஆரியத்தில் எழுதினர். தத்துவச் சிந்தனைகள் வடமொழி ஆதிக்கத்தில் நிலவின; தமிழில் மணிப்பிரவாளம் புதிய ஒரு நடையாய்ப் பரிணமித்தது. சிவஞான போதத்துத் தமிழ், பின்வந்த சாத்திரங்களில் வடமொழி ஆதிக்கத்தில் உரைகளாய் மலர்ந்தன. வழி நூல்களாய்க் கிளைத்தன. அவை சாத்திரத் தமிழின் பின்னைய வளர்ச்சி.

தாயுமானவரின் 18-ஆம் நூற்றாண்டு, நாயக்கர் ஆட்சியின் போது வடமொழி - தெலுங்கு என்று ஆதிக்கம் செலுத்திய காலம். வைதீகம் அரியணையில் வீற்றிருந்து கோலோச்சிய காலம்; வேதாரண்யத்து ஊரினரான தாயுமானவர் மறைக் கதவுகளால் சார்த்தப் பெற்றுப் பின்பு திறக்கப்பெற்ற திருக்கோயிலில் இளமை முதலே வழிபட்டு வளர்ந்தவர். பிறகு வேதக்கல்வி வேறு அவர்க்குக் கை கூடியது. வேதாந்தத்திலும் வித்தகர் ஆனவர். கல்லாத பேர்களே நல்லவர்கள் எனும் தொடக்கமுடைய அவரது புகழ்மிக்க பாட்டில், அவரே கூறுமாறு,

> வடமொழியிலே வல்லான் ஒருத்தன் வரவும்
> திராவிடத்திலே வந்ததா விவகரிப்பேன்
> வல்ல தமிழ் அறிஞர்வரின் அங்ஙனே
> வடமொழியின் வசனங்கள் சிறிது புகல்வேன்
> வெல்லாமல் எவரையும் மருட்டி விட வகைவந்த
> வித்தை (தாயு : சித்தர்கணம். 10) தெரிந்தவர்

என்று அறிகிறோம். உயர்ந்த முக்தியினைத் தராத வெறும் மொழிகளை வைத்துக் கொண்டு மக்களை மருட்டுகிற மதப்பூசல்களின் கல்விக் காலம் அவர்தம் காலம். மேற்பாட்டுவரிகள் அதற்கான அவரது வாக்கு மூலங்கள், இந்நிலையில் ஆரண வீதியில் ஆகமவாசியில் (ஆகமக் குதிரை) வலம் வந்தவராய்த் தாயுமானவர் திகழ்கிறார். வேதத்தொடர்பு

அவர்தம் வடமொழிக் கல்விப்புலமையினைக் காட்டும். சித்தாந்த அறிவு அவர்தம் தமிழ் அறிவினைப் புலப்படுத்தும். காலச்சூழலின் தாக்கம் இது! இந்நிலையில் அவரை முழு வேதாந்தியா? இல்லை. சீர்த்த சித்தாந்தியா? என்று கேட்கும் வாதம் தாயுமானவர் வரலாறு எழுதிய அறிஞர்களிடம் ஒரு வாதப்பொருள் ஆனது.

பக்தி நெறியோடு சித்தர் நெறி, சித்தாந்த நெறி, வேதாந்த நெறி இவற்றை எல்லாம் உள்ளடக்கிய சமரச சன்மார்க்க நெறி இவை பற்றிய கருத்துக்களைத் தாயுமானவரின் பாடல்களில் பரக்கக் காணலாம். (தாயுமானவர் வாழ்வும், வாக்கும் ப.74, அ.லெ.நடராசன், 1980) என்னும் அ.லெ.நடராசன் அவர்களே,

தாயுமான சுவாமிகளுக்கு வேதாந்தத்தில் தான் இறுதியாக ஈடுபாடு இருந்தது என்பது திட்டவட்டமாகத் தெரிகிறது. அதனால் அவர் சித்தாந்தத்தைப் புறக்கணித்தார் என்பது அறவே பொருந்தாது (மேலது.ப.103) என்றும் கூறுவர். அவரது சில வேதாந்தம் பற்றிய பாடல்களைப் படித்ததும், சுவாமிகளுக்கு வேதாந்தத்தில் ஈடுபாடு இருப்பது தெரியவரும்; ஆயினும் சமரச சன்மார்க்க உணர்வைச் சுவாமிகள் அதிகம் மதித்தார். ஆதலால் அவரைச் சமரச சன்மார்க்கி என்று சொல்லுவதுதான் சாலப் பொருத்தமாய் இருக்கும் (மேலது.ப.105) என்றும் முடிவாகத் திரு. அ.லெ.நடராசன் தாயுமானவர் குறித்துக் குறிப்பிடுவர். காற்றுக்கு எந்த மரம் சொந்தம் என்று கவியரசர் கண்ணதாசன் ஒரு திரைப்படப் பாடலில் எழுதியுள்ளார். தோப்புக்கு வேண்டுமானால் தென்னைமரம் சொந்தமாக இருக்கலாம். ஆனால் காற்று பொது. ஒரு தனிமரம் அதனைச் சொந்தம் கொண்டாட முடியாது. கண்ணதாசனின் தத்துவம் தாயுமானவருக்கு மிகவும் பொருந்தும். தன்னையே உலகினுக்கே தந்துவிட்ட ஒரு தத்துவச்சுடரை வேதாந்தமோ, சித்தாந்தமோ தனித்தனியாகச் சொந்தம் கொண்டாட முடியாது.

தாயுமானவர் பாடல்களில் காணப்படும் தத்துவ உண்மைகளைச் சிந்திக்குமிடத்து அவரைச் சமய நெறியாளர் ஆகவும் தத்துவ ஞானியாகவும் மெய்யுணர்வாளராகவும் காண இடமுளது என்று மதிப்பிடுவர் திருமதி முனைவர் சி.ஆர்.சகுந்தலா அவர்கள் (தாயுமானவர் தனிச்சிறப்பு, ப.86, 1995). பொதுவாகச் சமயம், தத்துவம், மெய்யுணர்வு எல்லாம் ஒன்றில் ஒன்று கலந்தவை. பற்பல கலைகள், வேதங்கள், ஆகமங்கள், ஸ்மிருதிகள், இதிகாசங்கள், புராணங்கள் என்று ஒவ்வொன்றும் ஆகாயப் பரப்பின; இலக்கணங்கள், இலக்கியங்கள், மெய்யியல் நூல்கள் என்று அவை விரிந்தன. இவற்றில் முதல் நூல்கள், வழி நூல்கள், சார்பு நூல்கள் எனப் பலதரத்தன. பல குழுக்களின் இச்சிந்தனைகள் எல்லாம் கற்றுணர்ந்த

ஞானிதான் தாயுமானவர். பதி, பசு, பாசம் எனும் முப்பொருள்களை விரிவாகப் பேசும் சித்தாந்த சாத்திர நூல்களை முற்றக் கற்றவர். வேதங்கள், உபநிடதங்கள், இதிகாசங்கள், புராணங்களை எல்லாம் கற்று உணர்ந்தவர்; இந்த நிலையில் வேதத்தின் தத்வமசியை உள்வாங்கிச் சித்தாந்த சாத்திரங்களின் செறிவில் அவர் காலச்சூழலில் இவற்றுக்கிடையே ஒரு சமரசம் கண்ட மெய்ஞானியாக அவர் திகழ்கிறார். மெய்கண்ட சாத்திரங்களின் உயிர்ப்புகளை எல்லாம் அவர் அருளிய திருப்பாடல்கள் உள்ளடக்கங்களாகக் கொண்டுள்ளன. வேத சாரங்களை எல்லாம் தழுவியுள்ளன. வேதாந்த சித்தாந்தங்களுக்கான ஒரு பெட்டகம் போல - ஒரு பாட்டுக் களஞ்சியம் போல, ஒருபுறம் பார்த்தால் வேதாந்த மார்க்கம்; இன்னொருபுறத்தில் அதில் பாயும் ஆகம வாசிகள் (குதிரைகள்) என்று அவரே கூறிய ஒரு தத்துவப் படிமத்தில் தாயுமானவர் திருப்பாடல்கள் காணப்படுகின்றன. அகண்ட தத்துவ வானத்திற்குக் கிழக்கேது; மேற்கேது; ஆனாலும் சிறப்பான அவரது தத்துவ தரிசனத்தில் தமிழின் - தமிழகத்தின் - சித்தாந்த சாத்திர, மண்வாசம் வீசும் உயிர்ப்புகளின் ஊற்றத்தில் தாயுமானவர் சிறப்பாக ஒளிவிடுகிறார் எனக்கூற முடியும். இதற்கு அவர் பாடல்களே சான்றுகள். தமிழ்தந்த ஞானங்களை மறைக்காட்டுக் கதவு திறந்து பாடியது போலவே ஆரியம் கண்டாய் - தமிழ் கண்டாய் என்றே பாடும் தாயுமானவத்தரிசனம் தெரியும்.

இறைவனாகிய முதற்பொருளை உணர ஞானம் வேண்டும். ஞானம் என்றால் அறிவு, தத்துவம் என்பதற்கு மெய்ம்மை அல்லது உண்மை என்பது பொருள்; தத்துவ ஆராய்ச்சி என்பது பொருள்களை உண்மை நிலையில் நின்று அளவை முறைகளால் ஆய்ந்துணர்தல் ஆகும். ஒவ்வொரு சமயமும் தன்தன் கொள்கையே உண்மை என்று தத்துவ நூல் வழியாக விளக்குகிறது. சைவ சமயம் தனது கொள்கையை விளக்கும் பகுதி சைவாகமங்களில் ஞானபாதம் என்றழைக்கப்படுகிறது. அந்த ஞானபாதத்தின் பொருளை அடிநிலையாகக் கொண்டு, அப் பொருளை அனுபவமாகக் கிடைப்பதற்குச் செய்ய வேண்டுவனவற்றைக் கூறுவனவே சரியை, கிரியை, யோகம் ஆகிய பாதங்கள். பொதுவாகவே சரியை, கிரியை, யோகம் மூன்றும் கிரியாபாதம் என்றும் அழைக்கப் பெறும். இப்பகுதிகள் யாவும் ஞானபாதத்தையே குறிக்கோளாக உடையவை. ஞானத்துக்கான நிமித்தங்கள் இவை என்று உமாபதி சிவாச்சாரியாரின் வழியில் இவற்றை முதுபெரும் சைவ அறிஞர் சி.அருணைவடிவேல் முதலியார் அவர்கள் விரிவாக விளக்குவர் (சித்தாந்த வினாவிடை, ப.341/1975).

சரியையில் சரியை, கிரியை, யோகம் ஞானம்
கிரியையில் சரியை, கிரியை, யோகம், ஞானம்
யோகத்தில் சரியை, கிரியை, யோகம், ஞானம்
ஞானத்தில் சரியை, கிரியை, யோகம், ஞானம்

என இந்த ஞானத்தின் படிநிலை வளர்ச்சியைப் பதினாறாக உறழ்வர் ஞானிகள். இதனையே தாயுமானவர் மிக அற்புதமாக,

விரும்பும் சரியை முதல் மெய்ஞ்ஞானம் நான்கும்
அரும்பு மலர் காய்கனிபோல் அன்றோ பராபரமே!

(157 பராபரக்கண்ணி)

என்று ஒரு சாத்திரத்தின் சூத்திரமாய்ப் பாடுகிறார். சைவ சித்தாந்தத்தின் படியாய்க் கிடக்கும் அதன் பவளவாயினை இங்குக் காணமுடியும்.

திருச்சி மலைக்கோட்டையைச் சார்ந்து சாரமாமுனிவர் மடம் ஒன்றுள்ளது. அந்த மடம் திருமூலர் மரபில் வந்த குருவின் மடம்; திருமூலர் மரபில் வந்தவர் சாரமாமுனிவர். அவரே தாயுமானவரை ஆட்கொண்ட குரு ஆவார்.

.... நின் அருள் பூர்த்தி ஆன
வாசம் உறு சற்சார மீது என்னை ஒரு ஞான
மத்த கஜம் என வளர்த்தாய்!
மந்த்ர குருவே! யோக தந்த்ர குருவே! மூலன்
மரபில் வரு மௌன குருவே!   (மௌனகுரு.வணக்கம்.1)

என்று அவரைப் போற்றி வணங்குவர்; ஞான மத்தகஜம் (யானை) என வளர்ந்த தாயுமானவரை இதனால் அறியக்கூடும்.

.... அறிவாக நின்ற நிலையில்
சிந்தை அறநில் என்று, சும்மா இருத்தி, மேல்
சின்மயானந்த வெள்ளம்
தேக்கித் திளைத்து நான் அதுவாய் இருக்க நீ
செய் சித்ரம் மிக நன்று காண்!
எந்தை வடஆல் பரமகுருவாழ்க! வாழ அருளிய
நந்தி மரபு வாழ்க!
என்று அடியர் மனம் மகிழ, வேத ஆகமத்துணிவு
இரண்டு இல்லை - ஒன்று எனவே
வந்த குருவே! வீறு சிவஞான சித்திநெறி
மௌன உபதேச குருவே!
மந்த்ர குருவே! தந்த்ர குருவே! மூலன்
மரபில் வரு மௌன குருவே!   (மௌன.2)

மின் அனைய பொய்உடலை நிலை என்றும்; மை இலகு
விழிகொண்டு மையல்பூட்டு
மின்னார்கள் இன்பமே மெய் என்றும்வளர்மாட
மேல்வீடு சொர்க்கம் என்றும்
பொன்னை அழியாதுவளர் பொருள் என்று போற்றிஇப்
பொய்வேடம் மிகுதி காட்டிப்
பொறை, அறிவு, துறவு, ஈதல் ஆதிகுணம் எலாம்
போக்கிலே போகவிட்டுத்
தன் நிகரில் லோபாதி பாழ்ம்பேய் பிடித்திடத்
தரணிமிசை லோகாயதன்
சமயநடை சாராமல், வேதாந்த சித்தாந்த
சமரச சிவானுபூதி
மன்ன, ஒரு சொல் கொண்டு எனைத் தடுத்தாண்டு
அன்பின் வாழ்வித்த ஞான குருவே! (மௌன.4)

போனகம் இருக்கின்ற சாலையிடை வேண்டுவ
புசித்தற்கு இருக்கும்; அதுபோல்
புருஷர் பெறு தர்மாதி, வேதமுடன் ஆகமம்
புகலும் அதினால் ஆம் பயன்
ஞானநெறி முக்கிய நெறி! காட்சி அனுமானம் முதல்
நானாவிதங்கள் தேர்ந்து
நான்நான் எனக்குழறுபடை புடைபெயர்த்திடவும்
நான்கு சாதனமும் ஓர்ந்திட்டு
ஆனநெறி யாம்சரியை ஆதிசோபானம் உற்று
அனுபக்ஷம், சம்பு பக்ஷம்
ஆம் இருவிகற்பமும் மாயாதி சேவையும் அறிந்து
இரண்டு ஒன்று என்னும் ஓர்
மானத விகற்பம் அற வென்று நிற்பது நமது மரபு.
என்ற பரம குருவே! (மௌன.5)

என்று தமது குருவினைப் போற்றுவார்.

நாமிருக்கும் நாடு நமது என்பது என்றறிந்தோம் என்று மகாகவி பாரதி சொல்வது போல இங்குத் தாயுமானவர்.

இரண்டும் ஒன்று என்னும் ஓர் மானத விகற்பம் அற
வென்று நிற்பது நமது மரபு என்ற பரமகுருவே!

என்று பாடியுள்ளதில் இருக்கும் அழுத்தத்தை உணரும் போது மட்டுமே தாயுமானவரின் தனித்தன்மையினை அடையாளம் கண்டு

கொள்ள முடியும்! வேதாந்த - சித்தாந்த நூல்கள் பேசும் பொருள்களில் உள்ள ஒருமைப்பாட்டினை, வேற்றுமைகளை வென்று நிற்கும் நமது மரபு என்கிறார்.

தாயுமானவரின் வாழ்க்கை வரலாற்றில் அவரைச் சமயநெறியாளராகத் தத்துவஞானியாக, மெய்யுணர்வாளராக மூன்று படிநிலைகளைக் காணும் பேராசிரியை சி.ஆர்.சகுந்தலா அம்மையார், சமயச் சூழல்களுக்கு அப்பால் இறையருளை வேண்டுகின்ற பொதுமைநிலை இவர் கண்ட சமரசப் புதுமைநிலை ஆகின்றது. சித்தாந்த வேதாந்த பூசல்களுக்கு அப்பாற்பட்ட இரண்டையும் உள்ளடக்கியும், அப்பாற்பட்டும் மேலே உயர்கின்ற உன்னத நிலையே மனமடங்கிச் சும்மா இருத்தலாகிய மோனநிலை, அதுவே ஞான வரம்பாகிறது. சமயத்திற்குச் சமரச நெறியும், தத்துவத்திற்கு மோனநிலையும் அவர் உலகுக்குக் கொடுத்த கொடையாகும் என்று விதந்து எழுதுவார். (மேலது சி.ஆர்.சகுந்தலா, ப.97, **1995**) தாயுமானவர் பாடல்களில் ஆழமாக ஆய்வு செய்து முனைவர் பட்டம் பெற்ற மூத்த பேராசிரியர் பி.சௌரிராசன் தமது விரிவான ஆங்கில நூலில் தாயுமானவர் பாடல்கள் ஒட்டுமொத்தமும் உலகுக்கு வழங்கும் செய்தி, மனிதன் வேதாந்த சித்தாந்த சமரசநிலை பெறுதலே ஆகும் என்பர். **(Dr P.Sourirajan, A Critical Study of Saint** Tayumanavar, Chapter XXI, P.268, 1978) தாயுமானவர் பாடல்களில் அடிநாதமும் இதுதான்! அவரது மௌனகுரு வணக்கம் பத்துப்பாட்டும் அவரது வேதாந்த சித்தாந்த அறிவுகளையும், மௌளகுரு சிறப்பினையும் கூறுகிற பாடல்கள் மட்டும் அல்லாமல் அவரது மெய்யியல் சார்ந்த சுயசரிதைச் சித்திரங்களாகவும் காணப்படுகின்றன.

இந்திய அளவில் பல நூற்றாண்டுகளாகப் பரிணமித்துச் செழித்து வளர்ந்த வடபுலத் - தென்புல வேதாந்த - சித்தாந்த சாத்திர நூல்களின் மெய்யியல் வளர்ச்சி வரலாறுகளைக் காட்டும் பாடல்களாகவும் திகழ்கின்றன.

சிலப்பதிகாரத்தில் மாதவியைப் பாடும் போது இளங்கோ அடிகள் எண்ணெண் கலையும் இசைந்துடன் போகும் (சிலப்.வேனிற்.64-65) என்று பாடுவதற்கேற்ப, தாயுமானவரின் பெயர் சொல்லும் போதே அவரது வேதாந்த அறிவும் சித்தாந்த அறிவும் இசைந்து உடன் எழுந்து வருவதை அறியக்கூடும். அவரது திருப்பாடல் திரட்டின் தொடக்கம் முதலே,

1. பர சிவ வணக்கம்
2. பரி பூரணானந்தம்

3. பொருள் வணக்கம்
4. சின்மயானந்த குரு
5. மௌனகுரு வணக்கம்
6. கருணாகரக் கடவுள்
7. சித்தர் கணம்
8. ஆனந்த மானபரம்
9. சுகவாரி
10. எங்கும் நிறைகின்ற பொருள்
11. சச்சிதானந்த சிவம்
12. தேஜோ மயானந்தம்
13. சிற்சுகோதய விலாசம்

எனத் தொடரும் பாடற்பகுப்புகளில் வேதாந்தமும் - சித்தாந்தமும் கைவீசி நடக்கும். தாயுமானவரின் வேதாந்த - சித்தாந்த நந்தவனங்களில் அவரது மனம் - உள்ளம் காணுகிற கடவுட் காட்சிகள், வடக்கும் தெற்கும், கங்கையும் காவிரியுமாய் ஓடிவரும். வித்தகச் சித்தர் என்று பாடும் குறிப்பில் ஒரு புதிய மெய்ஞ்ஞான மரபை உருவாக்கி மூலாதாரம் முதல் சிதாகாசம் என்று அதற்கு அப்பாலும் ஓர் ஒருமைக்காக நீளும் ஒரு ஞானத் தேடலின் உலா வரும்; சீர்மல்கிய அவர்தம் ஆசிரியச் சந்த விருத்தங்களில் சிற்சபையும் - பொற்சபையும் திருக்காட்சி தரும். இவற்றுக்காக இந்த ஆசிரியச் சந்த விருத்த யாப்பினைத் தாயுமானவர் தேர்ந்து கொண்டார் போலும்! இவை இனிய சிந்தனைகள்; இனிய ஓசைகள் கூடிய சந்த விருத்தங்கள்! உபநிடதத் தொடர்களைக் கையாளும் போது வடமொழிக்கும், சில பாடல்களில் பாட்டு முழுவதும் வடசொற் கிளவிகளும், சித்தாந்த சிந்தனைகளைக் கலந்து எழுதும்போது அவற்றிற்கான குறியீட்டுச் சொற்களும் படிப்பவர்க்கு நெருடல்களைத் தரும் விருத்தங்களாக மணிப்பிரவாள விருத்தங்களாகவும் காணப்படும். ஆனால், ஒற்றை மானுடத்துக்கான தெய்வீக மானுடத்துக்கான சிந்தனை களைத் தேக்கிய சந்த விருத்தங்கள் ஆக அவை இருப்பதை நோக்கரிய நோக்குகளால் காணவேண்டும். அவரது விருத்தக் கட்டமைப்பிலும் கூட வேதாந்த - சித்தாந்த சமரசம் கட்டப்பெற்றுள்ளமையை நோக்கலாம். வேதாந்தத்தில் காலூன்றிச் சித்தாந்தத்துக்குத் தாவுவதும், சித்தாந்தப் படிகளில் காலூன்றி வேதாந்தத்துக்குத் தாவுவதும் இந்தச் சந்த விருத்தங்களில் தொடக்கம் முதலே காணப்படுகின்றன.

தன்னருள் வெளிக்குளே அகிலாண்ட கோடியெலாம்
தங்கும் படிக் கிச்சை வைத்து
உயிர்க்குயிராய்த் தழைத்தது எது? மனவாக்கிற்கு
எட்டாமல் நின்றது எது?
சமய கோடிகள் எலாம் தம்தெய்வம் எம் தெய்வமென்று
எவரும் தொடர்ந்து எதிர் வழக்கிடவும் நின்றது எது?
யாதிலும் வல்ல ஒரு சித்தாகி இன்பமாய்
என்றைக்கும் உள்ளது எது... (பரசிவ : 1)

அன்பர் கண்ணும் விண்ணும் தேக்கவே கருதரிய ஆனந்த
மழை பொழியும் முகிலை - நம் கடவுளைத்
துரிய வடிவை... (பரசிவ.2)

அத்துவித வத்துவை சொற் ப்ரகாசத் தனியை
அரு மறைகள் முரசறையவே
அறிவினுக்கு அறிவாகி ஆனந்த மயமான
ஆதியை...
தத்துவ சொரூபத்தை மத சம்மதம் பெறாச்
சாலம் பரகித மான
சாசுவத புட்கல நிராலம்ப வாலம்ப
சாந்தபத வ்யோம நிலையை...
சிற்பர வெளிக்குளே வளர் தற்பர
அது ஆன பரதேவதையை (பரசிவ.3)

என்று பாடுவர்.

பொதுமை காணுகிறவன் சமய உலகத்தில் யார்க்கும் அஞ்சாத வீரன்; வேதாந்தத்துக்கும் சித்தாந்தத்துக்கும் பாலம் கட்டுவது என்பது அரிய வேலை; வருண பேதங்களை ஒழிக்கக்குரல் கொடுப்பது - அதுவும் சமய உலகத்தில் இருந்து கொண்டே என்றால் அதற்கு அறிவார்ந்த துணிச்சல் தேவை. யான் காணும் சமயம் இது; யான் காணும் மனிதன் இவன்; யான் காணும் கடவுள் இது என்று தாயுமானவர் குணமற்ற ஒன்றாகக் (நிர்க்குண) கடவுளைக் காணத் துடிப்பது; எல்லாம் பரசிவ வணக்கத்திலேயே பாடித் தமது அடையாளத்தைத் தாயுமானவர் காட்டிக் கொள்ளுகிறார். 56 பாடற்பகுப்புகளில் கூடிய 1452 பாடல்களிலும்தான் யார் என்பதைக் காட்டிக் கொள்ளுகிற தனித்தன்மை அங்கிங்கு எனாதபடி எங்கும் பிரகாசமாய் என்று தொடங்கும் தொடக்கத்திலேயே காணப்படுகிறது. அங்கு - இங்கு எனாதபடி எங்கும் எதிலும் ஒளியோடு திகழ்கிற ஒன்றைத் தாயுமானவர், எல்லார்க்குமான

பொதுக்கடவுளை - நிர்க்குணமயமான நிலையில் பாடும் குறிப்பு இதில் ஒளிவிடுகிறது.

அருளொடு நின்றது எது? உயிர்க்குயிராய்த் தழைத்தது எது? இன்பமாய் என்றைக்கும் உள்ளது எது? கருதரிய ஆனந்த மழை பொழியும் முகில் எது? அது கடவுள்; துரிய வடிவத்தது அது; அத்வைத வஸ்து அது; தத்துவ சொரூபம் அது; அறிவுக்கு அறிவானது; மத சம்மதம் பெறாதது; பற்றுக் கோடற்றது (சாலம் பரகிதம்) சித்தம் அறியாதபடிச் சித்தத்தில் இலங்குவது; சிற்பர வெளிக்குள் வளரும் தற்பரம் (மேலானது) அது! இங்கு எந்த மதச்சுவடும் காணாதபடி ஒரு கடவுளைத் தமது பொதுச் சித்தத்தால் கருத்திற்கு இசைந்தபடி பாடுகிறார். சமயநெறி காணாத காட்சி நீ (சச்சி.4) என்று பின்னும் பாடுவார். இதுதான் தாயுமானவர் நெறி. சமய உலகத்தவர்க்கு - தத்தம் மதங்களே உயர்ந்தது என்று வாதிடுவார்க்கு எல்லாம் பாட்டாலேயே மின்னல் இடி - அடி எல்லாம் கொடுக்கிறார். இது அவரது உள்ளம்; தீரம். சாத்திரம் - தோத்திரம் - வருணம் - மேலது - கீழது என்று வளர்ந்திருக்கும் 18 ஆம் நூற்றாண்டுக்கு அவரது விருத்தங்கள் வீசும் சாட்டை அடிகள்!

தென்னக வானில், இராமகிருஷ்ணர், விவேகானந்தர்க்கு முன்பேயே சமய உலகில் இருந்து கொண்டே புதுவேதாந்தம் - புது சித்தாந்தம் எனும் நோக்கில் பொதுமை காண் குரலில், குரல் எழுப்பிய பாடல்கள் தாயுமானவர் பாடல்கள்,

எவ்வுயிர்த் திரளும் உலகில்
என்னுயிர் (சிற்சுகோத.8)

எல்லோரும் இன்புற்று இருக்க நினைப்பதுவே அல்லால்
வேறு ஒன்றறியேன் பராபரமே! (பராபரம்.221)

தாயுமானவரின் நோக்கரிய நோக்கு; நுண்ணுணர்வு எல்லாம் இவ்வாறு இருந்ததால், அவர் காணும் மனம், அவர் காணும் மனிதர்கள், அவர் காணும் இறை எல்லாம் உயர்வற உயர்ந்ததான நலம் பெற்றுத் திகழ்கிறார்கள். மனிதவளம், நாட்டுவளம், சமய வளம், வேதாந்த வளம் - சித்தாந்த வளம் - கடவுள் வளம் எல்லாம் இந்த அரிய நோக்குகளில் அமைய வேண்டும் என்று தமது பாட்டுத்திறத்தால் நெடிய நோக்குகளில் ஒவ்வொன்றையும் தாயுமானவர் பாடியுள்ளார்.

சிவபிரான் கோலங்களில் தென்முகக் கடவுள் (தட்சணாமூர்த்தி) கோலம் ஒன்று. தென்னகத்துச் சிந்தனைகளிலேயே உயர்ந்தது. தென்முகக்

கடவுட்கோலம் கலை, ஓவியம், சிற்பம், சமயம் என்று ஒவ்வொரு நோக்கிலும் அறிவின் எல்லையினை அளந்து அளந்து காணாது கண்டு படைக்கப்பெற்ற அறிவுத்திருக்கோலம்!

தென்னாடுடைய சிவனே போற்றி!
எந்நாட்டவர்க்கும் இறைவா போற்றி!
(திருவாசகம். போற்றி.164-65)

தென்பால் உகந்தாடும்; தில்லைச் சிற்றம்பலவன் (திருவாச.சாழல்.9) என்றும் திருவாசகம் போற்றும் கோலம்; ஒலி தரு கயிலை உயர் கிழவோன் (திரு.கீர்த்தி.146) தென்பால் உகந்தாடும் நோக்கம் தெரியவேண்டும். தமிழ்நாடு அரிய சைவத்தின் தாயகம்; நாயன்மார்களின் சிந்தனைகள் தவழ்ந்த ஞானபூமி.

மாதவம் செய்த தென்திசை வாழ்ந்திடத்
தீதிலாத் திருத்தொண்டத் தொகைதரச் (பெரிய.35)

சுந்தரமூர்த்தி நாயனார் அவதாரம் எடுப்பதற்குக் கயிலாயம் தேர்ந்த பூமி தென்திசைப்பூமி. எனவே சிவன் தென்திசை மண்ணைத் தமிழ்நாட்டைத் தன் திருநோக்கிலும் (நாடுடையை - நாட்டம் - பார்வை - விழைவு) பார்க்கின்ற பூமி! எனவே அவன் தென்னாடுடைய சிவனாக - தென்பால் உகந்தாடுபவனாகத் திகழ்கிறான்.

அத்துடன் தென்திசை சைவத்துக்கும் வைணவத்துக்கும் புனித பூமியாகத் திகழ்கிறது.

குடதிசை முடியை வைத்துக் குணதிசை பாதம் நீட்டி
வடதிசை பின்பு காட்டித் தென்திசை இலங்கை நோக்கி
கடல்நிறக் கடவுள் எந்தை அரவணைத் துயிலுமாகண்டு
உடல் எனக்கு உருகுமாலோ? என் செய்கேன்? உலகத்தீரே
(திவ்யப்பிரபந்தம்.தொண்டரடிப் பொடி : திருமாலை.19)

எனும் பாடலில் தென்திசை நோக்கித் துயில் கொள்ளும், திருமாலின் அழகினைத் தொண்டரடிப்பொடி ஆழ்வார் பாடுவார். தொன்மவழியில் (இராவண பூமி - இலங்கையாக) இருந்தாலும், வைணவம் செழிக்கப் பாடிய ஆழ்வார்களின் ஜென்மபூமி தென்திசைத் - தமிழகம் என்றும் நினைத்துப் பார்க்கலாம். எனவே தென்திசை நோக்கு சிவனார்க்கும், திருமாலுக்கும் இருப்பதை அறியலாம். இதனைத் தென்னகச் சிந்தனைகளின் உறைப்பேறிய தரிசனங்களாகவும் கருதலாம்.

வடதிசை வேதத்துக்கான திசையாக ஆரியர் வந்ததற்குப் பிறகு வரலாற்று நிலையில் பார்க்கப்பட்டது. இமயம் - கயிலை - சிந்துவெளி

எல்லாம் ஒரு காலத்தில் முன்னைச் சைவம் - தொன்மைச் சைவம் செழித்த பூமி. ஒலிதரு கயிலை சிவன் அமர்ந்த மூலபூமி, நந்தி பூமி! தென்திசைச் சைவம் தம் பின்னைச் சைவத்துக்கான பக்தி இலக்கியத் தோத்திர சாத்திரங்கள் மலர்ந்த காலத்தில் அவற்றின் செழுமைக்கு உதவிய மண். எனவே சிவபிரான் கோலங்களில் (மூர்த்தங்களில்) (தெக்கணாமூர்த்தி) தென்முகக்கடவுளின் கோலம் சிறப்பாகப் போற்றப்பட்டது. வழிபடப் பெற்றது. தென்திசை, தோத்திரமும் சாத்திரமும் ஆனார் தாமே! (அப்பர்...) என்று தோத்திர சாத்திரங்களின் திசையாகக் கருதப்பெற்றது போலும். எனவே, வேதாந்த சித்தாந்தத் திசைகளின் குறியீடுகளில் வடதிசை - தென்திசை நோக்கப் பெற்றிருக்கக் கூடும். மணிவாசகரைப் போலவே தாயுமானவரும் சிவனருளால் ஆட்கொள்ளப் பெற்றவர். இது மூலன் மரபில் வந்த மௌன குருவினால் என்பர். சிவனால் ஆட்கொள்ளப்பெற்ற வகையில் திருப்பெருந்துறை முன்னவர்க்கு; திரிசிரபுரம் (திருச்சி) தாயுமானவர்க்குத் திருத்தலங்கள் ஆகும்; தாயுமானவர்க்கு மிகவும் ஈடுபாடு தென்முகக் கடவுள் மீதிருந்தது. சின்மயானந்த குரு, மௌனகுரு, கருணாகரக் கடவுள் என்று அவர்பாடும் பாடல்களில் தென்முகக் கடவுளே மிகுதியும் பாடப்பெற்றுள்ளார். தென்முகக்கடவுளின் சின்முத்திரையால் - மோனத்தால் - அது தரும் ஞானத்தால் - ஞானம் தரும் சுகவாரியால் தாயுமானவர் பெரிதும் கவரப் பெற்றார். பேரின்பம் தரும் மூர்த்தமான அவர் இதனைப் பரவி மகிழ்ந்தார்.

தாயுமானவர் ஒரு தவராஜ யோகி என்பதால் தென்முகக்கடவுள் சின்முத்திரைக் கோலத்தில் பெரிதும் ஈடுபாடுற்றார். பேரின்பம் தருவதில் பெரிய மூர்த்தமாகத் தென்முகக் கடவுள் ஆனார். அவரது தேசோ மயானந்தம் அற்புதமான பாடல்களைக் கொண்டது. ஆனந்த வயல்களின் ஆலயம்தான் இந்தப் பதிகம்:

மருவுமலர்ச் சோலைசெறி நன்னீழல் மலையாதி
   மன்று முனிவர்க்கே வலாய்!
மந்தர மாலிகை சொல்லும் இயமம் நியமம் ஆதியா
   மார்க்கத்தில் நின்று கொண்டு
கரு மருவு காயத்தை நிர்மலமதாகவே
   கமலா சனாதி சேர்த்துக்
காலைப் பிடித்து அனலை அம்மை குண்டலி அடிக்
   கலை மதியினூடு தாக்கி
உருகி வரும் அமிர்தத்தை உண்டு உறங்காமல்
   உணர்வான வழியை நாடி

ஒன்றோடு இரண்டு எனாச் சமரச சொரூபசுகம்
    உற்றிட என்மனத்தின் வண்ணம்
திருவருள் முடிக்க இத்தேகமொடு காண்பனோ?
    தேடரிய சத்தாகி என்
சித்த மிசை குடிகொண்ட அறிவான தெய்வமே!
    தேசோ மயானந்தமே!

தென்முகக் கடவுளே அறிவான தெய்வம்! அவரே தேசோ மயானந்தம்! என்று அவரைக் கூவிமகிழும் பதிகம் இது. தாயுமானவரின் விழைவினை வெளிப்படுத்தும் யோகப்பாட்டு. குண்டலினி யோகம் மூலம் அமிர்தம் உண்பதால், சாகாமை, காயகற்பம் பெறுதல் தத்வமசி - தான் அதுவாக ஆதல் - இரண்டற்ற ஒன்றில் ஜீவன் முக்தி தேகம் உள்ள போதே பெறுதல் ஆகிய எல்லாவற்றையும் பெறச் சித்தமிசை குடிகொண்ட அறிவுத் தெய்வத்தை வேண்டித் தேஜோமயானந்தம் பெறும் நிலைக்கு அவாவும் தாயுமானவரை அறியமுடிகிறது.

இந்தப் பதிகத்திலேயே தாயுமானவரை உலகறிந்த பாட்டு உள்ளது. அது,

கந்துக மதகரியை வசமா நடத்தலாம்!
    கரடி வெம்புலி வாயையும் கட்டலாம்
ஒருசிங்கம் முதுகின்மேல் கொள்ளலாம்;
    கட்செவி எடுத்தாட்டலாம்
வெந்தழலின் இரதம்வைத்து ஐந்து லோகத்தையும்
    வேதித்து விற்று உண்ணலாம்!
வேறு ஒருவர் காணாமல் உலகத்து உலாவலாம்!
    விண்ணவரை ஏவல் கொள்ளலாம்;
சந்ததமும் இளமையோடு இருக்கலாம் மற்றொரு
    சரீரத்திலும் புகுதலாம்!
ஜலம் மேல் நடக்கலாம்! கனல்மேல் இருக்கலாம்!
    தன்னிகரில் சித்தி பெறலாம்!
சிந்தனையை அடக்கியே சும்மா இருக்கிற
    திறமரிது; சத்துஆகி என்
சித்த மிசை குடிகொண்ட அறிவான தெய்வமே!
    தேஜோ மயானந்தமே!

இதில் சித்தர்கள் புரிகின்ற சித்தாடல்கள் யாவும் எளிய. ஆனால் மனதை அடக்கும் செயலோ அரிது! சும்மா இருத்தல் எவ்வளவு அரிது? இதுபோல மௌனகுரு அளித்த திருவருள் திறத்தை எல்லாம் விதந்து பாடுவார். மேலும்,

சொல்லரிய உயிரின் இடை அங்கங்கும் இருந்து அருள்சுரந்து பொழியும் கருணை முகிலே! என்பார்; சித்திநிலை முத்தி நிலை விளைகின்ற பூமியே! என்பார்.

சிவஞானியாய் வந்து பேசரிய வாசி யோகத்தாலே பேரின்ப உண்மையை அளித்தனை; மனது அறப் பேரம்பலக் கடவுளாய் அறிவாய்த் திகழ்ந்து நாத ஒலி காட்டி அமிர்தமயமான பிரவாக சித்தி அருளினை; திருஅம்பலமும் ஆகி ஆண்டருளினை; மரஉரி ஆடை உடுத்தி அந்தணனாய் வந்து அஜபா வாக்கியம் தந்தருளினை; குறி அளித்துக் காத்தனை; மௌனியாய்ச்சும்மா இருக்கும் நெறியளித்து உதவினை! (6) என்றெல்லாம் பாடித்

தென்பாலின்முகம் ஆகி வடஆல் இருக்கின்ற செல்வமே! (10)

என்று தென்பால் தட்சணாமூர்த்தியாக இருந்து வடஆல் எனும் கல்லால மர நிழலில் அருளியவனே! என்கிறார். தென்பால் முகம் ஆகி வடஆல் இருக்கின்ற செல்வமே! என்பதில் குறிப்பாகச் சித்தாந்த வேதாந்த சமரச இணைப்பையும் தாயுமானவர் கோடிட்டுக் காட்டுவார். அவரது பாட்டுத்திறத்தால் இக்குறிப்பினைக்காட்டி ஒரு தெய்வீக மனித சங்கமத்தைப் புலப்படுத்துவார்! மேலும் வடபால் கோலத்தையும் தென்பால் கோலத்தையும் ஒன்றிலே இணைத்தும் மகிழ்வார்!

படம் ஒன்று வரைந்தால் அது பிரபஞ்சத்தை மறந்து மனிதனுடைய மனதை அதற்கு அப்பால் எடுத்துச் செல்வது இந்திய ஓவியம். கல்லிலே வடிவம் ஒன்று செதுக்கி எடுத்தால் அந்த வடிவத்தைப் பார்த்து ரசிக்கிற மனிதனது மனது பிரபஞ்சத்தை மறந்து அதற்கு அப்பால் போகவேண்டும்... சிவனார் தட்சணாமூர்த்தியாக எழுந்தருளி இருப்பதை இந்தியச் சிற்பம் உருவாக்கியிருக்கிறது. அவ்வடிவத்தை உற்று நோக்குகிறவர்க்கு இவ்வுலக உணர்வு அகல்கிறது. பிரபஞ்சத்துக்கு அதீதத்தில் இருக்கும் மௌனத்தை அம்மனது எட்டுகிறது என்பர் யோகி தவத்திரு சுவாமி சித்பவானந்தர்... (விவேகானந்தர் விவரம், ப.81, 1977) யோக ஞானத்தில் தலைப்பட்டார்களின் தரிசனம் இது. தென்முகக் கடவுளைத் தாயுமானவர் போல் பக்தித் தமிழ் இலக்கியத்தில் யாரும் அதிகம் பாடவில்லை. மோனத்தில் பாரமார்த்திக தரிசனத்தைத் தென்முகக் கடவுளின் தரிசனம் காட்டும்.

பேரனந்தம் பேசி மறை அனந்தம் சொலும்
பெரிய மவுனத்தின் வைப்பு (பரசிவம்)
வாராது எலாம்ஒழிய வருவன எலாம் எய்த
மனது சாட்சிய தாகவே

மருவநிலை தந்ததும் வேதாந்த சித்தாந்த
 மரபு சமரச மாகவே
பூராயமாய் உணர ஊகமது தந்ததும்
 பொய் உடலை நிலையன்று எனப்
போதநெறி தந்ததும் சாசுவத ஆனந்த
 போகமே வீடு என்னவே
நீராளமாய் உருக உள்ளன்பு தந்ததும்
 நின்னது அருளின் இன்னும் மின்னும்...
பாராதி அறியாத மோனமே இடைவிடாப்
 பற்றாக நிற்க அருள்வாய்!... (பரிபூரண.8)

பெருவெளியாய் ஐம்பூதப் பிறப்பிடமாய்ப்
 பேசாத பெரிய மோனம்
வருமிடமாய் மனமாதிக் கெட்டாத
 பேரின்பமாய் ஞானக்
குருவருளால் காட்டிடவும் அன்பரைக் கோதற
 விழுங்கிக் கொண்டு அப்பாலும்
தெரிவரிதாய்க்கலந்த பொருள் எந்தப் பொருள்?
 அந்தப் பொருளினை யாம் சிந்தைசெய்வாம்
 (பொருள்.வணக்.3)

கோதில் அமுதூற்று அரும்பிக் குணங்குறி ஒன்று அற
 தன்னைக் கொடுத்துக் காட்டும்
தீதில் பராபரமான சித்தாந்தப் பேரொளியைச்
 சிந்தை செய்வாம் (பொருள்.2)

சோதியைத் தூவெளியை மனது அவிழ நிறைவான
 துரிய வாழ்வை (பொருள்.5)

இந்திரஜாலம் கனவு கானல்நீர் என
 உலகம் எமக்குத் தோன்றச்
சந்ததமும் சிற்பரத்தால் அழியாத
 தற்பரத்தைச் சார்ந்து வாழ்க!
புந்தி மகிழ் உற நாளும் தடை அற
 ஆனந்த வெள்ளம் பொலிக! என்றே
வந்தருளும் குருமௌனி மலர்த்தாளை
 அனுதினமும் வழுத்தல் செய்வாம்! (பொருள்.6)

ஆதியந்தம் காட்டாத முதலாய் எம்மை
 அடிமைக்கா வளர்த்தெடுத்த அன்னை போல

நீதிபெறும் குருவாகி மனவாக்கு எட்டா
நிச்சயமாய்ச் சொச்சமதாய் நிமலம் ஆகி
வாதமிடும் சமயநெறிக்கு அரியதாகி
மௌனத்தோர் பால்வெளியாய் வயங்காநின்ற
சோதியை என் உயிர்த்துணையைத் (பொருள்.11)

துகளறு சங்கற்ப விகற்பங்கள் எல்லாம்
தோயாத அறிவாகிச் சுத்த மாகி
நிகரில் பசுபதியான பொருளை நாடி
நெட்டுயிர்த்துப் பேரன்பால் நினைதல் செய்வாம்
(பொருள்.12)

எனும் இந்தப் பாடல்களில் எல்லாம் மோனத்துக்கான ஞான முதல்வனாகத் தென்புலத்தெய்வம், சித்தாந்தம், ஆனந்த போகமே வீடு, தன்னைக் கொடுத்துக் காட்டும் சித்தாந்தப் பேரொளி, மனது அவிழ நிறையும் துரிய வாழ்வு, குருமௌனி, பசுபதி ஆன பொருள், என்றெல்லாம் தாயுமானவர் வாழ்த்துதலை அறியமுடியும். தந்தது தன்னை, கொண்டது என்னை என்பதற்கான யோக மூர்த்தி தான் தட்சணாமூர்த்தி. எந்த விருத்தம் படித்தாலும் அவரது சந்த விருத்தங்களில் இந்தத் தரிசனமே தெரிகிறது. தமிழை யோகத்தமிழாக்கியவர் தாயுமானார். அவரது தத்துவமான தமிழில் யோக பாதமும், ஞான பாதமும் முடிசூடி விளங்குகின்றன.

சொல்லரிய நெறியை ஒரு சொல்லால் உணர்த்தியே
சொருபானு பூதி காட்டிச்
செங்கமல பீடமேல் கல்லால் அடிக்குள்வளர்
சித்தாந்த முத்தி முதலே!
சிரகிரி விளங்கவரு தட்சணா மூர்த்தியே
சின்மயானந்த குருவே!

என்றும் தென்முகக் கடவுளின் தரிசனத்தில் தான் வேதாந்த - சித்தாந்த சமரச ஒருமையைத் தரிசிக்கிறார்; சும்மா இரு சொல்லற எனும் அறிவு பீடத்தில் நிற்கக் கல்லாலின் கீழ் இருப்பவனின் கோலமே கை கொடுக்கிறது. மோனத்தில் ஒரு சொல் உணர்த்தும் தரிசனம் இந்தக் கோலத்தில்தான் கிடைக்கிறது. அரிய வெளியான துரிய ஒளியினை அகத்தும் சித்தத்தும் கிடைப்பதற்கு இக்கோலமே ஞானக்கொடை தரும் கோலமாகத் திகழ்கிறது. ஆன்மாவுக்குள்ளேயே பாதரிசனத்துக்கு வகை செய்வது சிவனாரின் ஆலமர் கோலமே என்பது தாயுமானவத்தின் சுருதி! இகபர சங்கமத்துக்கான தட்சணாமூர்த்திக் கோலத்திலேயே சொல்லால் அளந்து காண முடியாத சுருதிகளான வேதாந்த - சித்தாந்த

விரிவுகளின் தாய்மடியாகக் காணுகிறார். தமிழ் உலகுக்கு இது ஒரு புதிய தரிசனம்! துவைதம், அத்வைதம், விசிஷ்டாத்துவிதம் என்று மூவிதங்களில் இறை தரிசனம் காணும் பிரிவுகளில் பகைத்தீ மூண்ட போது நமது காலத்தில் விவேகானந்தர் அவர்களிடம் ஓர் ஒருமையைத் தமது புதுவேதாந்தப் பார்வைகளினால் விவரித்துச் சமரச ஒற்றுமைக்குக் குரல் கொடுத்தார் என்பார்கள் (மேலது.சுவாமி சித்பவானந்தர், ப.146, 1977). இத்தகைய பேதவாதிகளை விவேகானந்தர்க்கு முன்பேயே தாயுமானவர் இணைக்க முற்பட்டார். விகற்பங்களை - வேற்றுமைகளை வைத்துக் கொண்டு பார்க்கும் போது ஒரு நாளும் தெய்வீக தரிசனமோ - மானுட தரிசனமோ முழுமையாகத் தெரியாது என்றுதான் அன்பினால் அருளினால் எதையும் பார்க்கும் பார்வைகள் கொண்டவராய் 18-ஆம் நூற்றாண்டை ஆன்மீக விழிப்பு நூற்றாண்டாக்கினார் தாயுமானார். வேதாந்த - சித்தாந்த சமரச ஒருமையினால் ஓர் ஒற்றைத் தரிசனத்தை - அத்துவித தரிசனத்தை - மாசற்ற சுத்தாத்துவித தரிசனத்தைத் தமிழ்த்தத்துவத்தின் வாயிலாக உலகுக்கு வழங்கினார் என்றுமுள தமிழ் அவருக்கு இந்தப் பெரிய பேறறிவினைத் தென்முகக் கடவுளின் தரிசன ஆற்றலின் மூலம் தந்ததாக நாம் கொள்ளலாம்.

சாகாக்கல்வியைத் தனி ஒருவன் பெறுவது முக்கியமன்று; அமர நிலை என்பது மொழி, பண்பாடு, சமூகம் என்று அனைத்துக்கும் பொதுமை செய்கிற போது மட்டுமே அவைகள் என்றும் வாழும்; நித்தியம் (நிலைத்தது) என்றால் அதுதானே! என்றென்றும் வாழும் சிரஞ்சீவித்துவம் என்பதும் அதுதானே!

ஒன்றா உலகத்து உயர்ந்த புகழ்அல்லால்
பொன்றாது நிற்பதொன்று இல் (குறள்.233)

என்பான் வள்ளுவனும்; நிலைத்த ஆன்மியம் என்றுமுள ஆன்மியம் என்பதெல்லாம் மானுடம் விழித்துக் கண்ட விழுமியங்களால் ஆவது, வெறுமனே செத்தே போனால் சிரியாரோ? என்பார் மணிவாசகர் (திருவாசகம்.385). இதுபோலத் தத்துவங்களும் சாகக்கூடாது. பிரிவுகள் - பேதங்கள் - வேற்றுமைகள் சாகடித்து விடும்! எனும் மெய்மை கண்ட தாயுமானவரை ஒத்த மேலோர்கள் ஆன்மீய பேதங்களை அது வேதாந்தத்துக் கிடந்தாலும், தென்தமிழில் இருந்தாலும் அவற்றை அழித்துப் பைங்கூழ் களை கட்டதனோடு நேர் என்று பேதமூலங்களின் வேரறுத்து ஓர் ஒருமைக்குச் சன்மார்க்கி எனும் நிலையில் வேதாந்த சித்தாந்த சமரசம் கண்டார். இத்தகைய சமரசம் காண்பவர்களை மட்டுமே அவர் வித்தகச் சித்தர் என்றார்.

நத்தம்போல் கேடும் உளதாகும் சாக்காடும்
வித்தகர்க்கு அல்லால் அரிது   (குறள்.235)

எனும் குறளிலும் நித்தம் புகழ் ஆளர் யாரோ அவரை வித்தகர் என்று சுட்டுவார் திருவள்ளுவர். தன்னை இழத்தலில் ஒரு பேறு காண்பவர்கள் வித்தகர்கள்; தன்னல வெறுப்புடையார் மட்டுமே ஞானிகள்; சித்தர்கள்! வெறும் குரலாளிகள் பொய் ஞானிகள்; போலிச் சித்தர்கள். எனவே தான் தாயுமானவர் வித்தகச் சித்தர் ஆகி அந்த வித்தகச் சித்தர்களை மெச்சுகிறார். தாயுமானவரை இதனை வைத்துத்தான் மகாகவி பாரதி தனியே இனங்கண்டு பாடுகிறார்.

> என்றும் இருக்க உளம் கொண்டாய்!
>   இன்பத் தமிழுக்கு இலக்கியமாய்;
> இன்றும் இருத்தல் செய்கின்றாய்!
>   இறவாய்! தமிழோடு இருப்பாய்நீ!
> ஒன்று பொருள்; அஃது இன்பம் என
>   உணர்ந்தாய் தாயுமானவனே!
> நின்ற பரத்து மாத்திரமோ?
>   நில்லா இகத்தும் நிற்பாய் நீ!

எனும் அவரது பாட்டு தாயுமானவரையும், தாயுமானத் தமிழையும் தமிழோடு இயைத்துக் கண்டு, நில்லா இகத்தும் நிற்கும் என்றுமுள தமிழாகப் புகழ் சூட்டும்!

பாரதி இயல்பிலேயே பாலம் கட்டும் பாட்டுக்காரன் ஆவார். வித்தகச் சித்து வேலை அவருக்கு இயல்பானது. இந்தியா அந்நியப்பட்டுக் கிடந்த சூழலில் பாரதி வேற்றுமைகளைத் தாண்டிய ஒருமைக்கு - உறவுகளுக்குக் குரல் கொடுத்தார்.

> செப்பு மொழி பதினெட்டுடையாள் - எனில்
>   சிந்தனை ஒன்றுடையாள்!
> முப்பது கோடி முகமுடையாள் - எனில்
>   மொய்ம்புறம் ஒன்றுடையாள் என்றவர்.
> (பாரதியார் கவிதைகள்; தேசிய கீதங்கள் எங்கள் தாய், கவிதை)

அரிய தத்துவமான தத்வமசியைத் தெளிவாகப் புரிந்து கொண்டவன் ஆதலின், மனிதனைப் பார்த்துத்

தெய்வம் நீ என்றுணர்   (பாரதி, ஆத்திசூடி.48)

என்று குரல் கொடுத்தவர். வடக்கு - தெற்குப் பேதம் பார்க்காதவர், வேதங்களைப் புதுமை செய்ய விழைந்தவர். குயில்பாட்டு அதில் புதுவைக் கடற்கரையைப் பாடுகிறார்.

வேகத் திரைகளினால் வேதப் பொருள்பாடி
வந்துதவழும் வளம்சார் கரையுடைய
தென்தமிழ்ப் புதுவை.

என்று. இதுதான் அவரது அமரகீதம்.

வேகத்திரைகள்! வேதப்பொருள் பாடித் தென்தமிழ்ப் புதுவையின் கடற்கரையைத் தீண்டுகின்றனவாம். பிரபஞ்சம் ஒன்றாய்க் கிடக்கிறது. இயற்கை அழகில் இறைச்சிந்தனை! மொழிச்சிந்தனை! எல்லாம் கலக்கின்றன. முழுநிலவில் சிந்து நதிமிசையில் - சேர நாட்டு இளம் பெண்களை நிறுத்திச் சுந்தரத்தெலுங்கில் அவர்களுடன் காதலைப் பாடும் ஓர் இந்திய ஒருமையைக் காட்டியவர் அவர். வேதப்பொருள் பாடிவரும் அலைகள் தென்தமிழ் கொஞ்சும் புதுவைக் கடற்கரையைத் தீண்டுகின்றன என்று வடக்கு - தெற்கு இணைப்பினுக்கு வாகை சூட்டிப் பாடுவார். எனவே தான் - இந்த வித்தக ஞானத்தால்தான் தாயுமானவரைப் போற்றுகிறார். தாயுமானவர் - மகாகவி பாரதி எல்லாம் என்றும் இருப்பவர்கள் அல்லவா? தாயுமானவரின் ஆன்மீய தேசிய உயிர்ப்பு பேதங்கடந்து வேத - சித்தாந்த ஒருமைக்கு உயிர் கொடுக்கிறது. ஆன்மாவுக்கும் கடவுளுக்கும் அத்துவித உறவுகள் இருப்பது போல ஆன்மீய விழுமியங்களுக்கும் ஓர் அத்துவிதப் பிணைப்பு இருக்கிறது. மானுடம் - தெய்வீகம் என்று அவற்றின் விழுமியங்களைப் பேசியிருக்கிற விதங்களில், வடக்கு - தெற்கு - இதுவேதம் - இது சித்தாந்தம், இது வடக்கத்தியது - இது தெற்கத்தியது எனும் பேதநிலைகளுக்கு அப்பாற்பட்டு ஒன்று கலந்து இருக்கிற மெய்மைகளில் தாயுமானவர் வேதாந்த - சித்தாந்த சமரச ஒருமைக்குப் பாலம் கட்டியுள்ளார். தாயுமானவரிடம் இது, அவரது பெரிய பாட்டு - இது பாரபரக் கண்ணியின் சிறிய பாட்டு என்றில்லாமல் எல்லா வற்றிலும் ஒலித்துக் கொண்டிருக்கிறது. சின்மயானந்த குரு எனும் பதிகத்தில் வரும் ஓர் அரிய பாட்டு.

கரு மருவு குகைஅணைய காயத்தின் நடுவுள்
களிம்புதோய் செம்பனைய யான்
காண்டக இருக்க, நீ ஞான அனல் மூட்டியே
கனிவுபெற உள்ளுருக்கிப்
பருவமது அறிந்து நின் அருளான குளிகைகொடு
பரிசித்து வேதி செய்து
பத்துமாற்றுத் தங்கமாக்கியே பணிகொண்ட
பட்சத்தை என் சொல்லுவேன்!
அருமைபெறு புகழ்பெற்ற வேதாந்த சித்தாந்த
ஆதியாம் அந்தமீதும்

அத்துவித நிலையராய் என்னை ஆண்டு உன்னடிமை
  ஆனவர்கள் அறிவினூடும்
திருமருவு கல்லாலடிக் கீழும் வளர்கின்ற
  சித்தாந்த முத்திமுதலே!
சிரகிரி விளங்கவரு தட்சணா மூர்த்தியே
  சின்மயானந்த குருவே!   (67)

என்று தமது வித்தகத்தால் இப்பாட்டில் வேதாந்த சித்தாந்த சமரச இணைப்பினைப் பாடியிருப்பதை அறியலாம். அவர் பாட்டில் சிந்தனை வட்டாடுதல் எல்லாம் இவைபற்றித்தான், வேதம் கூறிய அத்துவித வாஞ்சையையும், சித்தாந்தம் கூறும் யோகநெறியில் பெறும் சுகவாரிப் பேரின்பத்தையும் விடாமல் பாடுகிறார். அதற்காகவே எங்கும் அவரது தவிப்பு பாட்டாகிறது.

ஆக்கை எனும் இடிகரையை மெய்யென்ற பாவிநான்
  அத்துவித வாஞ்சை ஆதல்
அரிய கொம்பில் தேனை முடவன் இச்சித்தபடி
  ஆகும்; அறிவு அவிழ இன்பம்
தாக்கும் வகை எது? இந்நாள் சரியை, கிரியா யோகம்
  சாதனம் விடுத்தது எல்லாம்
சன்மார்க்கம் அல்ல; இவை நிற்க; என்மார்க்கங்கள்
  சாராத பேரறிவதாய்
வாக்கு மனம் அணுகாத பூரணப் பொருள்வந்து
  வாய்க்கும் படிக்கு உபாயம் வருவித்து
உவட்டாத பேரின்பம் ஆன சுக
  வாரியின் வாய்மடுத்துத்
தேக்கித் திளைக்க நீ முன்நிற்பது என்றுகாண்?
  சித்தாந்த முத்தி முதலே!... சின்மயானந்த குருவே!   (2)

என்று பாடிச் சித்தாந்த முத்தி முதலே நீ என்று என்முன் நிற்பாய? என்று அவனருளுக்கு ஏங்குவதை இங்குக் காணலாம்.

ஐவகை எனும் பூதம் ஆதியை வகுத்து அதனுள்,
  அசர சரபேதமான
யாவையும் வகுத்து, நல் அறிவையும் வகுத்து, மறை
  ஆதிநூலையும் வகுத்துச்
சைவம் முதலா, அளவில் சமயமும் வகுத்து, மேல்
  சமயம் கடந்த மோன சமரசம் வகுத்த நீ
உன்னை நான் அணுகவும்
  தண்ணருள் வகுக்க இல்லையோ?
பொய் வளரும் நெஞ்சினர்கள் காணாத காட்சியே!

பொய் இலா மெய்யறிவில்
போத பரிபூரண அகண்டிதாகாரமாய்ப்
போக்கு வரவற்ற பொருளே!
தெய்வமறை முடிவான பிரணவ சொருபியே
சித்தாந்த முத்தி முதலே!.... (சின்மயா.4)

என்று இங்கும் தெய்வமறைகள் (வேதங்கள்) பேசும் வேதாந்த சொரூபத்தையும், சித்தாந்தங்கள் பேசும் முத்திநிலையையும் பின்னிப் பாச்சூடுவார்! இதுவே தாயுமானவத் தமிழ்!

ஓர் ஆன்மீக ஞான நதியின் வடபுலத்தின் வேதாந்தக் கரையிலும் தவழ்ந்து விளையாடுகிறார்; இன்னொரு கரையான தென்னகத்துப் பக்தி இயக்கத்தின் உரமான சிந்தனைகளையும் சித்தாந்த சாத்திரங்களின் மேலான தத்துவ உயிர்ப்பின் கொடுமுடிகளையும் கண்டு வாங்கி முழுதும் அந்தப் புனற் கரையிலும் நீராடும் தாயுமானவரின் நீச்சல் திறனே திறன்! அவரது அனுபவம் பாட்டில் கரை புரளுகிறது; தென்முகக் கடவுளின் தள்ளரிய வரங்கள் புனலாய்க் கொழிக்கின்றன.

தாராத அருள்எலாம் தந்தருள மௌனியாய்த்
  தாயனைய கருணை காட்டித்
தாள்இணை என்முடிசூட்டி அறிவிற் சமாதியே
  சாசுவத சம்பர தாயம்
ஓராமல் மந்திரமும் உன்னாமல் முத்திநிலை
  ஒன்றோடு இரண்டு எனாமல்
ஒளி எனவும் வெளி எனவும் உருஎனவும் நாதமாம்
  ஒலி எனவும் உணர்வுறாமல்
பாராது பார்ப்பதே ஏது சாதனம் அற்ற
  பரம அனுபூதி வாய்க்கும்
பண்பு என்று உணர்த்தியது பாராமல், அந்நிலை
  பதிந்த நின்பழவடியார் தம்
சீராயிருக்க நினது அருள் வேண்டும் ஐயனே!
  சித்தாந்த முக்தி முதலே! (சின்மயா.9)

என்று தென்முகக் கடவுளிடம் பிரார்த்தனை வேண்டும் தாயுமானவரை மட்டும் அல்லாமல் சித்தாந்தத்துக்குப் பாட்டாலே ஒரு பாஷியம் - பேருரை வரைந்திருக்கும் தாயுமானவரையும் தரிசிக்கிறோம். சிந்தாந்தத்துக்குத் தமது விளக்கமாகவும், அத்துவித விளக்கங்களுக்கு விளக்கமாகவும் தாயுமானக்கல்வி அமைந்திருக்கிற அமைப்பின் அழகுகளை நோக்க முடியும். போதத்தின் பன்னிரண்டாம் நூற்பாவுக்கு ஓர் அழகிய விளக்கத்தை இங்குக் காணமுடியும். பக்தி இயக்கத்துக்குச் சுந்தரமூர்த்தி நாயனார் தந்த கொடை திருத்தொண்டத்தொகை;

சேக்கிழார் அது மந்திரமாகப் பெரியபுராணத்தைப் பாடியருளினார். உயர்மனிதர்களின் திருக்கூட்டத்தில் வாழ்வின் பரிபூரணத்தை - அவர்களின் சங்கமத்தில் உயர்ந்த மானுடத்தின் மேன்மையினைப் பழவடியார் தம் கூட்டத்தில் காணமுடிகிறது. மணிவாசகமும் பழவடியார் தம்மொடும் கூட்டு கண்டாய் *(ஆசைப்பத்து.9)* என்றும்

அறவை என்று அடியார்கள் தங்கள்
அருட் குழாம் புகவிட்டு நல்உறவு செய்து
எனை உய்யக் கொண்ட பிரான் (சென்னிப்பத்து.7)

என்றும் பக்தி இயக்கத்தின் தாரகத்தைப் பாடுவார். மெய்கண்ட சாத்திரத்திற்கும் இத்தொடர்ச்சி தேவையானது. சிவஞான போதம் 12ஆம் சூத்திரம்.

செம்மலர் நோன்தாள் சேரல் ஒட்டா
அம்மலம் கழீஇ அன்பரொடு மரீஇ
மால்அற நேயம் மலிந்தவர் வேடமும்
ஆலயம் தானும் அரன் எனத்தொழுமே!

என்று சாத்திரமுடிபாக இதனைப் பாடும்.

தோத்திரங்களின் இந்த அடிநாதம் சாத்திரங்களுக்கும் தொடர்ச்சி யானதில் சைவத்தின் பூரணத்துவம் பொலியும். தோத்திரமும், சாத்திரமும் ஆனார் தாமே எனும் அப்பர் பொருமான் கூற்றின் ஆழமும் தெரியும். சேக்கிழார்க்குப் பின் சைவ உலகில் அறுந்து போயிருந்த இத்தொடர்ச்சிக்கு ஆறு நூற்றாண்டுகள் கழித்துத் தாயுமானவர் புத்துயிர் ஊட்டுகிறார். பரம அனுபூதி வாய்ப்பதற்கான பண்பு, பழஅடியார்தம் உறவில் உள்ளதைத் தாயுமானவர் *(சின்மயா.9)* இந்த இடத்தில் மட்டும் அல்லாமல் பற்பல இடங்களிலும் பாடுகிறார்.

கலங்காத நெஞ்சுடைய ஞானதீரர்
கடவுளைக் காணவே காயமாதி
புலங்காணார்; நான் ஒருவன் ஞானம் பேசிப்
பொய்க்கூடு காத்த தென்ன (கல்லாலின் : 21)

என்று கேட்பார். தாம் கற்றதும் கேட்டதும் அவலமாய்ப் போதல் நன்றோ? *(சச்சிதா : 5)* என்று உருகுவார்.

கற்றதும் கேட்டதும்தானே ஏதுக்காகக்
கடபடம் என்று உருட்டுதற்கோ? கல்லால் எம்மான்
குற்றமறக் கைகாட்டும் கருத்தைக் கண்டு
குணம் குறியற்று இன்பநிட்டை கூட அன்றோ? (நின்றநிலை.3)

என்று தென்முகக் கடவுளின் மோனப்பேச்சினையும், கைகாட்டும் சின்முத்திரைக் குறிப்பினையும் தெளிவுபடுத்துவார். சொல்லற்ற சும்மா இருத்தல் - அதன் சுகம் பற்றித் தமது தாயுமானத் தமிழுக்குச் சுருதியாக்குவார். நிட்டை கூடி, நிட்டை கூடினார் தம்மொடும் சேர அவாவுவார். கல்லாலின் கீழ் இருந்து கூறினார் கருத்தை எல்லாம் விவரிப்பார்.

பார்த்தன எல்லாம் அழியும்! அதனால் சுட்டிப்
பாராதே! பார்த்திருக்கப் பரமே! மோன
மூர்த்தி வடிவாய் உணர்த்தும் கைகாட்டும் உள்ளம்
முற்றி எனது அல்லல்வினை முடிவானது என்றோ (கல்லாலின்.16)

என்று நிட்டையையும், பிறவாமையையும் வேண்டுவார். பேரின்பம் தருவது நிட்டை - மோனநிலை பிறவி தொடரும் வரைப் பேதைமைகள் அகலப்போவதில்லை. விகற்ப ஞானங்கள் தொலையப் போவதில்லை. மோனக் கடவுளின் ஞானமொழிகள் அறியும் பக்குவத்திற்குப்

பாக்கியங்கள் எல்லாம் பழுத்து மனம்பழுத்தோர்
நோக்கும் திருக்கூத்தை நோக்குநாள் எந்நாளோ? (எந்நாள்.11)

எவ்வுயிரும் தன்உயிர்போல் என்னும் தபோதனர்கள்
செவ்வறிவை நாடி மிகச் சிந்த வைப்பது எந்நாளோ? (எந்நாள்.12)

கற்குணத்தைப் போன்ற வஞ்சக்காரர்கள் கைகோவாமல்
நற்குணத்தார் கைகோத்து நான் திரிவது எந்நாளோ?
(எந்நாள்.அன்பு.16)

என்று அவரது எந்நாட்கண்ணிகளில் ஏங்கியவர், பராபரக் கண்ணிகளில் ஞானிகள் கூட்டத்துப் பெருமைகளை எல்லாம் வாயாரப் பாடுவார்.

மண்ணும் விண்ணும் வந்து வணங்காவோ? நின் அருளைக்
கண்ணுறஉள் கண்டவரைக் கண்டால் பராபரமே! (139)

என்றும் அருளைப்பெற்ற இன்பத் தபோதனர் சொல்
சென்ற சென்ற திக்கனைத்தும் செல்லும் பராபரமே! (140)

ஆடுவதும் பாடுவதும் ஆனந்தம்ஆக நின்னைத்
தேடுவதும் நின்அடியார் செய்கை பராபரமே! (141)

பாலரொடு பேயர் பித்தர் பான்மை என நிற்பதுவே
சீலமிகு ஞானியர்தம் செய்கை பராபரமே! (143)

உண்டுடுத்துப் பூண்டு இங்கு உலகத்தார்போல் திரியும்
தொண்டர் விளையாட்டே சுகம்காண் பராபரமே! (144)

கங்குல் பகல் அற்ற திருக்காட்சியர்கள் கண்டவழி
எங்கும் ஒருவழியே! எந்தாய் பராபரமே! (145)

அன்பர்பணி செய்ய எனை ஆளாக்கி விட்டுவிட்டால்
இன்பநிலை தானே வந்து எய்தும் பராபரமே! (155)

மூர்த்தி தலம் தீர்த்தம் முறையாய்த் தொடங்கினார்க்கு ஓர்
வார்த்தை சொலச் சற்குருவும் வாய்க்கும் பராபரமே! (156)

விரும்பும் சரியை முதல் மெய்ஞ்ஞானம் நான்கும்
அரும்பு மலர் காய்கனிபோல் அன்றோ பராபரமே! (157)

எனும் கண்ணிகளில் எல்லாம் சித்தாந்தத்திற்கான மெய்விளக்கங்களைக் காணமுடியும்.

ஒரு தென்முகக் கடவுள்! அவன் பேசாத பேச்சில் இன்ப நிட்டை! மோனத்தில் பேரின்பம்! அதற்கான விளக்கங்கட்குச் சித்தாந்தங்களின் ஊற்றங்களில் மூல ஒளிகாணுதல் எல்லாம் கண்டுகொள்கிறார். தாயுமானவர் உள்ளபடியே ஒரு தவராஜ யோகி ஆதலால் மோன மூர்த்தியிடம் அத்வைதம், தத்வமசி ஆகியவற்றுக்கான அடிப்படைகள் அறிதலில் ஒரு சித்து வேலையினையும் செய்து விடுகிறார். இதுதான் அவர் கண்ட வெற்றி; அவருக்கான அவரது ஆளுமையும் கூட!

வட்டமிட்டு ஒளிரும், பிராணவாயு (உயிர்க்காற்று) என்னும் விலங்குடன் சேர்ந்து நடக்கும் மனம் என்னும் பெரிய மதயானையை என் வசத்தில் அடக்கிவிட்டால் கனவு, நனவு, உறக்கம் ஆகிய மூன்றுலகங்களிலும் விரும்பத்தக்க வளம் பொருந்திய அட்டாங்க யோகம் எனும் இராஜயோகமே இவனது பெரியயோகம் என்று அறிஞர்கள் எல்லாம் புகழும்படி எளியேன் ஆகிய நான் உலகில் நெடுநாள் வாழ்வேன். இனி இங்கு இதற்குமேல் மேலான மார்க்கம் இல்லை என்பதற்குச் சான்று யாது? அரசர்கள் எல்லாம் போற்றும் சக்ரதர பாக்கியம் என்னும் சக்கரவர்த்தி யோகம், சுகங்களை நுகரும் சுபயோக பாக்கியம்; உயரிய பெருங்கவிதைகளுக்கான கவித்துவ ஞானம், நான்கு மறைகளையும் மனனம் செய்யும் மதிநுட்பம், அட்டமாசித்திகள் ஆகிய இவற்றை எல்லாம் அடியவர்களாகிய அன்பர்களுக்கு என்று அருள்செய்ய, விருதுகட்டி வரும் பொன் அன்னம் போன்ற, அண்டங்கள் யாவும்புகழும் திருவானைக்காவில் வாழும் அகிலாண்ட நாயகி எனும் என் அம்மையே! எனும் கருத்தமைந்த பாட்டைப் பின்வருமாறு பாடியவர் தவராஜயோகி தாயுமானவர்! தென்முகக் கடவுளாகிய ஞானத்தின் - மோனத்தின் சித்தனுக்குத் தாயுமானவன் சீடன்; அட்டாங்கயோகத்தின் இராஜயோகியாகிப் பிறகு அவர் பாடிய கம்பீரமான பாட்டு இதுதான்.

வட்டமிட்டு ஒளிர்பிராண வாயு எனும்
நிகளமோடு கமனம் செய்யும்
மனமெனும் பெரிய மத்த யானையை
என்வசம் அடக்கிடின் மும்மண்டலத்து
இட்டமுற்ற வளராச யோகம் இவன் யோகம்
என்றறிஞர் புகழவே
ஏழையேன் உலகில் நீடுவாழ்வன்! இனி
இங்கிதற்கு அனுமானமோ?
பட்ட வர்த்தனர் பராவு சக்ரதர
பாக்கியமான சுபயோகமும்
பாரகாவிய கவித்வ, நான் மறை
பாராயணம்செய் மதியூகமும்
அட்ட சித்தியும் நல்லன்பர்க்கு அருள
விருதுகட்டிய பொன் அன்னமே!
அண்ட கோடி புகழ் காவை வாழும்
அகிலாண்ட நாயகி! என் அம்மையே!

(அகிலா - நாயகி : சந்தவிருத்தம்)

திருச்சி நாயக்க மரபின் அரசில் மீனாட்சி, அரசியாகத் திகழ்ந்த போது அந்த அரசவையில் முக்கிய அரசப் பிரதிநிதியாக அமைச்சராக இருந்தவர் தாயுமானவர். திருச்சிக்கு அருகமைந்த திருவானைக்காவின் அகிலாண்ட நாயகி மீது அவர் ஈடுபாட்டுடன் பாடிய ஒரே பாட்டு இது. தாயுமானவரின் சொந்த வாழ்வு இதில் காணப்படுகிறது. அட்டாங்க யோகத்தின் அரசாக இருப்பதில் எல்லாம் பயனில்லை. அரசர்கள் போற்றும் பெருவேந்தன் வாழ்வு, சுகபோகம், பாரகாவியப் பயிற்சி, நான்குமறைப் பயிற்சி இவைகளை எல்லாம் அன்பர்களாக இருக்கிறவர்களுக்கே அள்ளித்தர விருதுகட்டி வருகிறாளாம். அகிலாண்ட கோடி ஆனைக்காவின் அம்மை! இறையன்புதான் முக்கியம்! அன்பர் என்பவர்க்கே அன்னையின் அருள் என்னும் உட்கருத்து இதில் பொதிந்திருக்கிறது. தோத்திர சாத்திர நுட்பங்களை எல்லாம் இணைத்துத் தருவதில் தாயுமானவர் நிகர் அற்றவராகக் காணப்படுகிறார். தென்னகச் சித்தாந்த சைவத்தின் சீர் பரவுபவராகத் திகழ்கிறார். சின்மயானந்த குருவின் சித்தாந்த முத்தி முகிலின் தரிசனப் பேறுகள் குறித்து விரிவாகப் பாடியுள்ளார். தாயுமானவரை அடையாளம் காட்டும் போக்கிலும் அமைந்துள்ள

பன்மார்க்கம் ஆன பல அடிபட்டேன் ஒரு
சொன் மார்க்கம் கண்டு துலங்குநாள் எந்நாளோ?

(எந்நாட். நிலைபிரிந்.2)

அத்துவிதம் என்ற அந்நியச் சொல் கண்டுணர்ந்து
சுத்த சிவத்தைத் தொடரும் நாள் எந்நாளோ? **(மேலது.4)**

அத்துவிதமான அய்க்கிய அனுபவமே
சுத்தநிலை **(பரா.293)**

இந்த அத்துவித தரிசனத்துக்காக அந்த அந்நியச் சொல் கண்டுணர்வதற்காக அவர்படித்த வேதாந்தங்கள் பற்பல; புராணங்கள் பற்பல; ஸ்மிருதிகள் பற்பல; ஆறுசமயக் கல்விகள் பலப்பல; சங்கரர் தொகுத்த சண்மதம் சார் கல்விகள் பற்பல; தென்மொழியில் பற்பல; பாஷியங்கள் பல; உரைகள் பற்பல. எனவே பன்மார்க்கங்கள் ஆன பல அடிப்பட்டவர் ஆகத் தாயுமானவர் காணப்படுகிறார். இருந்தும் ஒரு சொல் மார்க்கம் கண்டு துலங்குவதற்காகவே தவித்துக் கிடந்திருக்கிறார்.

ஓருரையால் வாய்க்கும் உண்மைக்கும்
ஓரனந்த நூல் கோடிப்
பேருரையால் பேசி என்ன பேறாம் (பராபர.304)

என்று நூல் கோடி படித்தாலும் சும்மா இரு எனும் ஓர் உரையால் வாய்க்கும் உண்மைக்கு நிகர் இல்லை என்று தெரிவிக்கிறார். வடசொற் கடலும், தென்சொற் கடலும் நிலை கண்டுணர்ந்தவர் தாயுமானவர் என்பது அவரது பாடல்களே கூறும் உண்மை. நூல் கோடி கற்ற ஞானத்தால் பயனில்லை என்பதே அவர்கூறும் கருத்து. சமய உலகின் எல்லாத் தரப்பினையும் கற்றறிந்த அவர் ஒப்பற்ற சமய ஞானி என்றாலும் சமயங்களின் விகற்பங்கள் மனித ஒருமைப்பாட்டைக் குலைக்கின்றன என்பது அவர் வற்புறுத்தும் கருத்துக்களில் ஒன்று. மெய்யான ஆன்மீக ஞானம் ஒன்றே குலம்! ஒருவனே தெய்வம் என்பதில் தான் அடங்கியுள்ளது. சமயங்கள் தத்தம் தெய்வங்களைத் தத்தம் சமயங்களையே உயர்த்திப் பிடிக்கும் போக்கு சச்சரவுகளில் - கலகங்களில் முடிகின்றது. எனவே சமயங்களைக் கற்றுச் சமயங்களை வெறுத்த ஞானி அவர்.

அடிகள் (தாயுமானவர்) சமயங்களில் பொது நோக்கத்தையும் வேறுபட்ட கொள்கையினையும், சமய வாதத்தால் வரும் இழுக்கினையும் பல இடங்களில் குறித்ததனோடு அமையாது அறுவகைச் சமயத்தின் இயல்பினையும், சைவத்தின் சிறப்பினையும் சித்தாந்தத்தின் பெருமையினையும் செவ்விதின் விளக்கிப் போந்தார் (கா.சுப்பிரமணியப் பிள்ளை, தாயுமான சுவாமிகள் சரித்திரம், பக்.27.1955) என்பர் பேராசிரியர் கா.சுப்பிரமணியம் பிள்ளை. சமயம் குறித்த தாயுமானவரின் சிந்தனைகள் அவர்தம் பாடல்திரட்டில் விரிவாகப் பல இடங்களில் காணப்படுகின்றன.

சமயங்களைப் பற்பலவாக வகுத்தவனே இறைவன்; அவன் சிவன் என்பவர் தாயுமானவர்.

> ஐவகைப் பூதம் ஆதியை வகுத்து, அதனுள்
> அசர சர பேதமான யாவையும் வகுத்து
> நல் அறிவையும் வகுத்து, மறை ஆதி நூலையும் வகுத்துச்
> சைவ முதலாம் அளவில் சமயமும் வகுத்து
> மேல் சமயம் கடந்து மோன சமரசம் வகுத்த நீ! (சின்மயா.4)

என்று பாடுவார்.

> கண்டார் கண்ட காட்சியும் நீ
> காணார் காணாக் கள்வனும் நீ
> பண்டு ஆருயிர் நீ; யாக்கையும் நீ
> பல ஆம் சமயப் பகுதியும் நீ; என்றும், (சொல்லற்கு.9)

> வேறுபடு சமயமெலாம் புகுந்து பார்க்கின்
> விளங்கு பரம் பொருளே நின்விளையாட்டல்லால்
> மாறுபடும் கருத்தில்லை; முடிவில் மோன
> வாரிதியில் நதித்திரள் போல் வயங்கிற்று அம்மா!
>
> (கல்லாலின். 225)

என்றும் பலவாம் சமயப் பகுதிகளிலும் புகுந்து தேர்ந்த தாயுமானவர் அவைகள் யாவும் சிவனது அலகிலா விளையாட்டுகள் என்றும், எல்லாச் சமயங்களும் நதிகளாய் ஓடிச் சங்கமிக்கும் மோனப் பெருங்கடலாய் அவன் திகழ்கிறான் என்றும் பாடுகிறார். நதிகளின் ஆர்ப்பரிப்புகள் அடங்கும் கடலாய் அவன் திகழ்கிறான் என்பர்.

பல்வேறு சமயங்களின் கூச்சல்களும், குரல்களும் சமூக ஒருங்கிணைப்புக்குத் தடைகளாய் இருப்பதனால், ஆன்மீகத் தெளிவிற்குத் திரைபோட்டு மறைப்பதனால் சமயங்களின் ஆதிக்கத்தை வெறுத்தார். எந்தச் சமயங்களை ஆண்டவன் வகுத்தார் என்று பாடினாரோ? அந்தச் சமயங்களின் பொய் நெறிகளால் காணமுடியாத வனாகவும் இறைவனைத் தாயுமானவர் பாடுகிறார். இதனை,

> சமய நெறி காணாத சாட்சி நீ (சச்சிதான.4)

என்று பாடியிருப்பதில் அறியலாம்.

ஆணவத்தோடு அத்துவிதமான மதங்களால் காண முடியாதவனாக இருப்பதனால்தான் கடவுளைப் பௌராணிகப் புனைவுகளிலிருந்து பாடாமல் நிர்க்குண நிலையில் தாயுமானவம் புனைந்து பாடுகிறது. அந்தப் புனைவுகளில் புதிய தத்துவச் செறிவுகள் இழைகளாய் நெருடப்பட்டுப் பின்னப்பட்டுள்ளன. இதனால் இந்தத் தடத்தில்

இயன்ற பக்தித்தமிழையும் தத்துவத் தமிழையும் அவரது பாடல்களில் காணமுடிகிறது. நிறுவன சமயங்களை நீத்த, நிறுவன சமயங்களின் மீது வைத்திருந்த பற்றுகளை எல்லாம் முற்றத்துறந்த நிலை தாயுமானவரிடம் காணப்படுகிறது.

ஈசனோடு ஆயினும், ஆசை அறுமின்கள் (திருமந்திரம்.2615)

என்ற மூலர் மரபில் வரும் கால்வழியினர் அவர் என்பதை நாம் மறந்து விடக்கூடாது. சமயப் பற்றறுத்தலில் தான் அவரது வேதாந்த - சித்தாந்த சமரசம் உருவாகிறது. இதனால் அவரிடம் புதிய சன்மார்க்கம் உருவாகிறது. அவரது பன்மார்க்கப் பார்வைகளில் இருந்துவிட்டு விடுதலை ஆகிறார். புதிய உவமை - அவரிடம் ஆழங்காற்பட்டு உதிக்கிறது. ஒரு கவித்துவம் அதில் நிறைந்திருக்கிறது.

சமய கோடிகள் எலாம் தம் தெய்வம் எம்தெய்வம்
என்று எங்கும் தொடர்ந்து
எதிர் வழக்காடவும் நின்றது எது? (பரசிவ.1)

என்பதனால் சமயங்கடந்த கடவுளை முதற்பாட்டிலேயே பாடித் தனது தனித்துவக்தை அடையாளம் காட்டியதுடன் அந்தச் சமயங்கள் அவனது,

வாரிதியில் நதித்திரள்போல்
வயங்கிற்றம்மா! (கல்லாலின்.25)

என்று பாடுகிறார்.

வாரிதியில் நதித்திரள்கள் வயங்கிற்றம்மா எனும் உவமையின் மூலம் தாயுமானவர் நம்மிடம் ஒரு சிந்தனை வீச்சினை உண்டாக்குகிறார். தமது பாடல் திரட்டில் தொடர்ந்தும் இதுபோலப் பாடியிருக்கிறார்.

ஆறு ஒத்திலங்கும் சமயங்கள்
ஆறுக்கும் ஆழ்கடலாய்! (பாயப்புலி.11)

நதியுண்ட கடல் எனச் சமயத்தை உண்ட
பரஞான ஆனந்த வெளியே! (மலைவளர்.1)

மதம் ஆறும் காணாத ஆனந்த சாகரத்தை (மண்டலத்.3)

மத ஆறுகள் கடவுட்கடலில், சங்கமித்தல் போல என்பதுதான் உவமை. நதிகள் கடலில் சங்கமிக்கும் போது சங்கமம் எனும் செயல் மட்டும் குறிப்பிடப்படவில்லை. சங்கமத்தில் ஒவ்வொரு நதியும் தன்னை இழந்து விடுகிறது. தன்னை இழந்துவிடும் போது நதிக்கும் ஒரு முத்தி கிடைக்கிறது. ஒன்று முகவரிகளையும் - சுவடுகளையும் இழக்கும் போதுதான் வெற்றி; ஆத்மஜெயம்! குருலிங்க சங்கமங்களில்

இக்குறிப்பும் இருக்கிறது. கலப்பதில் நதி கடலாகி விடுகிறது. சமயத்தை உண்ட பரஞான ஆனந்த வெளியில் என்று ஓர் ஆன்மீக செயம் - ஓர் ஒன்றல் - இரண்டு ஒன்றாகும் அத்துவித ஞானம் எல்லாம் பேசப் படுகிறது. கலக்கின்ற நதிக்கும் கலக்கின்ற சமயத்துக்கும் தான் இந்த வயங்கிய (விளங்கிய) நிலை. கலகச் சமயங்களுக்கு இல்லை. கலக்காத நதிகட்கும் இல்லை!

நீயே நானென்று நினைப்பும் மறப்பும் அற்றநிலை (பராபர.377)

....

எனக்குள் நீ என்று இயற்கையாய்ப் பின்னும்
உனக்குள் நான் என்று உறுதி கொள்வது (எந்நாளோ.13)

ஆகிய சங்கம - வயக்கம் பற்றி அவர் ஆழமாகப் பாடுவது எல்லாம் இங்கு நினைக்கத் தக்கவை. வாதமிடும் சமயங்கள் கலப்பது என்பது ஏன்? அவற்றுக்குக் கடவுட் காட்சியும் ஏது? இதனை நிராகரிக்கும் தாயுமானவர்,

வாதமிடும் பரசமயம் யாவுக்கும்
உணர்வரிய பொருளே! (மலைவளர்.8)

வாத மிடும் சமய நெறிக்கும்
அரியதாகி (பொருள் வணக்.11)

அருஉரு ஆகி அல்லவாய்ச்
சமயங்கள் அளவிடா
ஆனந்த வடிவே! (ஆரணம்.9)

என்று பாடியவர்! தம்மை இழக்காத - இறை நம்பிக்கையற்ற, உண்டா? இல்லையா? எனும் ஐயங்கள் தேக்கிய பொய்ஞான மதங்கள் அரற்றிடும் நிலையினை,

அன்றோ? ஆமோ? எனவும் சமய கோடி
அத்தனையும் வெவ்வேறாய் அரற்றக் (கல்லாலின்.2)

கல்லாலின் இறை முன்னர்க் கவிழ்ந்து இரங்கி நிற்கும் நிலையினையும் பாடுவார். பொதுவாகவே வாதமிடும் சமயங்களை எல்லாம் விட்டு விட்டுக் கரைசேரும் ஆன்ம விடுதலைக்குத் துடிக்கிற நிலையில்,

சொல்லும் சமயநெறிச் சுற்றுக்குள்ளே
சுழலும் அல்லல் ஒழிவது
என்றைக்கு ஐயா (பராபர.305)

என்று மன்றாடுகிறார். சமய முத்திரைகள் அற்ற சமரச - ஒருமைப்பாட்டுக்கு ஒரு புதிய சன்மார்க்கத்திற்குத் தாயுமானவர் தீபம் ஏற்றுகிறார். தென்முகக் கடவுளின் சின்முத்திரைக் குறிப்பில் இது அவருக்குச் சாத்தியமாகிறது. இதனை,

பல்முத்திரைச் சமயம் பாழ்படக் கல்லால் அடிவாழ்
சின்முத்திரை அரசைச் சேர்வேனே பைங்கிளியே! (பைங்கிளி.36)

என்று அவர் பாடியிருப்பதில் நோக்க முடியும். இதற்காகவே தான்,

அஞ்செழுத்தின் உண்மை அதுஆன
அப்பொருளை
நெஞ்சு அழுத்தி ஒன்றாகி
நிற்கும்நாள் எந்நாளோ? (எந்நாட்.நிலைபிரிந்.13)

என்று உருகுகிறார் தாயுமானவர். தாயுமான நதியின் சங்கமத் தவிப்பு இங்குத் தெரிகிறது அல்லவா?

பொறை, அறிவு, துறவு, ஈதல் ஆதி, நல்குணம்
எல்லாம் போக்கிலே போகவிட்டுத்
தன்நிகரில் லோபாதி பாழ்ம்பேய் பிடித்திடத்
தரணிமிசை லோகாயதன்
சமயநடை சாராமல், வேதாந்த சித்தாந்த
சமரச சிவானுபூதி மன்ன ஒருசொல் கொண்டு
எனைத் தடுத்தாண்டு, அன்பின்
வாழ்வித்த ஞானகுருவே! (மௌனகுரு.4)

என்பதில், கடவுள் மறுப்புச் சிந்தனை கொண்ட லோகாயதம் சாராமல் இருக்கத் தமக்கு ஒரு சொல்லால் தடுத்தாண்ட, மௌனகுரு வணக்கத்தில், வேதாந்த - சித்தாந்த சமரச சிவானுபூதி நிலைத்திருக்க ஒரு சொல்லே (சும்மா இரு) உதவியிருப்பதைப் பாடியுள்ளார். தென்முகக் கடவுளின் மோனம் தந்தஞானம் என்பதுதான் இது. பல் முத்திரைச் சமயங்கள் அவற்றின் மீதான சிந்தனைகள் யாவும் பாழ்பட, மோனமூர்த்தியின் சின்முத்திரைதான் உதவியது என்று அவர் பாடியிருப்பதையும் முன்னர்க் கண்டோம். தாயுமானவர் தம் ஒட்டுமொத்தப் பாடல்களின் சாரம் இதுவாகத் தான் இருக்கிறது.

வேதமுடன் ஆகம புராண இதிகாச முதல்
வேறு முள கலைகள் எல்லாம்
மிக்காக அத்வைத துவைத மார்க்கத்தையே
விரிவாய் எடுத்துரைக்கும்!

ஓதரிய த்வைதமே அத்வைத ஞானத்தை
 உண்டு பண்ணும்! ஞானம் ஆகும்!
யூகம், அனுபவம், வசனம் மூன்றுக்கும்
 ஒவ்வும் ஈது; உபய வாதிகள் சம்மதம்
ஆதலின் எனக்கு இனிச் சரியை ஆதிகள் போதும்!
 யாது ஒன்று பாவிக்க நான்
அது ஆதலால், உன்னை நான் என்று பாவிக்கின்
 அத்வைத மார்க்கம் உறலாம்!
ஏதுபாவித் திடினும் அதுவாகி வந்தருள்செய்
 எந்தைநீ! குறையுமுண்டோ?   (எங்குநிறை.3)

என்பதில் தமது ஞான அனுபவங்களோடு இதனை விளக்குவார் தாயுமானவர்!

வேதத்தின் முடிவாகிய உபநிடதங்களின் சிறந்த கருத்தும் சிவாகமத்தின் முடிவாகிய சைவ சித்தாந்தக் கருத்தும் ஒரு தன்மையன என்பது அடிகளின் கருத்து. ஆதலின் அக்கருத்து ஒற்றுமையே வேதாந்த சித்தாந்த சமரசம் என்றும்; அக்கருத்தினை உட்கொண்ட நெறியினையே வைதீக சைவம் என்றும் அடிகள் தமது திருப்பாட்டுகளில் வழங்குகிறார் என்று தெளிவுப்படுத்துவர், சைவப் பேரறிஞர் திரு.கா.சு.பிள்ளை (மேலது, ப.44, 1955). இதுபற்றிய கருத்தாடல்கள், மறுப்புக் கருத்துகள் நிறைய இருக்கலாம். சமரச சன்மார்க்க வாதிகளின் பார்வையில் ஆன்மீக ஒருமைப்பாட்டுக்கு இக்கருத்து முக்கியமானதாகிறது. வேதாந்த - சித்தாந்த சமரசம் என்று தாயுமானவர் தான் தமிழ்ப்பக்தி இலக்கிய உலகில் ஒரு முக்கியமான கருத்தை எடுத்து வைத்து அதிகம் பேசியவராகத் திகழ்கிறார். வேதாந்த - சித்தாந்த எனும் சுட்டுக்களிலேயே ஒரு வேறுபாடு இருப்பதைக் குறிப்பாகச் சுட்டிக்காட்டி அவைகளிடம் சமரசம் காணும் ஒரு தத்துவச் சிந்தனை வேண்டும். மனிதனின் ஆன்மீக ஒருமைக்கு அது அவசியம் என்று கருதி ஒவ்வொன்றிலும் உள்ள நல்லதன் நலனை எடுத்து அவற்றிடம் சமரசம் கண்டவராகத் தாயுமானவர் காணப்படுகிறார். வேதாந்தத்தின் சாரமான அத்வைதத் தத்துவம் மற்றும் தத்வமசித் தத்துவக் கருத்துக்களை வாங்கிக்கொண்டு சித்தாந்தங்களின் ஓர் உரையால் வாய்க்கும் உண்மையினை (சும்மா இரு சொல்லற) எடுத்துக் கொண்டு ஒரு மோனம் தந்த ஞானத்தில் - வேற்றுமைகளைத் தவிர்ப்பதற்காகவே வேதாந்த - சித்தாந்த சமரச நன்னிலை பெற்ற ஒரு புதிய சூத்திரத்தைக் கண்டுபிடிக்கிறார். அத்தகைய சமரச நன்னிலை கண்டவர்கள் தாம் வித்தகச் சித்தர் என்று ஏனைய சித்தர்களிடமிருந்து அவர்களை வேறுபடுத்திக் காட்டிப்பாடுகிறார். மூலன் மரபில் வரும் அத்தகைய ஒரு கூட்டத்தின் மரபுகளையே

தாயுமானவர் முழுவதிலும் பாடுகிறார். பல்முத்திரைச் சமயக் கருத்துகளும் பாழ்பட வேண்டும் என்றால் சின்முத்திரை காட்டும் தென்னகத்தின் உயர்ந்த சிந்தனைகளுக்குக் கல்லாலின் கீழ் அறம் உரைப்பவனின் ஞானபீடத்திற்கு ஆற்றுப்படுத்துகிறார். மிகு சைவத் துறையின் மூல மந்திரம் அங்கே தான் ஒலிக்கிறது என்பது கருத்து.

வேதாந்த உபயவாதிகளிடம் வேறுபாடுகள் கதிர்த்துக் கிடந்தன. துவைதம், அத்வைதம், விசிட்டாத்துவைதம் என்ற பிரிவுகளால் தருக்கமிட்டுப் பூசலிட்டவர்கள் அங்கும் உண்டு. (மனிதன் - இறைவனிடையே) பிரிவரிதாகிய உறவுக் கூறுகளைப் பேசும் அத்வைதக் கோட்பாட்டில் கூட, சமரச நன்னிலை காணமுடியாத கொள்கைப் பிரிவினர்கள் சண்டையிட்டுக் கொண்டதை வேதாந்தப் பிரிவினரிடம் அறியமுடிகிறது. இங்கும் கூட அத்வைதத்தின் பின்புலத்தில் சமரசம் காணமுடியாதவர்கள் குறிப்பாகச் சைவர்கள் சுத்தசிவாத்துவிதம் பேசி அத்வைத அணுவினைத் துளைத்துப் புதிய அத்துவிதம் பேசினார்கள். இராமானுஜர் விசிட்டாத்துவைதம் பேசினார்; இந்தப் பன்மார்க்கச் சண்டைகளும், பாழ்படாத சமயவாதங்களும் ஒழிக்கப்பட வேண்டும் என்றும் ஓர் ஆன்மநேய ஒருமைப்பாட்டைக் காணவேண்டும் என்றுதான் தாயுமானவர் மனம் போராடியிருக்கிறது; துடித்திருக்கிறது; சினந்திருக்கிறது; சிந்தித்திருக்கிறது.

கற்றதும் கேட்டதும் ஏதுக்காகக்
கடபடம் என்று உருட்டுதற்கோ? கல்லால் எம்மான்
குற்றமறக் கைகாட்டும் கருத்தைக் கண்டு
குணம் குறியற்று இன்ப நிட்டை கூட அன்றோ? (நின்றநிலை.3)

என்று பாடியிருப்பதில் தாயுமானவரின் தத்துவ உள்ளம் வீற்றிருப்பதை அறியலாம்.

முத்தாந்த வித்தே முளைக்கும் நிலமாய் எழுந்த
சித்தாந்தம் மார்க்கச் சிறப்பே பராபரமே! (365)

என்று பாடியிருப்பதில், ஒரு சமரச நிலைக்கான சித்தாந்த நிலத்தை அடையாளம் காட்டுகிறார். கால்லால் பெருமான் காட்டிய குறிப்பு தான் இது என்பதையும் தெளிவுபடுத்துகிறார். சமரச சன்மார்க்கத்துக்கு அவரது பாட்டு மழை பொழிந்து ஈரம் விளைந்திருப்பதை நாம் நோக்க வேண்டும். ஆனால், இத்தகைய சமரசநிலை கண்டவர் கூட விமர்சனத்துக்கு ஆளாகியுள்ளார் என்பது வருத்தம் அளிக்கிறது. அவர் கண்டது வெறும் மத சன்மார்க்கம் தான்; சமய சன்மார்க்கம் தான் என்று கூறுபவர்களும் உண்டு.

தாயுமான அடிகள் முதலான சன்மார்க்கிகள் விதந்து கூறியதும் மணிவாசகப் பெருமான் முதலிய சமய சன்மார்க்கிகள் அனுபவித்ததும் குரு துரியப் பெருநிலையே ஆகும். திருமூலர் மூன்று துரியங்களை வகுத்துரைப்பர். அவை,

1. சீவதுரியம்
2. பரதுரியம்
3. சிவதுரியம்

எனப்படும் இவற்றின் அனுபவம் முறையே

1. சிவயோகம்
2. சிவஞானம்
3. சிவபோகம்

என்பர். துரியத்திலும் மூன்றுக்கும் மேலே சுத்த சிவதுரியப் பதியில் தெரிவது சிற்றம்பலத்தே திருநட ஜோதி என்று சுவாமிகள் (அருட்பிரகாச வள்ளலார்) கூறுவர். எனவே சிவதுரிய அதீத அனுபவம் தான் முற்ற முடிந்த சிவானுபவம் என்று இது காறும் எழுந்த ஆறந்த முடிவாகும். இராமலிங்க சுவாமிகள், சிவதுரியத்துக்கு மேலே உள்ள அனுபவ நிலை. இதனை வேறு எந்த அந்தமும் கண்டதுமில்லை; விண்டதும் இல்லை. சுத்த பிரணவ தேகம் கொண்டுதான் இதனை அனுபவிக்க முடியும். மத சன்மார்க்கமும், சமய சன்மார்க்கமும் சிவநிலையைப் புறங்கவியச் சொல்லவில்லை என்பர் அருட்பா அறிஞர் பேராசிரியர் டாக்டர் கு.சீனிவாசன் (*சுத்த சன்மார்க்க விளக்கம்.பக்.7-8, 1966*) கூற்றத்தை வெல்லுவதே சன்மார்க்கம்; சாகாதவனே சன்மார்க்கி என்னும் வள்ளலார், தன் மார்க்கம் (சுத்த சன்மார்க்கம்) இறப்பினை ஒழிக்கும் என்கிறார் என்று கூறி, கு.சீனிவாசன் எழுதுவார். சன்மார்க்கம் என்பதையும் துரிய நிலையினையும் அருட்பா அறிஞர்கள் மேலும் நுட்பங்களாக்கி எழுதுவர். இவர் கூறியிருப்பதில் மத சன்மார்க்கம் - சமய சன்மார்க்கம் என்று கூறுவதில் இவற்றுக்குள் எத்தகைய வேறுபாடுகள் இருக்கின்றன என்பதுதான் புரியவில்லை. மதம் வேறு - சமயம் வேறு என்பதன் உள்ளர்த்தம் புரியவில்லை. சன்மார்க்கம் என்று சமநிலை கண்டவர்களிலேயே கூட இவ்வாறு மேலும் இங்குப் பேதங்கள் பார்க்கப்படும் நிலை தொடர்ந்துள்ளது என்பதையே இது காட்டுகிறது. நல் இணக்கம் - சமநிலை என்பதை எல்லாம் காண முடியாது பிரித்துப் பிரித்துப் பார்க்கும் பேதநிலை - பேசும் நிலை இந்தியச் சமூகத்தில் இவ்வாறுதான் தொடர்கிறது. வேறுபடும் சமய நிலைகள் எனும் இந்நிலைகள் என்றுதான் மாறுமோ? வேறுபடுகின்ற

சமய வாதிகளைத் தாயுமானவர் போல வேறு எவரும் அதிகம் சாடவில்லை.

பன்முகச் சமய நெறி படைத்தவரும்
யாங்களே கடவுள் என்றிடும்
பாதகத்தவரும் (சிற்சுகோதய.10)

என்றுவரும் பகுதிகளில் எல்லாம் தாயுமானவரின் சாடல்களை அறியலாம். மதமான பேய் பிடித்தவர்களை இதை விடச் சாட முடியாது! சன்மார்க்கம் குறித்த தாயுமானவர் பாடல் ஒன்று எத்தனை பொதுவாக இருக்கிறது என்பதையும் பல்வேறு சமயங்களின் உறுதிப் பொருள்களும் சங்கமிக்கிற ஒருநிலையினைத் தமது தில்லைத் தரிசனத்தில் அவர் கண்டதையும் அழகுறப்பாடுகின்றது. சன்மார்க்கத்துக்குத் தாயுமானவர் தரும் விளக்கம் அழகிது, எளியது.

சந்தான கற்பகம் போல் அருளைக் காட்டத்
தக்கநெறி! இந்நெறியே தான் சன்மார்க்கம் (ஆகாரபுவனம்.11)

என்பர்.

இதன் அடிப்படையிலேயே அவரது தில்லைத் தரிசனத்தில் வேற்றுமைகளை எல்லாம் மறந்து எச்சமயத்தவரும் தொழுகின்ற ஒரு சிற்றம்பலக் காட்சியைச் - சிதம்பர ரகசியம் ஒன்றை - சிதாகாசப் பெருவெளியை - தில்லை மன்றின் அனைத்தையும் அடக்கிய ஆனந்தப் பெருவெளியைக் காட்டுவார். எந்த மார்க்கமும் கண்டறியாத ஒரு பொதுவெளியை - அந்தந்த மார்க்கத்தவரும் என்ன வழி இருக்கிறது என்று, எல்லாம் அந்த அருள்வெளியிலே தான் இருக்கிறது என்று காணுகின்றனராம். பலவாறாக வேறுபடு சமயத்தவரும் ஒன்றுபடும் பொதுவான ஒருவெளியைச் சிதம்பர ரகசியமாக்கி - ஆகார புவனமாக்கித் தாயுமானவர் பாடும் போது அவரது சன்மார்க்கத் திருவுள்ளம் சமயங்கடந்தது; சமய முத்திரைகளைத் தாண்டிய வெளியாகத் திகழ்கிறது என்பதை அறியலாம்.

சன்மார்க்க ஞானம் அதின் பொருளும் வீறு
சமய சங்கேதப் பொருளும் தான் ஒன்றாகப்
பன்மார்க்க நெறியிலும் கண்டதில்லை!
பகர்வரிய தில்லைமன்றுள் பார்த்த போது அங்கு
என்? மார்க்கம்? இருக்குது எல்லாம் வெளியே என்ன
எச்சமயத்தவர்களும் வந்துஇறைஞ்சா நிற்பர்!
கன்மார்க்க நெஞ்சமுடன் எனக்கும் தானே
கண்டவுடன் ஆனந்தம் காண்டல் ஆகும் (ஆகார.12)

பற்பல வாய் வேற்றுமைகளில் ஊறிக்கிடந்த எச்சமயத்தவரும் வந்து குழுமித் தமது தில்லைத் தரிசனத்தில் தத்தம் பகை மறந்து ஒப்பற்ற ஒரு மேலான பொது நிலையில் ஒன்றுபடுகின்றனர். விகற்பங்கள் எல்லாம் இழந்து ஒன்றுபடும் ஒருவெளி! ஆனந்தம் தரும்வெளி! தில்லைவெளி! கல்நெஞ்சக்காரன் ஆகிய தானும் இவற்றையெல்லாம் பார்த்து ஆனந்தம் கொண்டேன் என்று தாயுமானவர் பாடும் அழகிய பாட்டு. ஆன்மநேய ஒருமைக்கு இதைவிடப் பாடமுடியுமா? மனங்களை ஏன் மதங்களையும் முற்றும் துறக்கிற ஒரு ஞான மன்றினை - வெளியினை - சிதாகாசத்தை இந்தப்பாட்டு காட்டுகிறது. இங்கு ஆணவத்தோடு அத்துவிதமான மதங்கள், மனம் இறக்கக் கற்றுச் சிவதாணுவோடு ஒரு புலக்காட்சியில் ஒன்றிணைவதில் சன்மார்க்கம் பொலிகிறது. ஒன்றிணைக்கிற சன்மார்க்கத்தில் புதிய ஆன்ம விழிப்பு, எல்லோரும் ஓர் இனம், எனும் ஆன்ம உயிர்ப்பு ஆகிய பண்பாடுகள் வளர்கின்றன. தாயுமானவம் கடவுளின் மகோன்னதத்தை நிர்க்குண நிலையில் விரிவாகப் பாடும்; இதுபோலவே மனிதனை - மனித மனத்தை, மனித உயிர்களை - உயர்த்திக் கடவுளின் மகோன்னதத்துடன் சங்கமிக்க வைத்துப் பேரின்ப நிலையில் ஒன்று கூட வைக்கிறது. ஒப்புரவு மனம் - உலகத்தோடு ஒட்ட ஒழுகுதல் - அதற்கான உலகந் தழுவும் மெய்ஞ்ஞானம் இவற்றுக்கான ஒரு பாட்டுக் கோவிலாகத் திகழ்கிறது. மனித குலத்துக்கு இத்தகைய நிலையில் ஒரு சன்மார்க்க அழைப்பினை,

நெஞ்சகமே கோயில்! நினைவே சுகந்தம்! அன்பே
மஞ்சன நீர் பூஜை கொள்ள வாராய்! (பராபரக்.151)

என்று வேண்டுகிறது. காடும் கரையும் பகுப்பில் (30) உள்ள மூன்று பாட்டுகளும் இத்தகைய அழைப்பின் அன்புக்குரல்களாகும்; பேரின்ப வெள்ளம் பொங்கித் ததும்பிப் பூரணமாய் ஏக உருவாய் (ஒன்றாக) கிடக்குது; தேகம் விழும் முன்பு புசிப்பதற்காக வாருங்கள் என்கிறது! ஒரு தொன்மைத் தமிழியம் ஆற்றுப்படைகளின் பண்பியம் வளர்ந்த நிலையில் ஆன்மீயத் தமிழியமாய்ச் சேரவாரும் செகத்தீரே! என்கிறது. பேரின்ப எல்லையில் யாதும் ஊர்தான்; யாவரும் கேளிர்கள் தாம்! தமிழிய ஞானம் என்பதும் இதுதான்! தாயுமானவம் என்பதும் இதுதான்!

கடவுள், மனிதன் ஆகிய இருவரையும் மதம் பிரதிபலிக்கிறது. மதம் என்பது வாழும் வாழ்க்கையைக் குறிக்கிறதே அன்றி, ஒரு கற்பனைக் கோட்பாட்டையோ அல்லது ஏற்று நடக்க வேண்டிய நம்பிக்கையோ குறிக்கவில்லை; அது தெய்வத்தை நாடும் வழிமுறைகள் பலவற்றை உணர்த்தி, அவற்றுள் தகுதி வாய்ந்ததும் செயலாற்றத் தக்கதுமான தனிப்பட்ட வழிகளையும் குறிப்பிடுகிறது என்பார்

தத்துவமேதை டாக்டர் எஸ்.இராதாகிருஷ்ணன் (மதமும் பண்பாடும், டாக்டர் எஸ்.இராதாகிருஷ்ணன் (மொ.பெ.ஆ) வி.எஸ்.வி.இராகவன், வள்ளுவர் பண்ணை, சென்னை ப.33, 1977). தாயுமானவரின் பாடல்களில் கடவுளும் மனிதனும் அருகருகே நிற்கிறார்கள். மனக்குளத்தின் ஆழங்களைத் தாயுமானவர் உள்ளே உள்ளே முங்கிக் குளித்துத் தத்துவங்களை வெளிப்படுத்துகிறார். சரியை, கிரியை, யோகம், ஞானம் எனும் படிநிலைகளில் ஒரு வளர்ச்சியைக் கண்டு சாலோப சாமீப, சாரூப, சாயுச்சியம் எனும் நிலைகளுக்குத் தாவித் தாவிக் கடவுளை ஆன்மீயத்தின் உச்சத்தில் தேடிக்கண்டு தான் அதுவாகும் நிலையினைப் புனைகிறார். வேதாந்தத்தின் வழியிலும், பேரின்ப நிட்டைக்குச் சித்தாந்த வழியிலும், சமரச நன்னிலை கண்டு சைவத்தின் செழுமையான நிலையினைப் பாடுகிறார். மனிதனைச் சாயுச்சியத்துக்கு உயர்த்திக் கடவுளோடு இணைக்கிற நிலைக்கு உயர்த்துவதில் - மனம் இறந்த நிலையில் இது சாத்தியமாகும் நிலையினை அவர் பாடுவதிலிருந்து அறியமுடிகிறது. தான் பெற்ற இன்பத்தை உலகம் பெறுவதற்காகவே வேறுபடு சமயங்களை எல்லாம் அழைத்துக்கூவித் தமது தில்லைத் தரிசனம் என்பதில், அவற்றின் பன்மார்க்க வேறுபாடுகள் எல்லாம் ஒழிந்த நிலையில் ஒரு பேரானந்தப் பெருவெளியினைக் காட்டுகிறார். உலக மதங்களை ஒன்று சேர்க்க சேரவாரும் என்கிறார். உலகு சார்ந்த மதங்களின் தோழமைக்கு அவரது வேதாந்த - சித்தாந்த சமரச நன்னிலை உதவுகிறது. பின்னாளில், இந்தச் சிந்தனைகளைத் தான் சுவாமி விவேகானந்தர், கவியரசர் தாகூர், சுவாமி அரவிந்தர், டாக்டர் எஸ்.இராதாகிருஷ்ணன் போன்றவர்கள் தமது எழுத்துக்களில் உலகப் பயணங்களில் தமது பொழிவுகளில் எல்லாம் செய்தனர். சமயங்கள், உலகவாம் பேரறிவாளன் திரு எனும் நிலைக்கு இலட்சிய நோக்கில் உருப்பெற உழைத்தனர். தாயுமானவர் காலத்தில் வேதாந்த - சித்தாந்தத்துக்கு இடையில் மட்டுமே இருந்த சமரசமாக இது இருந்தாலும், அவர் பன்மார்க்கச் சமயத்தவரையும் கருத்தில் கொண்டவராகவே காணப்படுகிறார். அவரது ஆகார புவன ரகசியப்பாட்டு இதனைப் புலப்படுத்தும்.

பிரபஞ்ச உற்பத்தியின் நோக்கமே, காலத்தினுள்ளும், காலத்துக்குப் புறம்பேயும் கடவுள் நகரம் நிர்மாணிக்கப்படுதலேயாம். இவ்வுலகம் ஆன்மீகப் புதுவாழ்வு மலர்வதற்குரிய விளைநிலமாகும். மண்ணுலகும் விண்ணுலகும் ஒன்றுக்கொன்று கலந்துள்ளன என்பார் டாக்டர் எஸ்.இராதாகிருஷ்ணன் (மேலது, ப.5, 1977). தாயுமானவர் இதைத்தான் தமது காலத்தில் தில்லை வழியாகச் செய்தார். ஒன்று பரிபூரணமாவது என்றாலே அங்குச் சிலவற்றின் சங்கமங்கள் வேண்டும். பன்மார்க்க மதங்களின் சங்கமத்தில் ஒரு புதிய உலகப் பரிமாணம் தேவைப்படுகிறது.

வேற்றுமைகளில் புறவகையில் சிற்சில வேறுபாடுகள் இருந்தாலும் ஒருவகையில் ஒரு நோக்கில் சிந்தனை ஒன்றினை அவைகள் சங்கமிக்கும் போதுதான் காணமுடியும்; பெற முடியும். இத்தகைய ஆன்மீகத் தேசிய சர்வதேசிய உறவுப் பார்வைக்குத் தாயுமானவர் பாடல்கள் நிலைக்களன்கள் ஆகியுள்ளன.

வாரிதியில் நதித்திரள் போல்.

....

வயங்கிற்றம்மா (கல்லாலின்.25)

என்று வேறுபடும் சமயங்களின் ஒருங்கிணைப்புக்கு ஆன குரல் தந்த தாயுமானவரின் காதலையும் இதில் அறியமுடியும். இதைவிட ஒரு சன்மார்க்கக் குரல் இருப்பதாகத் தெரியவில்லை.

இந்திய நாகரிகத்தின் முன்னணியில் தத்துவமும் சமயமும், சமயத்தின் மூலம் இயக்கம் பெறும் தத்துவமும், தத்துவத்தினால் ஒளிபெறும் சமயமும் இருக்கின்றன.... இந்நாகரிகத்தைப் பிராமணீய நாகரிகம் என்று கூறும்போது இதுதான் அச்சொல்லின் உண்மையான குறிப்பாகும். கீழ்ப்பகுதிகள் சிலவற்றில் புரோகித மனப்பான்மை அதிகமாக இருந்தாலும்; உண்மையில் இச்சொல் புரோகிதத்தின் ஆதிக்கத்தைக் குறிப்பிட்டிருக்க முடியாது. ஏன் எளிய புரோகிதருக்கோ, பூசாரிக்கோ பண்பாட்டின் முக்கியக் கோடுகளை வரைவதில் எந்தப் பங்கும் இருந்ததில்லை. அதன் முக்கிய மூலகாரணங்களைத் தத்துவ ஞானிகளும் சமயப் பெரியோர்களுமே உருவாக்கியிருக்கின்றனர். அவர்கள் அனைவரும் பிராமணர் குலத்தில் பிறந்தவர் அல்லர்; பிராமண குலம் ஆன்மீக பாரம்பரியத்தையும் அறிவையும், புனிதமாய் இருந்த வர்க்க நெறிகளையும் பாதுகாப்பதற்காகவே வளர்க்கப் பட்டிருக்கிறது. பிராமணனின் உண்மையான தொழில் இதுவே. புரோகிதத் தொழில் இல்லை.

இவ்வாறு ஒருகுலம் தோற்றுவித்து வளர்க்கப்பட்டிருக்கிறது. அது ஆயிரக்கணக்கான ஆண்டுகளாக ஒரு நாட்டின் மனதையும், உணர்வையும், அதன் சமுதாயக் கொள்கைகள், வடிவங்கள், வழிமுறைகள் முதலியவற்றின் போக்கை ஒரு திசையிலும் தொடர்ந்து இருத்தியிருக்கிறது என்பது இந்திய நாகரிகத்தின் அடையாளமே! ஆனால் இதற்குப் பின்னே உள்ள உண்மை, இந்தியப் பண்பாடு அதன் துவக்கத்திலிருந்தே ஆன்மீகப் பண்பாடாக - உள்முகம் நோக்கும் சமயத் தத்துவார்த்தப் பண்பாடாக இருந்து வந்திருக்கிறது என்பதே! (ஸ்ரீ அரவிந்தர், இந்தியாவைப் பற்றி கட்.தொகுப்பு (மொ.பெ) சுபாஷ், பக்.7-8, 1974, அரவிந்தர் செயல் இயக்க வெளியீடு) இந்திய அளவிலான

ஸ்ரீ அரவிந்தரின் இந்த மதிப்பீடு நம்மை ஆழமாகச் சிந்திக்க வைக்கிறது. பண்பாட்டுக்கான அவரது விளக்கத்தில் ஓர் ஆன்மீக உயிர்ப்பின் ஒளி விளங்கும். ஒரு மனிதனை அவன் முதலில் இல்லாத வேறொரு நிலைக்கு உயர்த்துவதே ஒரு பெரிய பண்பாட்டின் குறிக்கோள் என்பர் (மேலது.ப.17). உண்மையிலேயே ஆன்மீகம், இந்திய மனிதன் பல கதவுகளைத் திறக்கும் திறவு கோல்; முடிவற்றதன் உணர்வு இந்திய மனதுக்கு இயல்பாகவே உள்ளது (மேலது.ப.21) என்றெல்லாம் எழுதியிருப்பதில், நமது மனம், நமது ஆன்மீக உயிர்ப்பின் ஒளி, நாம் கண்ட மனிதன், நமது கடவுள், நமது பண்பாடு குறித்த செம்மைகள் தெரியும். தாயுமானவர் இவை எல்லாவற்றையும் தமது பாடல்களில் ஆன்மீயப் பண்பாட்டுக்கான தடங்களாக வழங்கியிருப்பதோடு இந்தியப் பண்பாட்டுக்குத் தமிழ்ப்பண்பாட்டின் கொடைகளாகவும் அவர் காலத்தில் வழங்கியிருப்பது விந்தைக்குரியது. சைவத்தின் செழுமைகளை வேதாந்தங்களோடு இணைத்து வழங்கியிருக்கும் வித்தகத்தையும்அறியலாம். ஸ்ரீ அரவிந்தரும் தென்னகம் வந்து, புதுவையில் தங்கியிருந்து பெற்ற தென்னகத்துச் சிந்தனைகள் அவர் எழுத்துக்களில் ஒன்று கலந்ததும் உண்டு. மகாகவி பாரதி, விடுதலை வீரர் வ.வே.சு. அய்யர் போன்றவர்களின் நட்பும் உறவும் சிந்தனைகளும் ஸ்ரீ அரவிந்தரின் நெஞ்சில் கனல் மணக்கும் பூக்களாய்க் கலந்து மணப்பதும் உண்டு.

உள்ளொளியில் முங்கி மூழ்குபவர்களுக்கு ஆன்மீய தேசியக் கடலில் நீராடுவது என்பது எளிது தானே! அப்போது காக்கைக் குருவிகள் அவனது ஜாதிகள் ஆகிவிடுகின்றன. கடலும் மலையும் அவர்களுக்குக் கூட்டம் ஆகிவிடுகின்றன. எவ்வுயிர்த்திரளிலும் அவன் அல்லது அவர்கள் மூழ்கி விடுகிறார்கள். சமயங்களின் பிடிகளில் சிக்காத அவர்கள் ஓர் உலக மதத்திற்குத் தாவுகிறார்கள். ஓர் உன்னதம் அவர்களின் தரிசனம் ஆகிறது; பேதங்களைக் கடந்தவர்களால் தான் சமயப்பொறையினை இவ்வாறு சாதிக்க முடிகிறது. தாயுமானவர் சமய பேதங்களைக் கடந்த மெய்ஞானிகளின் மெய்ஞானி! ஓர் ஆன்மீயச் சமூக விஞ்ஞானிகளின் விஞ்ஞானி!.

சாதிகுலம் பிறப்பு இறப்புப்
　　பந்தம் முத்தி அருவுருவத் தன்மை, நாமம்
ஏதும் இன்றி, எப்பொருட்கும் எவ்விடத்தும்
　　பிரிவு அற நின்று இயக்கம் செய்யும்
சோதியை, மாத்தூவெளியை மனது அவிழ
　　நிறைவான துரிய வாழ்வைத்

தீதில் பரமாம் பொருளைத் திருவருளே
நினைவாகச் சிந்தித்து (தாயு.பொருள்.வணக்கம்.5)

வாழ்ந்தவர். மெய்யடியார்க்கு மெய்யடியார்! மெய்ஞானிகளுக்கு மெய்ஞ்ஞானி! சென்னை வானொலி நிலையத்தில் பேராசிரியர் டாக்டர் மு.வரதராசனார் பேசிய பேச்சு தாயுமானவர் நூல் வடிவில் வந்துள்ளது. அதில்,

"சமயத்துறையில் இருந்த சான்றோர்களுக்குள்ளே சமரசத்தை வற்புறுத்திய சான்றோர் தாயுமானவர். பொதுமையை மிகுதியாக எடுத்துரைத்தவர்; மற்ற பாடல்களிலே, அவருக்கு முன்னே இருந்த சான்றோர்கள் பாடிய பாடல்களிலே இலைமறைகாய் போல் விளங்குகின்ற இந்த உண்மை (சமரசம்) தாயுமானவர் பாடலிலே தான் முதன்முதலாகத் தமிழிலே தெளிவாகப் புலப்பட்டது என்று கூறலாம் என்று மு.வரதராசனார் மதிப்பிடுவார்". (தாயுமானவர் டாக்டர் மு.வரதராசன், ஜூன் 1983, முதற்பதிப்பு, பாரி நிலையம், சென்னை - 600 001) தனிமனிதனை விடச் சமூகம் பெரிது; தனிச்சமயம் என்பதை விட வேறுபடும் சமயங்களில் எல்லாம் ஒருமை காண்பது என்பது பெரிது. ஒன்றே குலம் - ஒருவனே தேவன் எனும் ஒற்றைச் சமரச இலக்கு அப்போது தான் புலப்படும்! தாயுமானவர்க்கான சமரச சன்மார்க்க உலகம் அப்போதுதான் புரியும்!

வேற்றுமைகளையும் துறக்கிற உலகம் - மனம் தான் பெரிதினும் பெரிது; வேற்றுமை காண்பதில் ஆணவம் முந்தி நிற்கும்; ஆணவம் முந்தி நிற்கும் போது தன்னலம் பொய்மைகள் எல்லாம் ஓங்கி நிற்கும். கலகங்கள் விளையும். உலகம் ஒன்று; தாம் இன்புறுவது கண்டு பிறரும் இன்புற வேண்டும்; ஒன்றே குலம் ஒருவனே தெய்வம் என்னும் விசாலப்பார்வைகள் எல்லாம் அங்கே மங்கி நிற்கும்; சமரசம் எனும் பொது உணர்வு குன்றிப் போகும் போது மானுடம் அல்லவா அழிந்து போகும்! இந்த நிலையில் தான் தாயுமானவர் வேற்றுமைகளை மறந்த விசால உள்ளத்தில் தான் அற்றுத் தாயும் ஆகிறார். தெய்வமும் ஆகிறார். இதுதான் தாயுமானவரின் தனித்தன்மையாகச் சுடர்கிறது. தமிழ்த் தென்றல் திரு.வி.கல்யாண சுந்தரனார் தமது தாயுமானவர் கண்ட கடவுட்காட்சி எனும் சிறுநூலில் தாயுமானவரின் ஒருபாட்டினை வைத்துக் கொண்டு, தாயுமானவரின் மேன்மைகளை அவரது சமரச நிலைப்பாட்டில் கண்டு, கண்டு அவர்கண்ட கடவுட்காட்சியினை அவரது அறம் பயின்ற தமிழால் விளக்குவர். சமரச உள்ளத்தில் சன்மார்க்கம் ஒளிவிடும்; சன்மார்க்க நெஞ்சுக்குத்தான் கடவுட் காட்சியும் புலப்படும்.

ஐவகை எனும் பூதம் ஆதியை வகுத்து, அதனுள்
அசர சர பேதமான
யாவையும் வகுத்து, நல் அறிவையும் வகுத்து மறையாதி
நூலையும் வகுத்துச்
சைவ முதலாம் அளவில் சமயமும் வகுத்து, மேல்
சமயங்கடந்த மோன சமரசம் வகுத்த, நீ
உன்னையான் அணுகவும் தண்ணருள்
வகுக்க இலையோ?
பொய்வளரும் நெஞ்சினார்கள் காணாத காட்சியே!
பொய் இலா மெய்யர் அறிவில்
போத பரிபூரண அகண்டிதா காரமாய்ப்
போக்கு வரவு அற்ற பொருளே! (சின்மயா.4)

எனும் இந்த ஒருபாட்டின் மூலமே தாயுமானவர் காட்சியைக் காட்டுவார் திரு.வி.க. சிறிய அந்தப் பெரிய நூலில்,

"சமயங்கள் போருக்காக வகுக்கப்பட்டன அல்ல; சமரச ஞானப் பேற்றிற்கும் எனவே அவைகள் வகுக்கப்பட்டன சமயங்களின் நோக்கம் மக்களை வேற்றுமை உணர்வின்றும்; விலக்கி, ஒற்றுமை உணர்வில் நிறுத்த வேண்டும் என்பதே! சமயங்களைத் துருவித் துருவி ஆராய்ந்தால் அவற்றின் அடியில், சமரசம் நிலவுவது காணலாம். அச்சமரசம் கடவுட்காட்சிக்குரியது..."

சமரசம் மக்கள் வாழ்வின் முடிந்த நிலை என்பது ஈண்டு உன்னத் தக்கது. தாயுமானவர் மிகத்திறம்பட அந்நுட்பத்தை இத்திருப்பாட்டில் அமைத்திருக்கிறார். சுவாமிகள் ஒவ்வொரு படியையும் வகுத்து என்று கூறிக்கொண்டே போந்து சமரசத்தை மட்டும் வகுத்தநீ என்று முடித்துக் கூறியிருத்தல் காண்க. சமரசம் முடிந்த வகுப்பு என்பது சுவாமிகள் கருத்து எனும் *(பக்.11-12)* இந்த அரிய நோக்கின் மூலமாகவே தாயுமானவரைப் பார்ப்பதும், தாயுமானவர் கண்ட கடவுட் காட்சியைக் காட்டுவதும் அந்த நூலின் மாட்சி ஆகும். *(திரு.வி.க. தமிழ்க் கொடை, (க.தொ) தமிழ்மண் பதிப்பகம், 2006, தி.நகர்.சென்னை.17)*

தமிழர் தம் மெய்யியல் அறிவின் முழுமையான காட்சியைக் கண்டு தெளிந்த தாயுமானவர் வடித்த பல திருப்பாடல்களில் இதுவும் ஒன்று. இத்திருப்பாட்டில் தம்மையும் கண்டுகொள்ளும் தாயுமானவரை அடையாளம் காண முடியும். மூலன் மரபின் தத்துவத் தடம் இது.

தன்னை அறியத் தனது அருளால்
தான் உணர்த்தும் (தன்னை.1)

யான் எனல் காணேன்
பூரண நிறைவில் **(சிவன்செயல்.10)**

தன்னை அறிந்து, பூரணத்தை அறியத் தலைப்படுகின்ற ஞானம்; இந்த ஞானம் மட்டுமே போதுமா? இவை எல்லாம் வாசக ஞானங்கள். வாசக ஞானத்தால் வருமோ சுகம்? (பரா.188) என்பார் ஓரிடத்தில், இதனால் பாழ்த்த பூசல்கள் தாம் வரும்; ஆனந்தமான பரத்தினை அடைய முடியாது. வாசக ஞான வித்தைகள் எல்லாம் பயன் அளிக்கா; அவை வெற்று அறிவு;

வித்தை அறிவர்; எமைப் போலவே
சந்தை நூல் விரிக்க அறிவார்... **(ஆனந்த.3)**

சந்தை நூல் அறிவு என் செய்யும்? பகை - பூசல்களையே விளைக்கும். எனவே தான் சமயப்பூசலை ஒழிக்கும் சமரச ஞானம் வேண்டும் என்கிறார் தாயுமானவர். இந்தச் சமரச ஞானம் அறிந்தவரே வித்தகச் சித்தர் ஆவார் என்பது அவரது கண்டுபிடிப்பு. வேதாந்த அறிஞர்கள் வடமொழியில் விற்பன்னர்கள், சித்தாந்த அறிஞர்கள் தமிழ் அறிந்த ஞானிகள். மொழிப்பூசல் - சமயப்பூசல்களில் வடக்கு - தெற்குப் பேதம் பார்த்துச் சண்டையிட்டுக் கொண்டவர்கள். வடக்குத் தெற்குக்கு வாதிட்டார்களே ஒழிய மெய்யான கடவுட் காட்சிக்கான சண்டைகள் அவர்களிடம் இருந்திருக்க வாய்ப்பில்லை. 18 ஆம் நூற்றாண்டுச் சூழலில் இந்தப் பூசலின் இரைச்சல்களைக் கேட்ட தாயுமானவர் தன்னையும் உளப்படுத்திப் பாடிய பாட்டுதான்.

கல்லாத பேர்களே நல்லவர்கள்! நல்லவர்கள் கற்றும்
அறிவில்லாத என் கர்மத்தை என் சொல்கேன்?
.... வடமொழியிலே
வல்லான் ஒருத்தன் வரவும், திராவிடத்திலே
வந்ததா விவகரிப்பேன்
வல்ல தமிழ் அறிஞர்வரின் அங்ஙனே
வடமொழியின் வசனங்கள் சிறிது புகல்வேன்
வெல்லாமல் எவரையும் மருட்டிவிட வகைவந்த
வித்தை என் முத்தி தருமோ?
வேதாந்த சித்தாந்த சமரச நன்னிலை பெற்ற
வித்தகச் சித்தர் கணமே! (சித்தர் கணம்.10)

எனும் இந்தப் பாட்டில் வேதாந்த - சித்தாந்தச் சண்டைகளை விநயமாகப் பாடுவார் தாயுமானவர். மருட்டுகிற மதப்பூசல்களால் - வாதங்களால் பயனில்லை; வார்த்தை வல்லபங்கள் கூடிய வாத வித்தைகளால்

பயனில்லை. அவை முக்தியைத் தரா எனும் நிலையில்தான் சமரசத்தேவை ஏற்படுகிறது. ஒரு புதிய சிந்தனைத்தளத்தைப் - பொதுத் தளத்தைச் - சமரசத் தளத்தைத் தாயுமானவர் உருவாக்க நினைத்ததன் விளைவுதான் சித்தர்கணப் பத்துப்பாடல்களும். பன்மார்க்கத் தடங்களிலும் பயின்ற தாயுமானவர் சமரச சன்மார்க்கத் தளத்தை இந்த வித்தகச் சித்தர் கணப் பாடல்களின் மூலம் உருவாக்கினார். இது தாயுமானவரின் தனித்தன்மை கூடிய வித்தகத் திறம் ஆகும். இந்தப் பின்னணியிலேயே கல்லால் அடியில் வீற்றிருக்கும் ஞான குருவை மோனகுருவைப் பாடுகிறார். அந்த மோனகுருவின் சின்மய மொழிகளில் சமரச ஒளி வீசுகிறது. தாயுமானவத்தின் முதற்பகுதிப் பாடல்களிலும், பின்னும் சில இடங்களிலும் சமரசம் கூடிய சின்மயமொழிக் கருத்துக்களே பேசப்படுகின்றன. கல்லாலியத்தின் தெய்வீக மானுடம் - சமரச ஒளியில் தாயுமானவத்தில் செதுக்கப்பெறுகிறது. தாயுமானவத்தின் அடிநாதமே ஒரு மோன முழக்கத்தில் முத்தமிழ் ஓசையைப் பேசியிருப்பதில் சிறந்து காணப்படுகிறது.

ஐவகைப் பூதங்களையும், யாவற்றையும் வகுத்த இறைவன் எனும் பாட்டில்,

சைவ முதலாம் அளவில் சமயமும் வகுத்து, மேற்சமயங்கடந்த
மோன சமரசம் வகுத்த நீ

என்று தாயுமானவர் பாடியிருப்பதில் தான் அவரது அடிமனம் புலப்படுத்தும் கருத்து வீற்றிருக்கிறது. பல்வேறு சமயங்களையும் வகுத்து என்பதில் அவரவர் உரிமைக்கான சமயங்கள் என்பதும், சமயங் கடந்த மோன சமரசம் வகுத்த நீ எனும் போது வேற்றுமை மிக்க சமயங்களையும் வகுத்து, அவ்வேற்றுமைகளைக் களைந்து கடந்த ஓர் அருமையினைக் காணும் சமரசத்தையும் வகுத்து எனும் ஆழமான கருத்தினை வெளிப்படுத்துகிறார். பொய்வளரும் நெஞ்சினர்கள் காணாத காட்சிதான் சமரசமும், சமரசத்தில் ஒளிரும் கடவுளும் என்று சமயங்களைக் கடந்த ஒரு புதிய சன்மார்க்கத் தரிசனத்தைப் புலப்படுத்துகிறார். அதில்,

வாதமிடும் சமயநெறிக்கு அரியதாகி
மவுனத்தோர் பால்வெளியாய்
வயங்கா நின்ற சோதி!   (பொருள் வணக்கம்.11)

ஆகக் கடவுள் திகழ்கிறார் என்கிறார். இதற்கான விளக்கம் போல,

சாதி குலம் பிறப்பு இறப்பு பந்தம் முக்தி
அருஉருவத் தன்மை நாமம்

ஏதுமின்றி எப்பொருட்கும் எவ்விடத்தும் பிரிவுஅற
நின்று இயக்கம் செய்யும்
சோதியை, மாத்தூவெளியை, மனது அவிழ
நிறைவான துரியவாழ்வைத்
தீதில் பரம்பொருளைத் திருவருளே நினைவாகச்
சிந்தைசெய்வாம்! (பொருள்.வணக்கம்.5)

என்று அற்புதமான - எல்லோருக்குமான - வேறுபாடுகளை நீத்த - வெறும் சமயங்கள் காணாத சாட்சியாக ஓர் ஒற்றைக்கடவுளை மனது அவிழ்ந்த நிலையில் காணும்படிப் பாடிய துரிய வாழ்வைக் - கடவுளை - கடவுட் காட்சியைப் பாடுகிறார். இதுதான் தாயுமானவம்! இது சமயங்களைக் கடந்த சமரசத்தின் முடிந்தநிலை காட்டும் காட்சி. அவரது பொருள் வணக்கம் பாடல்களில் பொலிகின்ற காட்சி! மிக நுண்ணிய இந்நிலையே,

பொய் இலா மெய் அறிவில்
போத பரிபூரண அகண்டிதா காரமாய்ப்
போக்கு வரவற்ற மெய்ப்பொருட் காட்சி (சின்மயா.4)

ஆகும். இந்நிலை மெய்யுணர்வாளர்களின் போதத்தில் (அறிவில்) துரியத்தில், முழுமை பெற்ற அகண்டிதாகாரமாய்ப் பொலிகிற நிலை. இது,

வேதாந்த சித்தாந்த மரபு
சமரசமாகவே பூராயமாய் உணர ஊகமது (பரிபூரணா.8)

என்பார். வேதாந்த சித்தாந்தங்களின் இந்தச் சமரச மரபுதான் தாயுமானவர்க்கு மோனகுரு மொழிந்த உபதேசம் ஆகும். இதனையே மௌன குரு வணக்கத்தில்,

எந்தை வடவால் பரமகுரு வாழ்க! வாழ அருளிய
நந்தி மரபு வாழ்க! வென்று அடியார் மனம்மகிழ
வேதாகமத் துணிபு இரண்டில்லை ஒன்று என்னவே
வந்த குருவே! வீறு சிவஞான சித்திநெறி
மௌனோப தேச குருவே!... மூலன் மரபில்
வரு மௌன குருவே! (மௌன.2)

என்றும்,

சண்மத ஸ்தாபனமும் வேதாந்த சித்தாந்த
சமரச நிர்வாக நிலையும்
மா, திக்கொடு அண்டப் பரப்பெலாம் அறியவே
வந்தருளும் ஞான குருவே! (மௌன.3)

என்றும் பாடி வேதாந்த சித்தாந்த சமரசம் என்பதற்கான வித்தக விளக்கத்தையும் தருகிறார்.

தாயுமானவத்தின் அடிப்படை இலக்கு இதுதான்; குறிக்கோள் இதுதான்; இதனை அடைய அவர் பட்டபாட்டினை மனம் உருகி வடித்துத் தருகிறார்.

சந்தமும் எனது செயல், நினது செயல்
யான் எனும் தன்மை நினை, அன்றி இல்லாத்
தன்மையால் வேறு அலேன்! வேதாந்த
சித்தாந்த சமரச சுபாவம இதுவே!
இந்த நிலை தெளிய, நான் நெக்குருகி வாடிய
இயற்கை திருவுளம் அறியுமே! (பரிபூரண.5)

என்பதுதான் அது! தன்னை இழந்த போதம்; சித்தம் சிவம் ஆகிய நிலை; யான் எனல் காணேன், பூரண நிறைவில் என்று அவர் கூறியதும் இந்த நிலையைத்தான்;

எங்கும் சிவமே!
இரண்டற்று நிற்கிறேன்; (உடல்.66)

என்றதும் இதுதான்.

ஒன்றோடு இரண்டு எனாச் சமரச
சொரூபசுகம் உற்றிடும் (தேஜோ.1)

புனித அத்துவித நிலை என்பதும் இதுதான்.

வேதாந்த சித்தாந்த சமரசச் சொரூபம்
என்பதனைத் தாயுமானவர் கண்டு, கேட்டு, உண்டு, உற்று, உயிர்த்த விதங்களை எல்லாம் இப்படிப் பாடிப்பாடி உருகியிருக்கிறார். எத்துணையும் பேதம் உறாத, துரியநிலை ஒன்றலில் தெய்வீக மானுடம் ஒளிரும். பேர் அனந்தம் பேசி, மறை அனந்தம் சொல்லும், பெரிய மவுனத்தின் வைப்பினை இப்படித்தான் பாடுகிறார் தாயுமானவர்.

2. மனம்

மனம் என்பதை ஆராய்வதுதான் ஆத்மவிசாரம் எனப்படும். ஒரு மெய்ஞ்ஞானி தன்னை அறியும் ஞானத்தின் தடங்களில்தான் இது தொடங்குகிறது.

நானார்? என் உள்ளமார்?
ஞானங்களார்? என்னை யார் அறிவார்?
வானோர் பிரான் என்னை
ஆண்டில னேல்? (திருவாசகம்.கோத்தும்பி.2)

என்று மணிவாசகரும் பாடுவர். மனம், நெஞ்சு, உள்ளம், இதயம் சித்தம் என்று மனத்தைப் பலவாறு பேசுவார்கள்! மனம் இன்னது என்று பகர முடியாத அளவுக்கு சூட்சுமம் நிறைந்தது. மனத்தை ஆய்ந்தால் அல்லது தெளிவு பெற முடியாது. திருவள்ளுவர் இதனைத் தொடங்கி வைக்கிறார். துறவு, மெய்யுணர்தல் போன்ற அதிகாரங்களின் செய்திகள் தமிழின் தத்துவ வாசல்களைத் திறந்து காட்டும். பக்திக்கும் ஞானத்துக்கும் ஆன அடிப்படைகளை - மூலவேர்களை அவை கொண்டுள்ளன.

யாதனின் யாதனின் நீங்கியான் நோதல்
அதனின் அதனின் இலன் (குறள்.341)

வேண்டின் உண்டாகத் துறக்க (குறள்.342)

அடல்வேண்டும் ஐந்தன் புலத்தை (குறள்.343)

யான்எனது என்னும் செருக்கறுப்பான் வானோர்க்கு
உயர்ந்த உலகம் புகும் (குறள்.346)

இருள்நீங்கி இன்பம் பயக்கும் (குறள்.352)

கற்றீண்டு மெய்ப்பொருள் கண்டார்; தலைப்படுவர்
மற்றீண்டு வாரா நெறி (குறள்.356)

பிறப்பென்னும் பேதைமை நீங்கச் சிறப்பென்னும்
செம்பொருள் காண்பது அறிவு (குறள்.358)

ஆத்ம விசாரத்துக்கான அடிப்படைத் தரவுகளை இவை கொண்டுள்ளன; பின்வந்த மெய்ஞ்ஞானிகள், சித்தர்கள், நாயன்மார்கள்,

ஆழ்வார்கள் எல்லாம் முகந்து கொள்கிற அளவுக்கு ஞான ஊற்றுகளை இவை கொண்டுள்ளன. தமிழ் மண்டலத்தின் ஞான ஊற்றுகள் இவை! வள்ளுவர் பேசிய காமம், வெகுளி, மயக்கங்களே சித்தாந்த நூல்களில் வேறுவாய்பாடுகளுடன் பேசப்பெறுகின்றன. பதி, பசு, பாசம் இலக்கணங்களுக்கான மூலச் சிந்தனைகள் இங்கு நுணுக்கமாக இவற்றில் பேசப் பெற்றுள்ளன. மனிதனுக்கான பேரின்ப எல்லைகள். அவற்றைத் தடுக்கும் தொல்லைகள் - அவற்றைக் கடந்து இருள் நீக்கி இன்பம் பெறுவதற்கான வழிகளை எல்லாம் ஒரு ஞானப்பிதாவாகப் பேசியுள்ளார் வள்ளுவர்! பற்றுக பற்றற்றான் பற்றினை *(350)* பற்றற்ற கண்ணே பிறப்பறுக்கும் *(349)* இந்த ஞானவரிகளுக்குள் நீந்தித்தான் ஆழ்வார்களும், நாயன்மார்களும் தமது பக்தி இலக்கியத் தோத்திரங்களில் குரல் கொடுக்கின்றனர். நம்மாழ்வார்,

வீடுமின் முற்றவும்
வீடு செய்து உம்முயிர்
வீடுடையான் இடை
வீடு செய்மினே! (திருவாய்.1:2:1)

நீர் நுமது என்றிவை
வேர் முதல் மாய்த்து இறை
சேர்மின்! உயிர்க்கு அதன் நேர்
இறையில்லே! (திருவாய் : 1:2:3)

என்று தொடுக்கும் பாசுரத்தில் வள்ளுவரின் ஞானப்பல்லவி தொடர்ந்திருப்பதை நோக்க முடியும். எனவே நானார் என்றாயும் ஆய்வுதான் தத்துவப் பள்ளிக்குப் பால பாடம் ஆகிறது என்பதை அறியலாம். தாயுமானவர் பாடல்கள் நானார் என்பதை ஆய்வதில் ஆதி அந்தம் அறிய உதவும் ஞானம் செறிந்த தத்துவப் பாடல்களாய் விளங்குகின்றன. இதற்கு மேல் இதனை யாரும் சொல்ல முடியாது என்னும் அளவுக்கு ஒரு சாயுச்சிய எல்லை கண்டுள்ளன. மனதின் விகாரத்தைத் தாயுமானவர் அளவுக்குத் தமிழில் வேறு யாரும் பாடவில்லை என்றே சொல்லிவிடலாம்! உண்மை! இது!

ஒரு மெய்ஞ்ஞானியின் முதற்படி தன்னை அறிதலில் தான் உள்ளது. சரியை, கிரியை, யோகம், ஞானம் என்று எல்லாம் பிறகுதான்! தாயுமானவர்.

என்னை அறிய எனக்கறிவாய் நின்றருள்நின்
தன்னை அறிந்து இன்பநலம் சாரவைத்தால் ஆகாதோ?
(என்கண்ணி.2)

என்றுதான் ஏங்குகிறார். சைவ சித்தாந்தத்தின் அடிப்படையும், வேதாந்தத்தின் நோக்கும் ஆத்ம விசாரத்தில் உள் கலந்துள்ளன.

★ மனமற்ற நித்திரையில் தினம் அனுபவிக்கும் தன் சுபாவமான அச்சுகத்தை அடையத் தன்னைத் தானறிதல் வேண்டும். அதற்கு நானார் என்னும் ஞான விசாரமே முக்கிய சாதனம்...

மனம் என்பது ஆத்ம சொரூபத்தில் உள்ள ஓர் அதிசய சக்தி! அது சகல நினைவுகளையும் தோற்றுவிக்கின்றது. நினைவுகளை எல்லாம் நீக்கிப் பார்க்கின்ற போது, தனியாய் மனம் என்றோர் பொருளில்லை. ஆகையால் நினைவே மனதின் சொரூபம்!

சிலந்திப்பூச்சி எப்படித் தன்னிடமிருந்து வெளியில் நூலை நூற்று மறுபடியும் தன்னுள் இழுத்துக் கொள்கிறதோ, அப்படியே மனமும் தன்னிடத்திலிருந்து ஜகத்தைத் தோற்றுவித்து மறுபடியும் தன்னிடமே ஒடுக்கிக் கொள்கிறது. மனம் ஆத்ம சொரூபத்திலிருந்து வெளிப்படும் போது ஜகம் தோன்றும்; ஆகையால் ஜகம் தோன்றும் போது சொரூபம் தோன்றாது; சொரூபம் தோன்றும் போது (பிரகாசிக்கும் போது) ஜகம் தோன்றாது.

மனிதன் சொரூபத்தை விசாரித்துக் கொண்டே போனால் தானே மனமாய் முடியும். தான் என்பது ஆத்ம சொரூபமே! மனம் எப்போதும் ஒரு ஸ்தூலத்தையே அனுசரித்து நிற்கும்; தனியாய் நில்லாது, மனமே சூட்சும சரீரம் என்றும் ஜீவன் என்றும் சொல்லப்படுகிறது. இந்தத் தேகத்தில் நான் என்று கிளம்புவது எதுவோ? அஃதே மனமாம்!

நான் எங்குத் தோன்றுகின்றது என்று விசாரித்தால் அது இருதயத்தில் என்று தெரியவரும். அதுவே மனதின் பிறப்பிடம்... மனதில் தோன்றுகிற நினைவுகள் எல்லாவற்றிற்கும் நான் என்னும் நினைவே முதல் நினைவு! நானார் என்னும் விசாரணையினாலேயே மனம் அடங்கும். நானார்? என்னும் நினைவு மற்ற நினைவுகளை எல்லாம் அழித்துப் பிணம் சுடு தடிபோல் முடிவில் தானும் அழியும்.

மனத்தை வெளியிடாமல் இருதயத்தில் வைத்துக் கொண்டிருக்கும் போது நாம ரூபங்கள் மறைகின்றன. அப்படி வைத்துக் கொண்டிருப்பதற்குத் தான் அகமுகம் அல்லது அந்தர் முகம் என்று பெயர்; இருதயத்திலிருந்து வெளிவிடுவதற்குத்தான் பகிர் முகம் என்று பெயர். மனம் இருதயத்தில் தங்கவே எல்லா நினைவுகளுக்கும் மூலமான நான் என்பது போய் எப்பொழுதும் உள்ள தான் மாத்திரம் விளங்கும்.

நான் என்னும் நினைவு கிஞ்சித்தும் இல்லா இடமே சொரூபம் ஆகும். அதுவே மௌனம் எனப்படும். இவ்வாறு சும்மா இருப்பதற்குத்

தான் ஞான திருஷ்டி என்று பெயர். சும்மா இருப்பதாவது மனத்தை ஆன்ம சொரூபத்தில் லயிக்கச் செய்வதே! சொரூபமே ஜகம்; சொரூபமே நான்! சொரூபமே ஈசுவரன்! எல்லாம் சிவரூபமாம்!

முக்தி அடைவதற்கு மனத்தை அடக்க வேண்டும். மனோ நிக்ரகமே இதற்கு வழி! பந்தங்களிலிருக்கும் தான் யார் என்று விசாரித்துத் தன் யதார்த்த சொரூபத்தைத் தெரிந்து கொள்வதே முக்தி! சதா காலமும் மனத்தை ஆத்மாவில் வைத்திருப்பதற்குத்தான் ஆத்ம விசாரம் என்று பெயர்! *(பகவான் இரமணர், ஸ்ரீ ரமண நூற்றிரட்டு, நானார், பகுதி... சுருக்கம். பக்.84-92, ஸ்ரீ ரமணாச்சரம வெளியீடு, திருவண்ணாமலை, 1931).*

பகவான் இரமணரின் இந்த ஆத்மவிசாரம் பற்றிய விளக்கம் தெளிவின் தெளிவாகும். தாயுமானவர்க்குப் பின் ஒரு நூற்றாண்டு கழித்து வந்த அருளாளர், மெய்ஞ்ஞானத்துக்கு உரைகல் போன்ற ஞானிகளின் ஞானிதான் இரமணர். பட்டினத்தார், அருணகிரி, தாயுமானவர் என்று வாழையடி வாழையாகச் சும்மா இரு சொல்லற என்றவர்களின் வாக்குக்கு விளக்கம் தருவது போன்று அமைந்தது பகவான் இரமணரின் மேற்கண்ட கருத்துக்கள். நானார்? சும்மா இரு, மோனம் என்பது என்ன, மோனத்தின் வழி நிட்டை, நிட்டையினால் பேரின்பம் அகத்தினைப் பிரமமாய் ஆக்கிக் கொள்ளுகிற தத்வமசி நிலை ஆகிய எல்லாம் இந்த விளக்கத்தால் தெளிவுபெறும்! பகவான் இரமணரின் அனுபவ விளக்கம் இது. வேதாந்த சாரம், சித்தாந்த சாரம், வேதாந்த சித்தாந்த சமரச நன்னிலையின் சாரங்கள் ஆகிய எல்லாம் இந்த விளக்கத்தால் ஒளிபெறும், இரமணரும் வேதாந்த மார்க்கத்தில் ஆகமவாசியில் பயணம் செய்தவர். பாரமார்த்திகனுக்கு பிரம்மத்தோடுள்ள ஏகத்துவம் பாரமார்த்திகமே! *(மேலது.ப.82)* என்பது தான் மெய்யான ஞானம். மனோ நிக்கிரகமே நூல்களின் முடிவனான கருத்து என்று அறிந்துகொண்ட பின்பு நூல்களை அளவின்றிப் படிப்பதில் பயனில்லை என்றும் இரமணர் கருதுவார் *(மேலது.ப.92)*. கற்றாரை யான் வேண்டேன் கற்பனவும் இனி அமையும் *(திருவாசகம்.ப.558)* என்று மணிவாசகரும் ஏட்டுஞானங்களின் பயனின்மையை, ஒரு சாலோக ஞானம் பெற்ற நிலையில் சாடுவார். மன அடக்கத்தில் மோனம் முடிசூடி இருக்கும் போது அங்கு இங்கு என்னாதபடி எங்கும் பிரகாசமாய் ஆனந்த பூர்த்தியாகிய அருள் வெளி தரிசனம் தான்! இன்பமாய் என்றைக்கும் உள்ளது எதுவோ அதனோடு சங்கமம்தான்! தாயுமானவத்தின் உட்கிடையே இதுதான்! அகண்டாகார சிவபோகம் எனும் பேரின்ப வெள்ளம் பூரணமாகி, ஏக உருவாகத்

தாயுமானவத்தில் - முழுவதுமாக இப்படித்தான் கிடக்கிறது! இந்தச் செம்மாந்த நிலை மெய்ஞ்ஞானிகட்கான அருட்பேறு ஆகும்.

இறுமாந்து இருப்பன் கொலோ
ஈசன் பல்கணத்து எண்ணப்பட்டுச்
சிறுமானேந்தி தன் சேவடிக் கீழ்ச்சென்றங்கு
இறுமாந்து இருப்பன்கொலோ என்பர் அப்பர்
(அப்பர், தேவாரப் பதிகங்கள், அடங்கல் முறை.4250)

என் கடன் பணி செய்து கிடப்பதே என்று பாடிய அப்பர் பெருமான் தான் இப்படித் தனது இறுமாந்திருக்கும் நிலையினையும் பாடியுள்ளார். இதுதான் மோனத்தின் உச்சியில் பெற்ற ஞான இன்பத்தின் நிலை! இந்த இன்பத்தை வையம் பெறுவதற்காகத்தான் மூலன் வழிவந்த தாயுமானவரும் பாடிச் செல்கிறார். அவர் கண்ட பேரின்பம் எல்லாம் தனித்த இலக்குகளில் காணப்படுகின்றன. ஆத்மாவோடு பாரமார்த்திகத்தை ஐக்கியப்படுத்துவதில் அவர் பாடல்கள் மானுடத்திற்கு ஆற்றுப்படுத்துகின்றன. அவரது பரசிவ வணக்கம் தொடங்கி, அவரது ஆனந்தக் களிப்பு வரை ஓர் ஆன்ம நீரோட்டம் - பேரின்பக் கடலில் கலப்பது போன்றதுவரை முழுமை பெற்ற ஒரு படிமம் போலத் திகழ்கிறது. ஒரு மலைமுகட்டிலிருந்து தொடங்கி ஒரு பள்ளத்தாக்கு வரை பாயும் போக்கில் அது காணப்படுகின்றது. கற்றறிந்த ஞானிகளுக்கான கனத்த பாடல்களில் தொடங்கிக் கல்லாத நல்லவர்களின் கடைக்கோடி இதயங்களுக்கான ஆனந்தக்களிப்பு மெட்டுவரை அவர் பாடியிருக்கும் போக்கில் அவரது பாடல்கள் காணப்படுவதுதான் தாயுமானவரைத் தமிழ்ப்பக்தி இலக்கியத் தத்துவப் பாடல்களின் உலகில் தனித்து அடையாளம் காட்டுகின்றன. தரவுகளில் தொடங்கித் தாழிசை, அராகம், சுரிதகம் என்று கலிப்பா நிறைவதுபோலத் தென்படுகிறது. பக்தி இலக்கியத்துக்குத் தலைவாரித் தத்துவப்பூக்களைச் சூடியிருக்கும் தாயுமானவர் திறம் வியப்புக்குரியது. சாதாரண கரவுகள் அற்ற குருவிகளின் தலையில் அண்டப்பகுதியைப் பூக்களைப் போலச் சுமைகள் இன்றி, ஏற்றி வைத்துப் பரம் என்பது எங்கோ இல்லை அது உன் நெஞ்சில் தான் இருக்கிறது என்று சொல்லியும் சொல்லாமலும் தாயுமானவர் ஒரு வித்தகச் சித்தராய்க் கவிஞராய்க் காணப்படுகிறார்.

தமது ஆத்மவிசார ஆய்வுகளில் கண்ட அடங்காமனம், மாயங்கள், கொட்டங்கள், அடங்கிய மனம், வாசனா மலங்களால் திரிந்து போன நல்ல மனம், கெட்ட மனம் (சார்பு நிலைகளில்) அந்தக்கரணங்கள் என்று சித்தாந்தம் பேசும் மனம், புத்தி, சித்தம், அகங்காரங்கள் என்று

அத்தனையும் தாயுமானவர் விரிவாகப் பாடுகிறார். உயிரையும், இறைவனையும் பிரித்து வைக்கிற அத்துணைத் தடைகளையும், பேரின்பத்துக்கு முட்டுக்கட்டைகளாய் நின்ற அத்துணையையும் தாயுமானவரின் பாடல்களில் எழுத்து, அசை, சீர், தளைபோலத் தொடர எல்லாம் விளக்கமுறப் பாடுகிறார்.

ஆசை எனும் பெருங்காற்றூடு இலவம் பஞ்சு
எனவும் மனது அலையும் காலம்
மோசம் வரும்! இதனாலே கற்றதும்
கேட்டதும் தூர்ந்து, முக்திக்கான
நேசமும் நல் வாசமும் போய்ப் புலனாய்
இல் கொடுமை பற்றி நிற்பர்! அந்தோ
தேசுபழுத்து அருள்பழுத்த பராபரமே!
நிராசை இன்றேல் தெய்வம் உண்டோ? (ஆசை எனும்.1)

ஆசை எனும் பெருங்காற்றில் இலவம் பஞ்சாய் அலையும் மனத்தால் குடும்பப்பற்றின் காரணமாக மோசம் நேரும்; கற்றதும் கேட்டலும் பாழாகும்; முக்திக்கான விருப்பம் மோசமுறும்; குருகுலம் வாசம் முதலிய நல்தொடர்புகள் கெடும்; புலன்வேறு மனம் வேறு என்று வேறுபாடு எழாதவாறு ஐம்புலன்களில் ஒன்றிப் போய், இல்வாழும் பற்றுக்களினால் பீடிக்கப்பெற்று விடமுடியாதழிவர். பிரபஞ்ச மாயையில் கிக்கியவர்க்கு நிராசை எனும் பற்றின்மைதான் தெய்வம் என்பது எங்கே தெரியப் போகிறது? எனும் பொருளில் தாயுமானவர் மனதால் நேரும் கொடுமைகளை எல்லாம் விவரிப்பர்; பிரபஞ்ச மாயை யாவும் மனோ விகாரத்தால் நேர்கிறது; கருமங்களின் பழக்க வழக்கங்களால் மனதின் வழி சொல், சொல்லின் வழித் தொழில்கள் நேரும்; குற்றங்களே செய்யும் அந்த மனமே மாயை; அதனால் கண்டன எல்லாம் பொய் என்பர்! (மேலது.28) மனம் எனும் மாயையிலிருந்து வீடு பெற்று மெய்யாகத் துறக்கும் போது மட்டும் உயிர் உய்யும் என்பார்!

வைத்த நிதி, பெண்டிர், மக்கள், குலம், கல்வி எனும்
பித்த உலகில் பிறப்போடு இறப்பு என்னும்
சித்த விகாரக் கலக்கம் தெளிவித்த
வித்தகத் தேவர்க்கே! சென்றூதாய் கோத்தும்பி (திருவாச.220)

என்பதில் மணிவாசகர் இவ்வாறு அடுக்கிய இந்த விகாரங்கள் அத்தனையும் மாயையின் லீலைகள்! இந்தக் கலக்கங்களிலிருந்து விடுதலை பெற பலபேர் பாடியிருந்தாலும் தாயுமானவர் பட்ட பாடுகளை அவர் பாடியுள்ள விதங்கள் அலாதியானவை!

தக்க நின் அருள் கேள்வியோ
சிறிதும் இன்றித் தமியேன்
மிக்க தெய்வமே! நின் இன்ப
வெள்ளத்தில் வீழேன்;
ஒக்கல் தாய் தந்தை மகவு எனும்
பாசக் கட்டுடனே
துக்க வெள்ளத்தில் ஆழ்கிறேன்
என் செய்வான் துணிந்தேன்? (தாயு.எனக்கென :26)

என்றும், முற்றுமாக இறைவனிடம் தான், தனது அற்று இருந்தாலும், தன் மனத்தகத்து அழுக்குகளை எல்லாம் அவனே நீக்கி எப்படி அருளுவானோ அப்படி அருளட்டும் என்று ஆண்டவன் விருப்பத்துக்கே விட்டு விடுகிறார். தமது பாடல்களில், அருமையான கவிதைகளில் மீண்டும் இன்னொரு திருவாசகத்தைப் படிப்பது போல, அவரது முறையீடும், வேண்டுதல்களும் தாயுமானவத்தில் கொட்டிக் கிடக்கின்றன.

எனக்கெனச் செயல் வேறு இலை!
யாவும் இங்கு ஒருநின்
தனக்கெனத் தகும்; உடல் பொருள்
ஆவியும் தந்தேன்!
மனத்தகத்து உள அழுக்குஎலாம்
மாற்றி எம்பிரான் நீ
நினைத்தது எப்படி, அப்படி
அருளுதல் நீதம்! (எனக்கென.1)

இத்தகு வேண்டுதல்களையும், அவன் விருப்பத்திற்கிணங்கச் செய்யட்டும், அதுவும் அவன்தன் விருப்பன்றே எனும் மணிவாசகம் தாயுமானவத்திலும் மணக்கிறது!

என்னைத்தான் இன்னவன்ணம் என்று
அறிகிலா ஏழை!
தன்னைத்தான் அறிந்திட அருள்புரிதியேல்
தக்கோய்!
பின்னைத்தான் நின்தன் அருள்பெற்ற
மாதவப் பெரியோர்
நின்னைத்தான் நிகர் யார்? என
வாழ்த்துவர் நெறியால்! (தாயு.எனக்கென.3)

இத்தகைய ஆத்தும விசாரம் தாயுமானவத்தின் தொடர் சுருதியாக ஓடுகிறது. துக்கமும், விம்மலும், அழுகையும் ஒரு பக்தனாய் நின்று அவர் பாடுமிடங்களில் எல்லாம் ஒலிக்கின்றன.

எண்ணாத எண்ணமெல்லாம் எண்ணி எண்ணி ஏழைநெஞ்சம்
புண்ணாகச் செய்தது இனிப்போதும் பராபரமே! (பரா.35)

ஓயாதோ? என் கவலை! உள்ளே ஆனந்த வெள்ளம்
பாயாதோ? ஐயா! பகராய் பராபரமே! (பரா.29)

நீராய்க் கசிந்துருகி நெட்டுயிர்த்து நின்றேனைப்
பாராது என்னே? பகராய் பராபரமே! (பரா.235)

உள்ளக் கொதிப்புஅகல உள்உள்ளே ஆனந்த
வெள்ள மலர்க்கருணை வேண்டும் பராபரமே! (பரா.268)

பஞ்சாய்ப் பறக்கும் நெஞ்சப்பா வியைநீ கூவிஐயா
அஞ்சாதே என்று இன்னருள் செய்யவும் காண்பேனோ?
(காண்பேனோ.கண்ணி.2)

என இதனைப் பல இடங்களில் பல பாடல்களில் காணலாம்.

சொல்லால், தொடர் பொருளால்
தொடராப் பரஞ்சோதி! நின்னை
வல்லாளர் கண்டவழி கண்டிலேன்
ஜகமார்க்கத்திலும்
செல்லாது என்சிந்தை, நடுவே
கிடந்து, திகைத்து விம்மி
அல்லானதும் பகலானதும்
வாய்விட்டு அரற்றுவனே! (பாயப்புலி.29)

ஏன் அழுகிறேன் என்று தாயுமானவர் வெளிப்படுத்தும் இடங்களில் பாயப்புலி பாட்டுப்பகுதி முக்கியமானதாகிறது. எல்லோரும் கரை சேர்ந்து விட்டார்கள் ; தான் மட்டும் தனித்துக் கிடப்பதோ? என்பதை இப்பாட்டு புலப்படுத்தும். கல்லாலின் பாட்டுப் பகுதியிலும் தான் படும் பாட்டினைத் தவிப்பின் ஓலத்தில் வெளிப்படுத்துகிறார்.

உண்டோ? நீ படைத்த உயிர்த் திரளில் என்போல்
ஒருபாவி? தேகாதி உலகம் பொய்யாக்
கண்டேயும், என் அளவுத் துறவும் இன்றிக்
காசினிக்குள் அலைந்தவர் யார்? காட்டாய் தேவே! (13)

முற்றுமோ? எனக்கு இனி ஆனந்த வாழ்வு?
மூதறிவுக்கு இனியாய்! நின் முளரித்தாளில்
பற்றுமோ சற்றுமில்லை! ஐயோ! ஐயோ!
பாவிபடும் கண்கலக்கம் பார்த்திலாயோ! (15)

சொல் ஆய தொகுதி எலாம் கடந்து நின்ற
சொரூபானந்தச் சுடரே! தொண்ட னேனைக்
கல்ஆகப் படைத்தாலும் மெத்தநன்றே
கரணமுடன் நான்உறவு கலக்கமாட்டேன் (20)

கலங்காத நெஞ்சுடைய ஞான தீரர்
கடவுள்உனைக் காணவே காயம் ஆதிப்
புலம் காணார்! நான் ஒருவன் ஞானம் பேசிப்
பொய்க்கூடு காத்தது என்ன புதுமை கண்டாய்? (21)

கண்டிலையோ? யான் படும்பாடு எல்லாம்; மூன்று
கண் இருந்தும் தெரியாதோ? கசிந்து உள்ளன்புஆர்
தொண்டர் அடித் தொண்டன் அன்றோ? கருணை நீங்காச்
சுத்தபரி பூரணமாம்! ஜோதி நாதா! (22)

என்று பாடியிருப்பதில் அதன் உச்சத்தைக் காணலாம். அழுதால் உன்னைப் பெறலாமே! என்றார் மணிவாசகர். பக்தி உலகில் இந்த அழுகை என்புருக்கும் பாடல்களைத் தாயுமானவர்க்கும் தந்து விடுகிறது. நைந்துருகும் அடியார்கள் வழிபாட்டில் காதலாகிக் கசிந்து கண்ணீர் மல்குவது இயல்பாகி விடுகிறது.

இவ்வளவு ஏன்? இறைவனைச் சேரத்துடிக்கும் இலக்குகளில் தாங்கள் பின்தங்கிக் கிடப்பதாக நினைக்கும் நினைவுகள்தாம் - ஆத்ம விசாரம் தான்! தான்; தனது அறவில்லை; மோன ஞானம் இல்லை; மோக மயக்கத்தில் - அகங்கார ஆணவத்தில் இருந்து விடுபடவில்லை; மனம் அடங்கக் கற்கவில்லை; நிட்டை இல்லை; நியதி இல்லை; முக்தி எவ்வாறு கூடும்? பேரின்பம் எவ்வாறு கிட்டும்? என்று நினைக்கிற போது தம்மை நொந்து இறைவனிடம் வேண்டும் நிலைகளில் இவர்களிடம் அழுகை கண்ணீரில் கலந்து ஒழுகுகிறது; தெய்வீக நினைவுகளில் ஆழ்ந்து அவர் பாடல்கள் அமைந்து விடுகின்றன. தாயுமானவரின் ஏக்கமே; அவரே பாடுவது போல மொழிக்கு மொழி தித்திப்பான தமிழின் தீங்கவிதைகளாக வெளிப்பட்டு விடுகின்றன! புலம்பிய சொற்கள் மறைந்து போகின்றன.

மனத்தைத் திட்டிப்பாடும் போது, அந்தக்கரணங்களின் ஆழங்களை அளந்தவராகத் தாயுமானவர் தெரிகிறார். மனதைப் பற்றி இத்தனைத் தெளிவாகத் தாயுமானவரே பாடுகிறார் என்றால் அது அவர் பாடல்களில் காணப்படும் சிறப்பாகவே தெரிகிறது.

பூராயமாய் மனதைப் போக்க அறியாமல் ஐயோ
ஆராய் அலைந்தேன் அரசே! பராபரமே! (168)

சினம் இறக்கக் கற்றாலும் சித்தி எலாம் பெற்றாலும்
மனம் இறக்கக் கல்லார்க்கு வாயேன் பராபரமே (169)

வாதுக்கு வந்து எதிர்த்த மல்லரைப்போல் பாழ்த்தமனம்
ஏதுக்குக் கூத்தாடுது? எந்தாய் பராபரமே! (170)

சூதாடுவார் போல் துவண்டு துவண்டு மனம்
வாதாடி என்னபலன்? வாய்க்கும் பராபரமே! (171)

கொள்ளித்தேள் கொட்டிக் குதிக்கின்ற பேய்க்குரங்காய்க்
கள்ளமனம் துள்ளுவது என் கண்டாய் பராபரமே! (172)

இதுபோலத் தமிழ் இலக்கியங்களில் மனதின் விகாரங்களைச் சேட்டைகளை வேறு யாரும் இவ்வளவுக்குப் பாடவில்லை.

காடும் கரையும் மனக்குரங்கு கால்விட்டோட
அதன்பிறகே
ஓடும் தொழிலால் பயன் உளதோ? (காடும் கரை.1)
குணமிலா மனம் எனும் பேய்க் குரங்கின் பின்னே
மாறாத கவலையுடன் சுழல எனை வைத்தனையே!
(கல்லாலின்.4)

என்றெல்லாம் கேட்கிறார். மிகச்சிறந்த தவராச யோகியாய்த் தாயுமானவர் இருந்ததனால் மனத்தின் உள்ளும் புறமும் எல்லாம் ஆராய்ந்ததன் விளைவாக மனதைப் பற்றிய முழுச் சித்திரங்களைத் தீட்டுகிறார். பாரமார்த்திக ஐக்கியத்திற்கு மனம் எத்தனைத் தடையாக உள்ளது என்பதுதான் அவரது நோக்கம்!

எனது என்பதும் பொய்! யான் எனல் பொய்!
எல்லாம் இறந்த இடம் காட்டும்
நினது என்பதும் பொய்! நீ எனல் பொய்!
நிற்கும் நிலைக்கே நேசித்தேன்!
மனது என்பதுமோ என்வசமாய்
வாராது ; ஐய! நின் அருளோ
தனது என்பதுக்கும் இடம் காணேன்
தமியேன் எவ்வாறு உய்வேன்? (தன்னை ஒருவர்.5)

ஒரு யோகிக்கான போராட்டம் எத்தகையது என்பதை இதைவிடக் கூற முடியாது. மனம் அடங்கக் கற்பதற்கு அகப்போர் நடத்த வேண்டி உள்ளது.

சிந்தைத் துயர் என்று ஒருபாவி
சினந்து சினந்து போர் முழங்க

நிந்தைக்கு இடமாய் ஜகவாழ்வை
நிலை என்று உணர்ந்து நிற்கின்றேன்!
எந்தப்படி உன் அருள் வாய்க்கும்!
எனக்கு அப்படி அருள் செய்வாய்! (மேலது.7)

என்றே முடிவாகப் பாடுகிறார். மனதுடனான சமர் - போர் பற்றி ஒரு யோகி சந்திக்கும் களங்களை இவ்வாறு விரிவாகவே பாடுகிறார்.

பஞ்சாய்ப் பறக்கும் நெஞ்சப் பாவியைநீ கூவி ஐயா
அஞ்சாதே என்று இன்னருள் செயவும் காண்பேனோ! (21)

ஆடு கறங்காகி அலமந்து உழன்று மனம்
வாடும் எனை ஐயா நீ வா எனவும் காண்பேனோ (22)

எனும் கண்ணிகளில் எல்லாம் தொடர்ந்து பாடுவார்.

வாதனையோடு ஆடும் மனப்பாம்பு மாய ஒரு
போதனை தந்து ஐயா! புலப்படுத்த வேண்டாவோ?

என்று வேண்டாவோ என்னும் கண்ணியிலும் பாடுகிறார்.

சிவபிரானை அழைத்துக் கூவினால் அல்லது மனக்கல் கரையாது; கல்லாவது ஒரு நாள் கரைந்து விடும்; ஆனால் தனது நெஞ்சக்கல் ஒரு நாளும் உருகாதோ? என்று உருகும் நிலையில், தனது நெஞ்சினை வன்நெஞ்சோ, இல்லை மர நெஞ்சோ, இருப்புநெஞ்சோ - இலலை மண்ணாங்கட்டி நெஞ்சோ என்று உளம் நொந்து பாடுகிறார் சில இடங்களில்;

கல் லேனும், ஐய ஒரு காலத்தல் உருகும் என்
கல் நெஞ்சம் உருக இலையே! (சுகவாரி.3)

வன்நெஞ்சோ, இரங்காத மரநெஞ்சோ
இருப்பு நெஞ்சோ? வயிரமான
கல்நெஞ்சோ? அல்லது மண்ணாங் கட்டி
நெஞ்சோ எனது நெஞ்சம்! (ஆசை எனும்.4)

போன்ற இடங்களில் எல்லாம் இதனைக் காண முடியும்.

என்னுடைய உயிரே! என் உளத்து அறிவே!
என்னுடைய அன்பு எனும் நெறியாய்!
கன்னல்முக்கனி தேன், கண்டமிர்து என்னக்
கலந்து எனை மேவிடக் கருணை
மன்னிய உறவே! உன்னை நான் பிரியா வண்ணம்
என்மனம் எனும் கருவி

தன்னது வழியற்று என் உழைக் கிடப்பத்
தண்ணருள் வரமது வேண்டும் (ஆசை எனும்.40)

என்று மனக்கருவியின் கொட்டம் அடங்கிக் கிடக்க, இறைவன் தன் அருகில் இருக்க இனிய வரம் வேண்டுகிறார்.

தாயுமானவத்தைத் தத்துவத் தமிழ்க்கான கொடை என்று நோக்கும் போது, புதிய யோக சூத்திரங்கள் - மனதின் ஆழங்களை - மனதின் இயல்பனைத்தையும் பாடும் பாடல்களைப் பாடி ஆராய்ந்தவராகிறார் தாயுமானவர்.

ஒன்றை நினைந்து ஒன்றை மறந்து
ஓடும் மனம் (பராபர.87)

விரிந்த மனம் ஒடுங்கும் வேளையில்
நானாகப் பரந்த அருள்வாழி (பரா.136)

சிந்தனைபோய் நான்எனல் போய்த் தேக்க
இன்பமா மழையை வந்து பொழிந்தனை (பரா.137)

மருகச் சுழலும் மனக்குரங்கு மான
வாளா இருப்பேனோ? (ஆசை.13)

மனம் எனும் பேய்க்குரங்கு (கல்லாலின்.4)

அந்தக்கரணம் எனும்
ஆகாத பேய் (பராபர.251)

மனம் எனும் வானரக்கை மாலை (எந்நாட்.தத்துவ.5)

புத்தி எனும் துத்திப்பொறி அரவின்
வாய்த்தேரை ஒத்துவிடாது (மேலது.8)

வால் அற்ற பட்டம் என
மாயா மனப்படலம் கால்அற்றுவீழ (காண்பேனோ.7)

ஆடு கறங்காகி அலமந்து உழன்றுமனம் (மேலது.82)

வாதனையோடு ஆடும் மனப்பாம்பு (வேண்டாவோ கண்ணி.2)

காட்டிய அந்தக் கரணமும் மாயை (பாயப்புலி.47)

பொல்லாத மாமர்க்கட (குரங்கு) மனமே! (பாய.49)

மனம் எனும் பெரிய மத்த யானை (அகிலாண்ட.1)

என்று இவ்வாறும், இவை போலவும் மனதைத் திட்டிப் பாடியவர் வேறு இலர் எனலாம். மனதின் கொடுமைகளைப் பலவாறு பேசி அதன் கொடுமை தாங்காத நிலையில்,

ஏதுக்கும் சும்மா இருமனமே! (உடல் பொய் உறவு.5)

என்றெல்லாம் கெஞ்சிவிட்டு, அதனைக் கொல்லவும் துடிக்கிறார்.

ஓராயிரம் புத்தி சொன்னாலும்
ஓர்கிலை ; ஓ! கெடுவாய்!
பாராய்; உனைக் கொல்லுவேன்!
வெல்லுவேன்! அருள் பாங்குகொண்டே! (பாயப்புலி.50)

என்பர்.

இது தாயுமானவரின் உச்சத்துக் கோபத்தைக் காட்டும்.

அவர் இவ்வாறு எல்லாம் திட்டிப்பாடியதற்கான காரணத்தை ஆராய்ந்தால் உண்மை புலப்படும். காமம், வெகுளி, மயக்கங்கள் எல்லாம் பேரின்பத்துக்குத் தடைகள்; நிர்விகற்ப நிட்டைக்கு எதிரிகள்; வைத்த நிதி, மனைவி, பெண்டிர், மக்கள், குலம், ஜாதி, சிற்றின்ப விழைவு, பொன்மீது பற்று, பெண்மீது பற்று, மண்மீது பற்று என்று பற்றுக்கு விளைநிலமாகிறது மனம். அற்றது பற்றெனில் உற்றது வீடு என்பார் நம்மாழ்வார். பற்றுக பற்றற்றான் பற்றினை *(குறள்.350)* என்பர் திருவள்ளுவர். மாசற்ற தெய்வீகத்தின் வாசலைக் காட்டாது பற்று! தான், தனது எனும் அகங்கார மமதைகளுக்கு மனதே சூதாடுகிறது. மீனாட்சிப் பேரரசின் அவையில் அமைச்சராய் இருந்த தாயுமானவர். தமது கால அரசியலார் தமது வேட்கையையும் கூட, அவர்தம் ஆசைக்கோர் அளவிலாத நிலையினையும் கண்டவர் ஆதலின்,

நாடும் நகரும் நிசான் நாட்டிய பாளயமும்
ஈடு செயுமோ முடிவில் எந்தாய் பராபரமே (232)

தேடும் திரவியமும் சேர்ந்த மணிப்பெட்டகமும்
கூடவரும் துணையோ? கூறாய் பராபரமே! (233)

என்று பாடுகிறார். ஆசைகளின் கைதி ஆனவனுக்குப் பொய் திகழும், உலக நடை தெரியாது; மெய்ப்பொருள் காணும் ஞான வேட்கை தெரியாது; பக்தர்கள் அருந்தும் பரமசுகம் தெரியாது; மைகாட்டும் மாயை மயக்கம் என்பதும் தெரியாது; மால் வைத்த சிந்தை மயக்கு தெரியாது; மண் ஆன மாயைகள் தெரியாது; முத்தியும் தெரியாது; முத்தாந்த வித்தும் தெரியாது; சித்தாந்த மார்க்கச் சிறப்பும் தெரியாது; இந்திரஜாலம், கனவு, கானலின்நீர் உலகம் - உலக வாழ்வு என்றெல்லாம் கூடத் தெரியாது. பார் அனைத்தும் பொய் என்பது தெரியாது; காதறுந்த ஊசியும் கூட அவனோடு கடைசியில் வருமா என்பதும் தெரியாது! இத்தனை அறியாமைகளுக்கும் மனம்தான் காரணம்! மனம் போன

வழியில் போகிற போது தான், ஐந்தடக்கல் ஆற்றாத போதுதான், இவ்வளவும்!

மனிதன் தன்னை அறிந்து ஒழுகும்போது - ஐந்தடக்கும் போது, பொய்தீர்க் காட்சிப் புரையோனாக மாறும் போது செம்மை மனம் கூடும்; தான் அறப் பெற்றவன் ஆகும் போது மன்னுயிர் ஓம்பும் அருளாளன் ஆக மாறுவான்; எவ்வுயிர்க்குள்ளும் இறைவன் இருக்கிறான் என்பதை அறிவான். செந்தண்மை பூண்டு ஒழுகும் செம்மை ஞானம் அவனைத் தெய்வம் ஆக்குகிறது. எல்லா உயிரும் இன்புற்று இருக்கும் வேட்கை அவனிடம் தளிர்க்கும். இரும்பு பொன்னாவது போல, நரி பரி ஆவது போலச் சித்தம் சிவம் ஆன நிலையில் எல்லா உயிர்களும் அவனைத் தொழ ஆரம்பித்து விடும். இந்த மனிதப் பூரணத்துவத்துக்கு - மனித நிறைவுக்குச் செம்மை மனம் தேவை. அந்தச் செம்மை மனத்தைத் தாயுமானவர் கூவி அழைத்துக் கோவில் கட்டுகிறார்.

ஊழில் ஆகூழ், போகூழ் என்று வகைப்படுத்துவது போல மனத்துக்குள் சிறிய மனம், பெரிய மனம் காணப்படுவதைத் தாயுமானவர் கண்டுபிடிக்கிறார். ஈனமனதை ஒல்லும் வகையெல்லாம் திட்டிச் சித்திரம் தீட்டிய அவரே ஞானமனத்தைக் கூவிப்போற்றுகிறார். தமிழ் ஞானிகளில் இவரைப் போல ஞானமனத்தின் தரிசனத்தை வேறுயாரும் பாடவில்லை என்பதை முக்கியமாக அறியவேண்டும். நல்வினை - தீவினைகளில் ஒப்ப நோக்கும் நிலைகளைச் சித்தாந்த ஞானியர் இருவினை ஒப்பு என்பர். ஓடும் செம்பொனும் ஒக்க நோக்கும் சமதிருஷ்டிப் பார்வையுடைய ஞானியரைத் - திருக் கூட்டத்தவரைப் பாடி உள்ளார் சேக்கிழார். தம் பெரியபுராணத்தில் தமக்கு ஒப்பில்லாத திருக்கூட்டத் திருத்தொண்டு ஞானியரைப் பாடும் போது,

கேடும் ஆக்கமும் கெட்ட திருவினார்!
ஓடும் செம்பொனும் ஒக்கவே நோக்குவார்;
கூடும் அன்பினில் கும்பிடலே அன்றி
வீடும் வேண்டா விறலின் விளங்கினார் என்பர் (பெரிய. திருக்கூட்.8)

வேண்டாமை அன்ன விழுச்செல்வத்தைத் திருவாகப் (குறள்.363) பெற்றவர்கள் மெய்ஞ்ஞானிகள். அப்பர் பெருமான் தம் இறுதிக் காலத்தில் பூம்புகலூரில் வதிந்து உழவாரத் திருத்தொண்டு செய்து இருந்த நிலையில்,

புல்லோடும் கல்லோடும் பொன்னோடு மணியோடும்
சொல்லோடும் வேறுபாடு இலாத, நிலையில் (பெரியபுரா.1688)

இருந்ததைப் பாடுவர். இதுதான் மெய்ஞ்ஞானக்காட்சி, தாயுமானவர் மனதற்ற பெருநிலையில்,

ஓடும் இருநிதியும் ஒன்றாகக் கண்டவர்கள்
நாடும் பொருளான நட்பே பராபரமே! (16)

என்று போதாந்தப் புண்ணிய ஞானிகளின் பெருமையினைப் பாடுவர். மனிதரைச் சிறுமையில் ஆழ்த்துவதும் மனமே! மனித விழுமியங்களில் செழுமை காப்பதும் செம்மை மனமே ஆகும். ஞானியர்க்குச் செம்மையின் ஆணியாகத் திகழும் மனத்தைத் தாயுமானவர் இனங்கண்டு சிறப்பாகப் பாடுவர். ஞானியர்க்கு வேண்டத்தக்கது ஆன இந்த மனத்தினைத்,

தன்னிலே தானாக நினைந்து, கனிந்து
அவிழ்ந்து, சக சமாதி ஆகப்
பொன்னிலே பணிபோலும் மாயைதரும்
மனமே! உன்புரைகள் தீர்ந்தாய்!
என்னினோ யான் பிழைப்பேன்! எனக்கு இனியார்
உன்போல்வார் இல்லை! இல்லை!
உன்னிலோ திருவருளுக்கு ஒப்பாவாய்! என்
உயிர்க்கோர் உறவும் ஆவாய்! (மண்டலத்தின்.8)

என அற்புதமாகப் பாடுவார். ஆத்ம சாதகன் மனம் பண்படுவதற்கு மனத்திற்கு வேண்டிய துணை வேறு ஒன்றும் இல்லை. இகழ்ச்சிக்குரிய மனத்தைத் திட்டிப் பாடியவர் தான், புகழ்ச்சிக்குரியதாக அம்மனம் பண்பட்ட நிலையில் அதனை இவ்வாறு ஆராதிக்கிறார். மண்டலத்தின் பகுதி நிறைவுப்பாடல்கள் இதுபோலவே சீர்பட்ட மனத்தை வாழ்த்துகின்றன.

உடல் எடுத்தவர்கள் உலகைப் படைத்த பிரமனாக இருந்தாலும் மனதே உன்னை வெல்ல முடியாது; உன்னை நீக்கி விட்டுக் காலம் கழிப்பதற்கு இகபர சித்திகளாலும் முடியா; இதனால் உன்னை வீணே நீ ஒரு அசத்து என்றும் கூறமுடியாது. அது வழக்கு அன்று; உன்னை ஒரு சத்து என்றே வாழ்த்துவேன்; எனது சிறுமைகள் யாவும் கெட்டழிய வேண்டும். எனவே பெருமையோடு உன் ஜன்ம தேசத்திற்கே போய்விடு! செத்தொழிந்து விடு எனும் கருத்தில் ஒரு பாட்டுப்பாடி மனத்தை வாழ்த்துகிறார்.

உற, உடலை எடுத்தவரில் பிரமாதியேனும்
உனை ஒழிந்து தள்ளற்கு
அறவும் அரிதரிது என்றோ? இகபரமும்
உன்னையன்றி ஆவதுண்டோ?

வறிதுன்னை அசத்து என்னல் வழக்கன்று!
சத்து எனவும் வாழ்த்துவேன்! என்
சிறுமைகெட பெருமையின் நின் ஜென்ம தேயத்தினில்
நீ! செல்லல் வேண்டும். (மண்டல.9)

என்பதில் சத்தே! என்று உன்னை வாழ்த்துகிறேன். எனக்கு என் சிறுமைகள் தீர வேண்டும் மனமே! போய்வா! உன் ஜென்ம தேயத்துக்குப் போ! அங்குச் செத்துப்போய்விடு! நீ! அதுதான் உனக்குப் பெருமை! என்று மனதை வேண்டும் மணியான பாட்டு இது!

இன்னொன்று மனமே! அந்த நாட்களில் என்னோடு அதிகம் பழகிய நீ, எனைப் பிரிந்த கவலையால் இன்று மாண்டு கிடந்தாலும் அந்த இடத்தையும் முழுமை பெற வணங்குவேன்! என்னை ஆண்ட மோனகுருவின் திருவருளால் யான், எனது அற்று அட்டமா சித்திகளையும் பெற்று அருள் உருவாக மாறிவிடுவேன்! முக்தியும் எனக்கு உண்டாகும்; உன்னாலே என் கவலைகள் எல்லாம் தீர்வேன்! எனும் பொருளில் மெய்ஞ்ஞானப்பாட்டாகத் தாயுமானவரிடம் ஓடி வருகிறது! மனதின் இறப்புக்கு ஓர் அருமையான இரங்கற்பா போல,

வேண்டியநாள் என்னோடும் பழகியநீ
எனைப் பிரிந்த விசாரத்தாலே
மாண்டு கிடக்கினும் அந்த எல்லையையும்
பூரணமாய் வணக்கம் செய்வேன்!
ஆண்டகுரு மௌனிதன்னால் யான் எனது அற்று
அவன் அருள் நான் ஆவேன் பூவில்
காண்தக எண்சித்தி முக்தி எனக்குண்டாம்!
உன்னால் என் கவலை தீர்வேன்! (மண்டல.10)

அடுத்து வஞ்சப்பா போலத் தாயுமானவரிடம் ஒரு நெஞ்சப்பா பிறக்கிறது. மனம் அழிந்து அதனுடைய ஜென்ம தேசத்துக்கே போய்விட்ட போது தீராமல் கிடந்த எனது ஜெனனவழக்கு (பிறப்பாதி) எல்லாம் தீர்ந்துவிடும்; அவைகள் இந்தப் பிறவியிலேயே போய்விடும்; எல்லோர்க்கும் அரிதான ஜீவன்முக்தியும் எனக்குத் கிடைத்துவிடும்! ஐயோ! அந்த நிலையில் உனக்கு ஆன உவமைகளைச் சொல்லத் தான் முடியுமா? கார்மழை என்பேனா; கற்பகப் பூஞ்சோலை என்பேனா? என்னை விடு! பூமி முதலாக உள்ள ஏழு உலகங்களிலும் உன்புகழ் பாட ஒருவராலும் முடியாது! என்று மனத்துக்கு விடைதந்த பாட்டாக,

தீராத என்ஜனன வழக்கு எல்லாம்
தீரும்! இந்த ஜனனத் தோடே;

யாரேனும் அறிவரிய ஜீவன் முக்தி
உண்டாகும்; ஐய - ஐயோ!
காரேனும் கற்பகப்பூங் காவேனும்
உனக்கு உவமை காட்டப் போமோ?
பாராதி ஆக ஏழு மண்டலத்தில்
நின்மகிமை பகரலாமோ? (மண்டலத்தின்.11)

என்று பாடுவார்.

பலர் வறட்டு வார்த்தைகளில் - புரியாத மொழிகளில் தத்துவத்தைப் பேசிவிடுவார்கள்; ஆனால் தாயுமானவர் தமிழோ தத்துவத்தமிழ்! இந்திய ஞானங்களை - இமயம் முதல் குமரி வரை வடக்கு - தெற்கு என்ற வளர்ந்த தத்துவங்களை எல்லாம் தெள்ளிய ஒரு ஞான நதியாகத் தமிழில் பாடி ஒரு தத்துவப் பொதியத்தைத் தெற்கில் நிறுத்தியவர்! எனவே அவர் கவிதைகளில் கனம் கூடி விடுகின்றது. அத்வைத ஞானம் - தென்முகக் கடவுளின் மோனம் தந்த ஞானம் எல்லாம் பாலொடு தேன் கலந்தாற் போலக் கலந்து தாயுமானவரிடம் பரிபக்குவம் பெற்று விடுகின்றன. ஆத்ம சாதனைக்காக ஆற்றுப் படுத்தும் போக்கில் எல்லோரும் இன்பநிலை பெறுவதற்காகவே மனத்தை இத்துணை அளவுக்கு ஆராய்ந்து பாடுகிறார்.

மறிந்த மனம் அற்ற மவுனம் - செறிந்திடவே
நாட்டினான் ஆனந்த நாட்டில்
குடிவாழ்க்கை (உடல் பொய்.76)

என்று பாடியுள்ளதில் மனம் இறந்து போனால் ஆனந்த நாட்டின் குடிமகனாக ஆகலாம் என்பது தாயுமானவரின் கருத்து.

சொல்லால் மவுனம் மவுனம் என்றே சொல்லிச்
சொல்லிக் கொண்டது
அல்லால் மனம் அறப் பூரண நிஷ்டையில்
ஆழ்ந்தது உண்டோ?
கல்லாத மூடன் இனி என் செய்வேன்! (பாயப்புலி.24)

இதுதான் தாயுமானவரின் முடிந்த ஏக்கம். சுகவாரி முழுவதும் நிட்டைச் சுகத்துக்குத் தவித்த அவர் தவிப்புகளைக் காட்டும். கல்லால மரம் தேடியதும், தென்முகக் கடவுளை நாடியதும் இதற்காகவேதான்! பேசா மவுனம், சும்மா இருசொல்லற நிற்றல், நிர்விகற்ப நிட்டை ஆகிய எல்லாவற்றுக்கும் கல்லால் அடியிலேயே மூலம் கண்டுகொள்கிறார்.

ஆரணம் ஆகமம் எல்லாம் உரைத்த
அருள் மௌன

காரண மூலம் கல்லால் அடிக்கே உண்டு!
காணப்பெற்றால்
பாரணங்கோடு சுழல் நெஞ்சம் ஆகிய
பாதரசம்
மாரணமாய் விடும்! எண்சித்தி முக்தியும்
வாய்த்திடுமே! (பாயப்புலி.25)

என்றவராய்க் கல்லால் அடியிலேயே மோன மூர்த்தங்களை எல்லாம் தரிசித்ததையும் பாடுகிறார்.

சித்த மவுனி, வடபால் மவுனி
நம்தீப குண்ட
சுத்த மவுனி எனும் மூவருக்கும்
தொழும்பு செய்து
சத்த மவுனம் முதல் மூன்று மவுனமும்
தான்படைத்தேன்!
நித்தம் மவுனம் அல்லால் அறியேன்
மற்றை நிட்டைகளே! (பாயப்புலி.26)

என்பர்.

வடபால் மவுனி தட்சணாமூர்த்தி; சித்தமுனி தம்மைத் தடுத்தாண்ட மௌனமுனி; தீபகுண்ட சுத்தமவுனி - தீட்சாகுரு என்பர் பூவை கலியாணசுந்தரர்.

பாயப்புலிப் பகுதியின் 59 பாடல்களிலும் தாயுமானவரின் மோனஞானம் புகுந்து விளையாடுகின்றது. சன்மார்க்க யோகியின் ஒரு சுயசரிதைக் குறிப்புகள் போலவே அவை திகழ்கின்றன. பாரமார்த்திக - ஐக்கியத்தை - அத்துவித அய்க்கியத்தை - அதாவது தத்துவமசி ஞானத்தை அற்புதமாகத் தத்துவத்தமிழாகப் பாடி அருளியுள்ளார்.

நடக்கினும் ஓடினும் நிற்கினும் வேறுஒரு
நாட்டம் இன்றிக்
கிடக்கினும் செவ்விது இருக்கினும்
நல்லருள் வேள்வியிலே
தொடக்கும் என் நெஞ்சம்; மனம் அற்ற
பூரணத் தொட்டிக்குள்ளே
முடக்குவன் யான்! பரமானந்த
நித்திரை மூடிடுமே! (வாய்த்திடும்) (பாயப்புலி.12)

என்பர்.

இந்தத் தாயுமானவரின் மோன வெற்றியே தாயுமானவத்தின் அலைகள்; சுருதிகள் எல்லாம்; நீயே - அது, உனக்கும் அதற்கும்; இசைந்த பொருத்தம் அது! எனும் மகாஞானத்தின் பேற்றுக்குத் தான் தாயுமானவர் வழிகாட்டுகிறார்; தான் பெற்ற பேரானந்தப் பேற்றை உலகு பெறவே தாயுமானவம் கூவுகிறது.

> நீ என நான் என வேறு இல்லை என்னும்
>   நினைவு அருளத்
> தாய் என மோன குரு ஆகி வந்து
>   தடுத்து அடிமைச்
> சேய் எனக் காத்தனை!   (பாயும்.58)

என்று தமது ஞான வரலாற்றினையும் தாயுமானவர் புலப்படுத்துவர். இங்கெல்லாம் சைவ சித்தாந்தத்தின் அடிப்படைகளை ஞானப்பிழிவு களாக்கித் தருவார். தீராத தமது தென்முகக் கடவுளின் தாகத்தை எல்லாம் உணர்வுகளின் உணர்வாக்கி உத்தமக் கவிதைகளாக வடிக்கிறார்; இங்கெல்லாம் தாயுமானவம், தத்துவ தமிழின் தென்கயிலையாக வீற்றிருக்கிறது! கல்லாலின்அடி சிரபுரத்துக்குக் (திருச்சி/சிந்தை) கொண்டு வரப்பெறுகிறது.

தாயுமானவரின் போற்றிகள் தட்சணாமூர்த்தி என்று அழைக்கப் பெறும் தென்முகக் கடவுள் - ஆலமர் செல்வன் கோலத்துக்கே அதிகம். பொதுவாகக் கடவுளை அவரவர் சமயத்தும் அது அதுவாகி நின்றருளும் தன்மையினை உணர்த்தித் தாம், சமயங் கடந்த சன்மார்க்கியாகவும், ஒரு தவராஜயோகியாகச் சிவராஜ யோகத்தைக் கொண்டவராகவும் இருப்பதால், மோனமே ஞானம் என்று தென்முகக் கடவுளின் மூர்த்தத்தையே அதிகம் நேசித்துப் பாடியவராகக் கருத முடிகிறது. சமயப்பூசலால் சமயவாதம் - சமயபேதங்கள் - அதனால் மனவிகற்பங்கள் என்றால் ஒருமை நேயம் கூடாது. வாதங்கள் யாவும் வீண்! ஆதலால் சும்மா இரு சொல்லற என்று சொல்லும் ஒரே தெய்வம் தென்முகக் கடவுளாகவே இருத்தலாலும் அவர் மோனத்தால் கூறும் ஒரு சொல் தரும் மோனம் அத்வைத ஞானத்தைப் பேரின்ப நிட்டையைத் தருதலாலும். தட்சணாமூர்த்திக் கோலத்தையே ஈடுபாட்டுடன் பாடுகிறார். தென்திசை ஞானத்தின் அடையாளமாகவும் அதனைப் பிரதிபலிப்பவராகவும் கூட இருப்பதால் அவரது தாயுமானவம் கல்லால் இயமாகத் திகழ்கிறது!

> தன் மயம், சுபாவம், சுத்தம்
>   தண்ணருள் வடிவம்; சாந்தம்
> மின்மயம் ஆன அண்டவெளி,
>   உருஆன பூர்த்தி

என்மயம் எனக்குக் காட்டாது
எனை அபகரிக்க வந்த
சின்மயம், அகண்டா காரம்
தக்ஷிணாதிக்க மூர்த்தம் (ஆசை எனும்.33)

என்றே பாடுகிறார். சின்மயானந்த குரு மூர்த்தம் என்றால் என்ன என்று கேட்பவர்க்கு விளக்கம் தருவது போல இப்பாட்டு அமைந்துள்ளது. இங்கு என்மயம் என்றது தாயுமானவரின் அஞ்ஞானத்தையும், தட்சணாமூர்த்தியின் தன்மயத்தில் அகண்டாகாரத்தையும், சுயத்தையும், மலம் நீக்கி ஞானம் தருவதால் சுத்தம் என்றும், அருள்வடிவுடைமை பற்றித் தண்ணருள் வடிவு சாந்தம் என்றும் சிதா காயத்துப் பேரொளி கூடியமை பற்றி மின்மயம் என்று, ஞானம் தருவடிவம் பற்றிச் சின்மயம் என்றும் தட்சணாமூர்த்தித் திருக்கோலத்தை அதுதரும் அருளிச் செயல் களையும் எல்லாம் இந்தப்பாட்டில் அழகுறப் பாடுவர் தாயுமானவர்.

கல்லால் நிழல் மலைவு
இல்லார் அருளிய
பொல்லார் இணைமலர்
நல்லார் புனைவரே!

என்பது சிவஞான போதத்தின் மங்கல வாழ்த்துப் பாட்டு! சிவஞான போதத்தின் சாரம் எல்லாம் தாயுமானவத்தில் இப்படித்தான் பாடப் பெற்றுள்ளது. கல்லால் மலை வில்லார் அருளிய ஞானம் தாயுமானவத்தில் மோனவடிவில் அங்கங்கும் உலா வருகிறது. மனதவிழ்வதற்காகச் சொல்லாமல் சொல்லி, பேசாது பேசி, ஒற்றைச் சொல்லால் - அதுவும் ஊமைச் சொல்லால், நிட்டைக்கு - நிர் விகற்பத்திற்கு - பேரின்பத்திற்கு - தன்னில் அவனைக் காண்பதற்கு எல்லாம் தட்சணாமூர்த்திக் கோலத்தில் ஒரு மோனமந்திரம் - ஒரு மூல தந்திரம் கண்டு கொள்கிறார். 1452 பாடல்களிலும் சந்தமும், விருத்தமும், கலியும், வெண்பாவும், கண்ணிகளும், அகவலும் நிறைந்திருந்தாலும் அங்கு இங்கு எனாதபடிப் பிரகாசிப்பது தாயுமானவம் பாடும் மோனமே! மோனக் கோலமே! மைவண்ணம் தீர்ப்பது மோனம்; தத்துவங்கள் நீத்தவர்க்குச் சின்மயம் (ஞானம்) தரும் கோலம் மோனம்; நித்த முக்திக்கு நிறைவு (பரா.867) தருவது மோனம்!

சொல் ஆய தொகுதி எல்லாம் கடந்து நின்ற
சொரூப ஆனந்தச் சுடர் (கல்லாலின்.20)

அதுதான்!

உன்னும் மனம் கர்ப்பூர உருண்டை போல் (பரா.259)

கரைவதும் மோனத்திலேதான்!
ஓர் உரையால் வாய்க்கும் உண்மைக்கு
ஓரனந்த நூல் கோடிப்
பேருரையால் பேசில் என்ன பேறாம் (பரா.304)

வாசக ஞானத்தால் வாராது இந்த மோன சுகம் (பரா.186)

என்றெல்லாம் மோனத்து ஞானத்தை மெச்சியும் பல்வேறு பாடல்களில் மோனக் கடவுளைப் பாடியும் வியப்பவர் தாயுமானவர். ஓரிடத்தில்...

வாக்கும் மனமும் மவுனம் உற எந்தை நின்னை
நோக்கும் மவுனம் இந்த நூல் அறிவில் உண்டாமோ?
(பலவகைக்கண்ணி.13)

என்று கேட்பதன் மூலம், கல்லால் அடிக்கீழேயே எல்லாவற்றையும் கண்டு கொள்ளும் தாயுமானவரைத் தரிசிக்க முடிகிறது. பேச்சற்ற மொழியால் பேசும் ஞானம் கற்ற கல்விகளின் வாசக ஞானத்தால் ஏட்டு ஞானக்கல்விகளால் வராது; கோடி நூல்கள் பேசிய பேருரைகள் எல்லாம் எதற்கு? தத்துவங்களைப் பேசி என்ன பயன்? ஏட்டுச் சுரைக்காய்கள் - இவைகள்; ஒரு மெய்ஞ்ஞானி தனது ஆன்மநேய ஒருமைப்பாட்டுக்கு - நிர்விகற்ப ஞானத்துக்கு இவைகள் தடைகளாய் உள்ளன என்று ஒரு புதிய ஞானத்தைத் தேடுகிறான்! அந்தச் சமயத்தில் மோனம் என்னும் ஞானம் முளைக்கிறது. அது கல்லால் நிழல் மலை வில்லான் பேசிடும் மோனத்தில் கிடைக்கிறது. மோன யோகத்தில் சித்தம் சிவமாகிறது; சீவனும் சிவனும் கலக்கும் ஒரு யோகம் - ஓர் அத்வைத நிலை உண்டாகிறது. இந்த நிலைக்குப் பிறகுதான் தாயுமானவர் நீ என நான் என வேறில்லை என்று பாடுகிறார். என்று நீ அன்று நான், என்று பேசும் ஓர் உறவுநிலைக்கு ஆளாகிறார்.

தத்துவர் தொண்ணூற்று அறுவர் தாம்ஆய் வாழ்
இந்நாட்டைப் பித்தன்நான் என்றும்
பிதற்றி ஒழிவது எந்நாளோ? (எந்நாட்.யாக்கை.5)

வித்தியா தத்துவங்கள் ஏழும் வெருண்டு ஓடச்
சுத்த பரபோகத்தைத் துய்க்கும் நாள்
எந்நாளோ? (மேலது. தத்துவ.11)

சாலோகம் ஆதி சவுக்கியமும் விட்ட நம்பால்
மேலான ஞான இன்பம் மேவுநாள்
எந்நாளோ? (மேலது.ஆனந்த.7)

மெய்த்த குலம் கல்விபுனை வேடம் எல்லாம்

> ஓடவிட்ட சித்தர் ஒன்றும் சேராச்
> செயல் அறிவது எந்நாளோ? (மேலது.அன்பர்.6)

என ஒவ்வொன்றையும் நீத்து, இறையோடு சேரும் காதலுக்கு முடிவாக விரைகிறார். பேசா அனுபூதியில் இந்தப் பேறு வாய்க்கிறது. மனதற்ற மோனத்துக்கும் இந்தப் புதிய ஞானத்துக்கும் தென்முகக் கடவுளின் கோலமும், அவனது அருளும் தேவைப்படுகிறது.

> பார்த்தன எல்லாம் அழியும்! அதனால்
>   சுட்டிப் பாராதே!
> பார்த்து இருக்கப் பரமே! மோன
>   மூர்த்தி வடிவாய், உணர்த்தும் கைகாட்டும்
> உண்மை முற்றி, எனது அல்லல்
>   வினை முடிவது என்றோ? (கல்லாலின்.16)

என்று பாடும் இடத்தில், மோன மூர்த்தி கைகாட்டி உணர்த்தும் உண்மையினை உணர்த்துவார். அழிவது ஜடம்; அழியாதது நித்திய வஸ்து; அந்த நித்தியத்தைக் காட்டும் முத்திரையே சின்முத்திரை! மோன மூர்த்தத்தில் இது காணப்படுவது கொண்டே அவரது பாட்டெல்லாம் ஒரு மோனத்திரளில் சேர்ந்து சங்கமித்திருத்தலை அறியமுடிகிறது. தன்னகத்துக்குள்ளேயே தெய்வீகம் காண்பது தாயுமானவம். மானுட முழுமைக்கும் பூரணத்துவத்துக்குத் தென்முகக் கடவுளின் தரிசனத்தை - மனதற்ற மனிதனுக்குள்ளேயே - காட்ட முயல்வதுதான் தாயுமானவம்! மனதின் மோனத்தில் வானத்தைக் கட்டும் ரசவாதப் பாசுரப் பயிற்சிப் பாசறைதான் தாயுமானவம். கல்லால் இயத்தில் கயிலை ஞானத்தைக் காட்டும் தென்னக ஞானத்தின் பாட்டுப்பள்ளி தான் தாயுமானவம்!

சித்தாந்தங்கள் பேசும் பாசப் பகுதிகளை எல்லாம் தாயுமானவத்தில் ஒரு மனம் எனும் சிமிழுக்குள் கண்டு கொள்ளலாம். உயர்ந்த மனம் மனதற்ற நிலையில் உயர்ந்த மானுடத்துக்குப் (பசுவின் குறியீடு) எல்லை ஆகிறது. இந்நிலையில் கல்லாலடியில் பெறும் மோனத்தில் தெய்வீகம் மானுடத்தில் சங்கமிக்கிறது. முடிவில், பசுவில் பதி பொலிகிறது. இதுதான் தாயுமானவ போதம்.

3. மனிதன்

"உடலிற்கரசு பிராணன்; பிராண உயிர்க்கரசு மனம்; மனதே படைப்பிற்கரசு! பிரிந்த மனம் ஜீவன். அகண்ட அறிவே ஆத்மா; மனத்தாட்டத்தால் மனிதன்! மன அடக்கத்தால் யோகி! மனது அழித்தலால் ஞானி! மனதற்றதனால் ஜடம்; மனதுற்றதனால் மனிதன். மனம் வென்றால் யோகி! மனதை அடக்கி ஆட்சி புரிதல் யோகம்; மனதிற்கு ராஜா இது! எனவே இதை ராஜயோகம் என்று கூறுவோம். யோகம் ஏன்? எதற்கு? குன்றா சுகத்திற்கு! மனதைப் படைத்தது ஆத்மா! ஆன்மாவே நாம். நாம் - நீர் என்ற பன்மைபொய்! இருப்பது ஒன்றே ஒன்று. சத்தியம், ஞானம், அனந்தம் அது! தான் ஆக நில்லுங்கள். தன்னில் சுகம் உறுங்கள். அழியா அமரம் என்றுணர்ந்து கீழ்த்தன்னை வென்ற அரசாய் வாழுங்கள்!" (இராஜயோகி, ஸ்ரீ சுந்தரம், இராஜயோகம் முதற்பாகம், முகப்புரை, 1991.) திரு. இராஜயோகி சுந்தரத்தின் இந்த எழுத்துகளில் மனம் - மனிதன், யோகம் - அழியா அமரத்துவம் குறித்த தெளிவான சிந்தனைகள் காணப்பெறும். தாயுமானவரை அறிய விரும்புபவர்க்கு இவை உதவும். இந்தப் பின்னணியில் தாயுமானவத்தைக் கற்கும் போது மனிதனில் இருக்கிற தெய்வீகத்தை இந்த யோக அறிவு தெளிவாக்குகிறது என்பதையும் அறியலாம். தாயுமானவ நீரோட்டத்தில் அறாத ஒரு தொடரும் தன்மை ஒரு முழுமையை நோக்கிப் பாய்வதை நோக்க வேண்டும். யோகசித்தியும் பேரின்பமும் ஆனந்த வெள்ளமாய் அதில் ஓடிவருவதை உணர வேண்டும். பூமியில் மலரும் ஒரு மலர் ஆகாயத்துச் சூரியனை உள்ளே வைத்துச் சுடர்வதைப் போலத் தாயுமானவத்தின் திருப்பாடல்கள் ஒவ்வொன்றும் உள்ளொளியில் பெருவெளியைச் சுமந்து திகழ்கின்றன. ஒரு மவுனநெறி ஓடிக்கொண்டே தெய்வீகத்தை அனைவர்க்கும்ஆக வழங்கிக் கொண்டு நடந்தும் கிடந்தும் விளங்குவதை அறிய முடியும். புதைத்து வைத்துக் கொண்டே போதிக்கும் உத்திகளும், உருவகங்களும், உணர்வுகளும், கவிதைப் பின்னலும், அங்கிங்கு எனாதபடிக் கல்லால மரத்தின் விழுதுகளை நெஞ்சில் பதிக்கும் சின்மய முத்திரை இப்படி என்ன என்னவோ நிறைந்து நடக்கும் நேர்த்திகள் தாயுமானவத்தின் சிறப்புகள்.

மனம், உயிர், வினைகள், உடல், பொய் உறவுகள் என்று ஒவ்வொரு ரகசியத்தையும் வாரிக் கொண்ட மனிதம், தன்னை விடுவித்துக்

கொண்டு, தன்னிலேயே பரத்துவத்தை எட்டித் தெய்வீக இமயமாய் நிமிர்ந்து சுடர்விடுகிற அதிசயத்தை, வேதாந்த - சித்தாந்த அறிவுகளின் கூட்டுச் சங்கமத்தில் கண்ட ஓர் ஒருமையையும், தன்னிலேயே தெய்வீகத்தைக் காணும் ஓர் அத்துவித ஒருமையினையும் கலந்து பேசாமல் பேசுகின்றன. பரசிவ விளக்கம் முதல் ஆனந்தக் களிப்புப் பாடல்கள் வரையில் மண்ணுக்கும் விண்ணுக்குமான ஓர் இணைப்பு-மனிதனுக்கும் தெய்வத்துக்குமான ஒரு பிணைப்பு யோக சித்தியால் கட்டப்பெற்றுள்ளன. தாயுமானவரும் தமது சித்தமெனும் திண்கயிற்றால் கடவுளின் திருப்பாதம் கட்டுகிற வித்தகத்தைச் செய்துள்ளார். சரியை-கிரியை - யோகம் - ஞானங்கள் என்கிற படிநிலைகள் உண்மையிலேயே துரியாதீதம் வரை உச்சியின் உச்சிக்கெல்லாம் கட்டிச் செல்லுகிற அதிசயத்தை நிறைவான முழுமை கெடாதவாறு, தாயுமானவரின் கவிதைகள் ஒரு யோகத் தமிழை - தத்துவத் தமிழைத் தந்து திகழ்கின்றன. சிந்தனையின் உச்சங்களை அண்டமுற நிமிர்ந்து பாடுகின்றன. ஒன்றை நிறைவித்துப் - பின் அதனையும் கடந்து - ஓர் உச்சி கண்டு - பின் அதனையும் கண்டு - எல்லாவற்றையும் நீத்து - மண் நீத்து - விண் நீத்துத் துரியத்தையும் தாண்டும் - தாவும் ஞானக்கவிதைகளாகப் பொலிகின்றன. மனத்துக்குள்ளே - உள்ளே புகுந்து காணும் ஒரு வானமும் தெரிகிறது; வானுக்குள்ளே புகுந்து புகுந்து தாவித்தேடும் ஒரு தெய்வீக மனமும் தெரிகிறது. இத்தகைய யோக சித்தியின் இழைகளால்தான் தாயுமானவம் பின்னப்பட்டுள்ளது.

மனிதனுக்கான ஊனங்களைக் களைந்து களைந்து, எறிய வேண்டும் என்று பாடுகிற போது தாயுமானவர், உயிரைப் பற்றி உடலைப் பற்றி வினைகளைப் பற்றிக் காமத்தைப் பற்றி, வெகுளியைப் பற்றி, மயக்கங்கள் பற்றி எல்லாம் விரிவாகப் பாடுகிறார். மனத்தை, மனம் பற்றிய புனைவுகள் எல்லாம் இவர்போல வேறு எவரும் பாடவில்லை என்று முன்னரும் பார்த்தோம். திருவள்ளுவர் மனிதன் சிற்றினம் சேரக்கூடாது என்று ஓர் அதிகாரம் பாடியுள்ளார். அதில் சமூக ஞானமும் சமய ஞானமும் விளையாடும்.

மனத்துக்கண் மாசிலன் ஆதல் அனைத்துஅறம் (குறள்.34)

மனத்தானாம் மாந்தர்க்கு உணர்ச்சி (குறள்.453)

மனத்தூய்மை செய்வினை தூய்மை இரண்டும்
இனம்தூய்மை தூவா வரும் (குறள்.455)

மனநலம் மன்னுயிர்க்கு ஆக்கம் (குறள்.457)

மனநலத்தின் ஆகும் மறுமை (குறள்.459)

தமிழியம் கண்ட மனநலத்தின் கூறுகளைத் திருவள்ளுவர் இவ்வாறு அழகாகப் பதிவு செய்தவர்! மானுட மேன்மைக்கு மனநலத்தில் - மனச்செழுமையில் - மனநலச் செம்மையில் அஸ்திவாரம் போட்டவர். இந்த மனநலச் செழுமைக்குத்தான் யோகம் ஓர் உச்சி வானம் படைக்கும்! உயிரைப்பற்றிய வினைகளை உடலைப் பற்றிய சிறுமைகளை - அந்தக் கரணங்களின் சேட்டைகளை அழிக்கக் கூறும்.

மனநலம் மன்னுயிர்க்கு ஆக்கம் தரவேண்டுமானால் - மறுமைக்கு வழிவகுக்க வேண்டுமானால் - இங்கேயே - இகத்திலேயே பரஞானம் பெற்று இகபர அயிக்கியத்தில் - அத்துவித அயிக்கியத்தில் - ஜீவன் முக்தனாக ஆக வேண்டுமானால் என்ன செய்ய வேண்டும் என்பதைத் தாயுமானவர் தமது பாட்டுத்திறத்தால் பாடுகிறார். அவரது பாட்டுத்திறம் எல்லையற்ற ஓர் ஆன்மீயத்தை விவரித்துள்ளது. ஆன்ம ஒளிக்கடல் மூழ்குவதற்கு வழிகாட்டியுள்ளது. யோக சித்தி மூலம் கல்லாலடியினை நம் நெஞ்சில் கொண்டு வந்து நிறுத்துகிறது. சும்மா இரு சொல்லற எனும் ஒரு சொல்லின் ஞானத்துக்காப் பல சொல்லிப் பாடுகிறது. மனத்தைப் பிடித்த பிசாசுகள் அல்லது மனம் பிடிக்கும் பிசாசுகள், உயிரைப் பிடித்த பிசாசுகள், உடலைப் பிடித்த பிசாசுகள் எல்லாம் தொலைய வேண்டும் என்று அது பாடும் போது ஒருபுறம் வேதாந்த விசாரமாகவும், இன்னொருபுறம் தென்னகம் தந்த செழுமை ஞானம் ஆகிய சித்தாந்த நூல்களின் சாரமாகவும் பாடுகிறது. வேதாந்த சித்தாந்த சமரசநிலை தாயுமானவரின் அடி உள்ளத்தின் ஞானம் ஆகும். அது அவரது உள்ளத்தில் தழைத்தது; ஆனந்த பூர்த்தியில் அருளாகி நிறைந்தது; சமய கோடிகள் தமது - இறை - தமது ஞானம் என்று வழக்கிடுவதற்கு இடமானது; கங்குல; பகல் அற்றது; யாதினும் வல்ல ஒரு சித்தானது; என்றும் உள இன்பமானது; கருத்திற்கிசைந்தது; மோன உருவெளியாகி முகிழ்த்தது; அதற்கு ஊர் அனந்தம் (பல); பேர் அனந்தம்; தத்துவ சொரூபம்; ஆனால் மதங்களின் சம்மதம் பெறாதது; பற்றுக் கோடற்றது; அத்வைத வஸ்து! சொல்பிரகாசத் தனி! சித்தம் அறியாதபடி சித்தத்தில் இலகுவது; இனிய தேஜோமயமானது; சிற்பர வெளியில் வளரும் தற்பரமானது! அது சுகவாரி! சச்சிதானந்தம்! சிற்சிகோதயம்! இப்படித் தத்துவத் திலகமிட்ட ஞானத்தாரகைகளின் வெளிச்சம் தான் தாயுமானவர் திருப்பாடல்கள்.

தாயுமானவரை மோனகுரு வடிவில் ஆட்கொண்ட மூலன் மரபில் வந்த மௌனகுரு, தமது கரத்தில் சிவஞான சித்தி நெறி எனும் நூலை வைத்திருந்ததாகவும், அந்நூல் பற்றித் தாயுமானவர், அவரைப் பற்றித் தொடர்ந்து கேட்ட போது, பக்குவம் வந்ததும் உனக்குச் சொல்லுகிறேன்;

உரிய நேரத்தில் தானே வந்து விளக்குவேன் என்று சொன்னதாகவும் தாயுமானவர் பற்றிய வரலாற்றுச் செய்தி ஒன்று உண்டு.

அறிவார்கள் அறிவாக நின்ற நிலையில்
சிந்தையற நில்லென்று சும்மா இருத்தி, மேற்
சின்மயானந்த வெள்ளம் தேக்கித்
திளைத்து நான் அதுவாயிருக்க நீ செய்
சித்ரம் மிக நன்று காண்!
எந்தை வடஆல் பரமகுரு வாழ்க! வாழ அருளிய
நந்தி மரபு வாழ்க!
வென்றடியார் மனம் மகிழ, வேதாகமத்துணிபு
இரண்டில்லை; ஒன்று என்னவே
வந்த குருவே! வீறு சிவஞான சித்தி நெறி
மௌனோப தேச குருவே! மந்திர குருவே!
யோக தந்திர குருவே! மூலன் மரபில்
வரு மௌன குருவே! (மௌனகுரு.2)

எனும் பாடடில் கண்ட வீறு சிவஞான சித்தி நெறி என்னும்தொடரை வைத்துத் தாயுமானவர் வரலாறு எழுதியவர்கள் அவ்வாறு தாயுமானவர் கதை கூறியிருப்பார்கள் என்று நினைக்க வேண்டியுள்ளது. மேலும் தாயுமானவர் வரலாற்றில் தாயுமானவரை ஆட்கொண்ட குரு எந்தக்குரு? எனும் ஐயப்பாடு பலர்க்குண்டு. மணிவாசகருக்குப் போல் இறைவனே குருவாக வந்து ஆட்கொண்டாரா? திருமூலன் மரபில் வந்த குரு எனில் யார்?

திருச்சியில் வதிந்த சாரமாமுனி முனிவர் மடத்தைச் சார்ந்தவர்தானா அந்த மூலன் மரபில் வந்தகுரு? அல்லது தனக்கு ஒப்பற்ற, வீறு பெறு சிவஞான சித்தநெறியை அறிவித்தவர் பரம்பொருளே உருவாக வந்த மௌனகுருவா? என்பதெல்லாம் தெளிவு பெற இல்லை. அவர் வரலாற்றில் இது ஒரு குழப்பம் தரும் செய்தி! பாயப்புலி எனும் பாட்டுப்பகுதியில் (26) மூன்று மௌன முனிகளைத் தாயுமானவர் குறிப்பிட்டு அவர்களிடம் ஞானம் பெற்றமையையும் குறிப்பிடுவர்.

சித்த மவுனி, வடபால் மவுனி, நம்
தீபகுண்ட
சுத்த மவுனி, எனும் மூவருக்கும்
தான் படைத்தேன்! (பாய.26)

என்பர். குழப்பம் தரும், இந்த மூன்று மவுனிகளைப் பற்றிய செய்திகளைப் பூவை கல்யாணசுந்தர முதலியார் தாயுமானவர் பாடல் திரட்டுக்கான

தமது மெய்க்கண்ட விருத்தி உரையில் (இரத்தின நாயகர் சன்ஸ் பதிப்பு, 1922) யார் யார் என்று விளக்கியுள்ளார். அதில் வடபால் முனிவர் என்பவர் தட்சிணாமூர்த்தி; சித்த முனி என்பவர் தாயுமானவரைத் தடுத்தாட்கொண்ட முனிவர்; தீப குண்ட சுத்த மவுனி என்பவர் தமக்குத் தீட்சாகுரு ஆனவர் என்று விளக்கம் தருவர். தாயுமானவர் கதை எழுதிய தமிழ்த்திரு.வெள்ளையாம் பட்டுச் சுந்தரம் அவர்கள், திருச்சியில் தாயுமானவர் வாழ்ந்த காலத்தில் வாழ்ந்த, சாரமாமுனிவர் மடத்தைச் சார்ந்த மவுன குருவே, தாயுமானவர்க்குக் குரு தரிசனம் தந்தவர் என்பர். (தாயுமானவர் கதை, வெள்ளையாம் பட்டுச் சுந்தரம், (1982, பக்.34-35) யாழ்ப்பாணம் நா.கதிரைவேற்பிள்ளை அவர்கள் தமது தாயுமான சுவாமிகள் சரித்திரச் சுருக்கத்தில் (இரத்தின நாயகர் சன்ஸ் பதிப்பு, சென்னை - 1, 1949). திருக்கயிலாய பரம்பரைச் சந்தான வழிக்குரவர்களிடம் ஞான உபதேசம் பெற்ற சற்குருவான திருச்சி சாரமாமுனிவர் மடத்தின் மௌனகுருவே தாயுமானவர்க்கு ஞான மௌன உபதேசம் தந்தவர் என்று எழுதிச் செல்வார். மனித உருவில் வாழ்ந்த மௌனகுருவா அல்லது மனித உருவில் வந்து ஞானம் தந்த தெய்வ குருவா என்பது விந்தைச் செய்தியாகவே உள்ளது. எது எப்படி இருந்தாலும் வீறு பெறு சிவஞானசித்தி நெறி - வேறு ஒன்றுக்கு இல்லாத பெருமை மிக்க சிவஞான சித்தி நெறி என்று தாயுமானவரால் புகழப்பெற்ற பெருமைக்குரியது. கி.பி.1700களில் வாழ்ந்த நாயக்கமரபின் அரசில் அமைச்சர் பதவி வகித்த தாயுமானவர்க்குச் சித்தாந்த மரபின் ஞானாசிரியர்களின் படைப்புக்களான மெய்கண்ட சாத்திரங்கள் பதினான்கும் கிடைத்திருக்க வாய்ப்புண்டு. அவற்றைக் கற்றுத் தேர்ந்தவர் ஆதலின் வீறுபெறு சிவஞான சித்திநெறி என்று அவர் பாராட்டும் விதத்தில் இருந்தே தெரிந்து கொள்ளலாம். அன்றியும் அவர் பாடிய எந்நாட்கண்ணிகளில் குருமரபின் வண்ணம் (13 கண்ணிகள்) பகுதியில் மெய்கண்டார் பெயர் சொல்லித் துதிப்பார்; சித்தியார் எழுதிய அருணந்தி சிவத்தைப் பெயர் குறிப்பிடாது பணிவார். மறைஞான சம்பந்தரைத் துதிப்பார்; உமாபதி சிவம் பெயரை இருமுறை சொல்லி வணங்குவார். இதுபோலவே தத்துவமுறைமைப் பகுதியில் சாத்திரங்கள் விளக்கும் தத்துவமுறைகளை எல்லாம் விவரிப்பார்! தாயுமானவர் பாடல்களில் பொதுவாக எங்கெங்கு காணினும் சித்தாந்த சாத்திரங்களின் தாக்குரவுகள் காணப்படும். பதியுண்மை, பசுவுண்மை, பாசவுண்மை பற்றிய பாடற்குறிப்புகள் - கருத்து விளக்கங்கள் எல்லாம் காணப்படும். சிவஞான போதத்தில் பிரமாணவியல், இலக்கணவியல், சாதன இயல், பயனியல் செய்திகள் பற்பலவும், சரியை, கிரியை, யோகம், ஞானம் ஆகிய படிநிலைகளும் முறையாக இசை உலகின் ஆரோகணம் போல

மென்மேலும் ஏறுமுகத்தில் கற்றவர்க்கும் - மற்ற எளியவர்க்கும் ஆகவும் பாடப்பெற்றுள்ளன. பொதுவாகச் சாத்திரச் செய்திகளுக்கு ஒரு பாட்டுப் பாடியமாய்த் தாயுமானவம் திகழ்கிறது. சித்தாந்த சாத்திரங்களின் தாக்குரவு - தாயுமானவத்தில் புலப்படும் விதங்கள் குறித்து ஒரு தனி ஆய்வே நடத்திடலாம். ஒரு மெய்ஞ்ஞானிக்கு மெய்ஞானியாய், பக்தனுக்குப் பக்தனாய், யோகிக்கு யோகியாய்ச் சித்தாந்த சாத்திரங்களை அணுகித் தாயுமானவர் கவிஞனாய்ப் பாடியவிதம் அவற்றில் தெரியும்!

முத்தாந்த வித்தே முளைக்கும் நிலமாய் எழுந்த
சித்தாந்த மார்க்கச் சிறப்பே! பராபரமே! (பரா.365)

என்று சித்தாந்த மார்க்கத்தின் சிறப்பினை வெளிப்படுத்தியவர். குருமரபின் வணக்கத்தில்,

சிந்தையினுக்கு எட்டாத சிற்சுகத்தைக் காட்டவல்ல
நந்தியடிக் கீழ்க்குடியாய் நாம் அணைவது எந்நாளோ (2)

என்று பாடும்போது தம்மை அடையாளம் காட்டிக் கொள்கிறார். சித்தாந்த ஞானங்களை வெளிப்படுத்திய நந்தியம்பெருமான் அடிக்குக் கீழ்க்குடியாய் சேர்ந்து அடைகிற நாளுக்குத் தவமிருக்கிறார். தமது தனிப்பட்ட நிலையை இங்கெல்லாம் வெளிப்படுத்துகிறார்.

சருகு சல பக்ஷணிகள் ஒருகோடி அல்லால்
சகோர பட்சிகள் போலவே
தவள நிலவு ஒழுகும் அமிர்த தாரை உண்டு
அழியாத தன்மையர் அனந்தகோடி
இருவினைகள் அற்று இரவுபகல் என்பது அறியாத
ஏகாந்த மோன ஞான இன்ப நிட்டையர் கோடி!
மணிமந்த்ர சித்திநிலை எய்தினார்கள் கோடி சூழக்
குருமணி இழைத்திட்ட சிங்காசனத்தின் மிசை
கொலுவீற்றிருக்கும் நினைக் கும்பிட்டு
அனந்தமுறை தெண்டனிட்டேன்!
மந்த்ர குருவே! யோக தந்த்ர குருவே! மூலன்
மரபில் வரு மௌன குருவே! (மௌனகுரு.8)

சைவ சித்தாந்தத்தில் கண்ட கல்லாலின் கடவுளை இதைவிடவும் பாடிவிட முடியாது. குருமணிகள் இழைத்திட்ட சிங்காசனத்தின் மீது கொலுவீற்றிருக்கும் கல்லாலின் பேரரசை இதைவிடவும் உயர்வாகப் புனைந்து விட முடியாது. மருதம் வீற்றிருக்கும் ஒரு தர்பார் காட்சியினைக் கம்பன் பாடியது போல, தாயுமானவர் அரசு வீற்றிருக்கும் அரியணைக் காட்சியினை எல்லாம் அமைச்சராக இருந்து தினம் தினம் பார்த்தவர்,

ஆதலின், சிங்காசனத்தில் கொலு வீற்றிருக்கும் சித்தாந்த நாயகனைத் தென்முகக் கடவுளை இங்கு அற்புதமாக ஆராதிப்பர்! பாடுவர்!

புவிராசர் கவிராசர் தவராசர் என்றுனைப்
போற்றி! சய! போற்றி என்பார்! (மௌன.7) என்றும்

சண்மத ஸ்தாபனமும் வேதாந்த சித்தாந்த
சமரச நிர்வாக நிலையும் மா
திக்கொடு அண்டப்பரப்பு எலாம் அறியவே!
வந்தருளும் ஞானகுருவே!... மூலன்
மரபில் வரு மௌன குருவே! (எ) என்றும்

சைவ முதலாம் அளவில் சமயமும் வகுத்து மேல்
சமயங் கடந்த மோன
சமரசம் வகுத்த நீ! உன்னை நான் அணுகவும்
தண்ணருள் வகுக்க இலையோ?

பொய்வளரும் நெஞ்சினார்கள் காணாத காட்சியே!
......சித்தாந்த முத்தி முதலே!
......சின்மயானந்த குருவே! (சின்மயம்.4) என்றும்

அங்கைகொடு மலர்தூவி அங்கமது புளகிப்ப
அன்பினால் உருகி விழிநீர்
ஆறாக, ஆராத முக்தியினது ஆவேச
ஆசைக்கடற்குள் மூழ்கச்
சங்கர! சுயம்புவே! சம்புவே எனவும்
மொழி தழுதழுத்திட வணங்கும்
சன்மார்க்க நெறிஇலாத் துன்மார்க்க னேனையும்
தண் அருள் கொடுத்து ஆள்வையோ?
துங்கமிகு பக்குவச் சனகன் முதல் முனிவோர்கள்
தொழுது அருகில் வீற்றிருப்பச்
சொல்லரிய நெறியை ஒரு சொல்லால் உணர்த்திய
சொரூப அனுபூதி காட்டிச்
செங்கமல பீடமேல் கல்லால் அடிக்குள்வளர்
சித்தாந்த முத்தி முதலே!
சிரகிரி விளங்கவரு தட்சணா மூர்த்தியே!
சின்மயானந்த குருவே! (சின்மயா.1) என்றும்
....
மெய் ஏதும் அறியாவெறும்
பொய்விடாப் பொய்யினேன் உள்ளத்து இருந்துதான்
பொய்யான பொய்யை எல்லாம்

பொய்எனா வண்ணமே புகலவைத்தாய் எனில்
புன்மையேன் என்செய்குவேன்?
மைவிடாது எழுநீல கண்ட குருவே! விஷ்ணு
வடிவான ஞான குருவே!
மலர் மேவி மறையோதும் நான்முகக் குருவே
....

கருதரிய சிற்சபையில் ஆனந்த நிர்த்தமிடு
கருணாகரக் கடவுளே! (கருணா.5) என்றும் பாடுவார்.

சிவனின் எக்கோலம் கண்டாலும், தாயுமானவரின் முக்தி தேடிய கண்களுக்குக் கல்லால் அடித் தென்முகக் கடவுளின் கோலமே தென்படுகிறது. சிவபிரானின் இருபத்தைந்தாவது திருக்கோலம் தட்சிணாமூர்த்திக் கோலம் என்பார்கள். அறிவுத்திருக்கோலம், வாலறிவன் கோலம்; மோனக்கோலம்; சின்மயக் கோலம் எல்லாம்தான் தட்சணாமூர்த்திக் கோலம், ஞானக்கோலம் - ஞானம் ஒடுங்கிச் சின்மயம் காட்டும் திருக்கோலம். ஒரு சொல்லை - மோனத்தால் - சொல்லற நிற்பதற்குக் காட்டும் குறிப்புடைய கோலம்! இந்நிலையில் நீலகண்ட சிவனும் தாயுமானவர்க்குக் குருவாகத் தோற்றுகிறான்; திருமாலும் குருவாகத் தோற்றுகிறான்; பிரம்மனும் குருவாகத் தோற்றுகிறான். சமயங்கடந்த ஞானத்துக்கு மோனமே ஒருகோலம்! தாயுமானவர் சமயங்களைக் கடந்த ஞானி. எனவே தில்லையில் ஆடும் கூத்தனின் திருக்கோலத்திலும் மோனக் குறிப்பைத் தரிசிக்கிறார். இது தாயுமானவர்க்கான ஒரு தனித்தன்மை ஆகும்.

வேதாந்த சித்தாந்த சமரச நிலைபெற்ற வித்தகஞானம் தாயுமானவர் கண்ட ஞானம்! தென்முகக்கடவுளின் தோற்றத்தில் இத்தனை ஞான லீலைகளின் கோலங்கள் எல்லாம் காணுகிறார். அது பரசிவ வணக்கமாக இருந்தாலும் சரி; சின்மயானந்த குரு வணக்கமாக இருந்தாலும் சரி; மௌன குரு வணக்கமாக இருந்தாலும் சரி; கருணாகரக்கடவுள் வணக்கமாக இருந்தாலும் சரி; சித்தர்கண வணக்கமாக இருந்தாலும் சரி அங்கிங்கெனாதபடி ஒளி வெள்ளத்தைப் பார்ப்பவரே, அத்வைத வஸ்துவையும் பார்க்கிறார். சொல் பிரகாசத் தனியையும் பார்க்கிறார்; ஞானவெளிக்குள் ஒரு மோன வெளியையும் பார்க்கிறார்; பெரியதொரு மௌனத்தின் வைப்பையும் பார்க்கிறார். இத்தகைய புனிதமெனும் அத்துவிதத்தின் மெய்கண்ட காட்சியர் தாயுமானவர். எனவே அவர் தென்முகக் கோலத்தைப் பாடும் போது சித்தாந்தத்தின் முத்திமுதலையும், சிவஞான போதத்தின் சாரங்களை எல்லாமும் அவர்தம் திருப்பாடல்களில் பெய்து பாடுகிறார். ஆன்ம

இலக்கணம், ஆன்ம சாதனம், ஆன்மப் பயன் என்று அவரது பாடு பொருள்கள் விரிந்து விரிந்து சென்று கல்லால் அடிக்குள் சங்கமித்து விடுகின்றன. மும்மைசால் உலகுக்கு எல்லாம் ஆன ஒரு மூலமந்திரத்தைத் தாயுமானவர் கல்லாலின் சிவத்தில் கண்டு கொள்கிறார். உலகோரையும் காண்பதற்காகக் கூவி அழைக்கிறார். முடிவில் சொல்லரிய சைவம் மோனத்தில் வீற்றிருப்பதைத் தரிசனம் ஆகக் காட்டுகிறார்.

கெசதுரக முதலான சதுரங்க மனமாதி
கேள்வியின் இசைந்து நிற்பக்
கெடிகொண்ட தலமாறும் மும்மண்டலத்திலும்
கிள்ளாக்குச் செல்ல, மிக்க
தெசவிதமாய் நின்ற நாதங்கள் ஓலிடச்
சிங்காசனாதி அதிபர்களாய்த்
திக்குத் திகந்தமும் பூரண மதிக்குடை
திகழ்ந்திட வசந்த காலம்
இசைய மலர்மீதுறை மணம்போல ஆனந்தம்
இதய மேற்கொள்ளும் வண்ணம்
என்றைக்கும் அழியாத சிவராச யோகமாம்
இந்த்ராதி தேவர்கள் எல்லாம்
விசய சய! சய! என்ன வாசி சொலவே
கொலுவிருக்கும் நும்பெருமை எளிதோ
வேதாந்த சித்தாந்த சமரச நிலைபெற்ற
வித்தகச் சித்தர் கணமே! (6)

வித்தகச் சித்தர்க்கு ஜெயபேரிகை கொட்டும் ஆனந்தமான பாட்டு இது! சிவராஜயோகத்தை அரச ரீதியில் பாடும் முழக்கப்பாட்டு, வித்தகச் சித்தர்க்குப் பாட்டுக்கிரீடம் வைத்துப் பார்க்கிற பாட்டு, சின்மயானந்த குரு, மௌனகுரு, கருணாகரக் கடவுள் போலவே சிவராஜன் வித்தகச் சித்தர்களோடு அரியணை அமர்ந்திருக்க விசய! சய! சய! என்று வெற்றி முழக்கம் இடும்பாட்டு. யோகநாதனுக்கும் யோகியர்க்கும் யோக நெறிக்கும் மகுடம் சூடும்பாட்டு. கல்லாலடி அமர்ந்தவனிடம், பிரம குமாரர்களான சனகன், சனந்தனன், சனற்குமாரன், சனாதனன் ஆகிய நால்வரும் வேதாகமங்களைக் கற்றுணர்ந்தும் தமது மனம் அடங்கக் கல்லாமையால், மனம் அடங்கக் கற்பதற்காகச் சூழ்ந்து நிற்பர். மனம் அடங்கின் சொல் அடங்கும்; சொல்லடங்கின் சுத்த அத்துவித ஞான அயிக்கியம் (ஒன்றல்) கிடைக்கும். இதுதான் அனுபூதி; நிட்டை; சமாதிநிலை. இந்தநிலையில் பேரின்பச் சுகவாரி! இதைச் சொல்லுவதே தாயுமானவம்!

கல்லால் அடியில் தென்முகக் கடவுளிடம் ஞானம் பெறச் சுற்றி நிற்கும் ஓர் அமரர் கூட்டம்! இது சிவராஜ யோகத்திற்கும், தென்னகச் சைவ சித்தாந்த ஞானத்துக்குமான ஒரு தொன்மம். அங்கு அமரர் கூட்டம். தாயுமானவர் பாடும் வித்தகச் சித்தர் கணம் ஒரு புதிய தொன்மம். இதில் வேதாந்த சித்தாந்தங்களுக்கிடையே ஒருமை நிலை கண்ட, சமயங்கள் - தவிர்ந்த - புதிய சன்மார்க்கிகள், யோக நிலையின் உச்சத்தைத் தொட்டவர்கள், துரிய ஞானத்தைத் தொட்டு அளந்தவர்கள் மதி மண்டலத்தின் சித்தாமிர்தம் உண்டவர்கள் சுற்றி நிற்கத் தென்முகக் கடவுள் (சிவபிரான்) அருள் பாலிக்கும் வித்தகக் கோலக்காட்சி புனையப் பெற்றுள்ளது. என்றைக்கும் அழியாத சிவராஜயோகம் கொலு வீற்றிருக்கும் ஒரு ஞானமன்று - சிரகிரியில் (ஞானத்துச்சியில் திருச்சிராப்பள்ளியில்) தட்சணாமூர்த்திக் கோலம் கொண்ட ஓர் அறிவாலயப் புனைவு காணப்படுகிறது. எனவே தென்முகக் கடவுளே தாயுமானவர்க்கு அருளிய மௌனகுரு என்று கருதலாம். சைவ சித்தாந்தத்தின் தெள்ளுபுனல் தாயுமானவத்தில் இப்படித்தான் விசய, சய! சய என்று வாழ்த்த விளங்குகிறது. அந்தக் கரணங்களை வென்ற ஆத்ம ஜெயம் தெரிகிறது. பெரிய மவுனத்தின் வைப்புதான் கல்லாலடி! பக்திநெறி, யோக நெறி, ஞான நெறிகள் எல்லாம் தாயுமானவரிடம் ஒரு கட்டத்தில் ஒன்று கலந்து விடுகின்றன. அவரும் பேசா மவுன வைப்பாகி விடுகிறார்; பேசா மவுன வைப்பான தென்முகக் கடவுளும் சின்மயக் குறிப்பில் அவரோடு ஒன்று கலந்து விடுகின்றனர்.

வீணையடி நீ எனக்கு; மேவும்
விரல் நான் உனக்கு

என்று மகாகவி பாரதி கண்ணன்பாட்டில் பாடியது போல ஒருவரை ஒருவர் மோனத்தில் மீட்டிக் கொள்ளுகின்றனர். சுத்தாத்துவிதம் - சிவராஜயோகம் - மோனம் என்பதெல்லாம் இதுதானோ? தாயுமானவத்தைக் கற்கக் கற்க இதனைத் தெரியலாம்.

பண்ணேன் உனக்கான பூசை! ஒருவடிவிலே
பாவித்து இறைஞ்ச ஆங்கே
பார்க்கின்ற மலரூடு நீயே இருத்தி! அப்
பனிமலர் எடுக்க மனமும்
நண்ணேன்; அலாமல் இருகைதான் குவிக்களனின்
நாணும்; என் உளம் நிற்றி நீ!
நான் கும்பிடும்போது அரைக்கும்பிடு; ஆதலால்
நான் பூசை செய்யல் முறையோ?
விண்ணே! விண் ஆதியாம் பூதமே! நாதமே!
வேதமே! வேதாந்தமே!

மேதக்க கேள்வியே! கேள்வியாம் பூமிக்குள்
வித்தே! அவ்வித்தின் முளையே!
கண்ணே! கருத்தே! என் எண்ணே! எழுத்தே!
கதிக்கான மோன வடிவே!
கருதரிய சிற்சபையில் ஆனந்த நிர்த்தம்இடு
கருணாகரக் கரக்கடவுளே!   (6)

எனும் பாட்டு, தாயுமானவரை உலகத்தின் ஒப்பற்ற அருளாளர் வரிசையில் சேர்த்திடும் உன்னதப் பாட்டு. அன்பின் இன்ப ஊற்றில், தாயுமானவர் அருளாகி எழுதிய பாட்டு. கல்லாடியும் சிற்சபையும் அவராகி விடும் போது பாடிய பாட்டு. மேதக்க கேள்வி எனும் ஆத்ம விசாரத்தில் ஆத்தும ஐக்கியத்தில் உதித்த பாட்டு. பூப்பறித்துப் பூஜை செய்தால் கூடப் பூவுக்குத் துன்பம் என்று அத்தகைய பூசையே வேண்டாம் என்று மனம் வாடிப் பாடிய பாட்டு! தன்னைத்தான் தொழுது கொள்ளும் நிலையில், முற்றிய அன்பில் தான் வேறு - சிவம் வேறு, அல்லா நிலையில் பாடிய பாட்டு. தன் நெஞ்சே சிற்சபை! என்ற பிறகு வேறு ஞானம் எதற்கு? வேறு ஞானம் தான் ஏது? சிற்றம் பலத்தாடுகிறவனையும் கதிக்கான மோன வடிவே! என்றுதான் பாடுகிறார். பக்தி, யோகம் மோனத்து ஞானம் எல்லாம் ஒன்றில் ஒன்று கலந்து தாயுமானவரை அருளின் பிழம்பாக்கி விடுகின்றன! ஒட்டு மொத்த தாயுமானவமும் சிற்சபையாய்த் தெரிகிறது! பாட்டே அருளின் கனியாகி விடுகிறது.

ஊனங்களை ஒழித்தால் தானே ஞானம்! உடல் பொய் உறவு என்று நினைக்கும் ஆத்ம விசாரத்தில் தானே. உயிர் பற்றி, உடல் பற்றி, உலகு பற்றி எல்லாம் நினைத்து அவற்றை நீக்கத் தோன்றுகிறது. தன்னை அறிந்து தன்னை நீத்தலுக்கான ஞானங்களைத்தான் சித்தாந்தங்கள் பேசுகின்றன. பதி உண்மை, பாச உண்மை, பசு உண்மை அவற்றின் நித்தியங்களைச் சைவ சித்தாந்தம் பேசுவது போலப் பிற பேசவில்லை. தென்னகச் சைவத்தின் மேன்மைகள் இதில்தான் சிறக்கின்றன. உயிர்க்கான பயன் சிவத்தைச் சேர்தலில் தான் இருக்கிறது என்று சிவஞானமே போதிக்கிறது. பாச நீக்கத்தில்தானே சிவப்பேறு!

உடையாள் உன்தன் நடுஇருக்கும்;
உடையாள் நடுவுள் நீ இருத்தி!
அடியேன் நடுவுள் இருவீரும்
இருப்பது ஆனால், அடியேன் உன்
அடியார் நடுவுள் இருக்கும்
அருளைப் புரியாய்! பொன்அம்பலத்து எம்

முடியா முதலே! என் கருத்து
முடியும் வண்ணம் முன் நின்றே! (திருவாசகம்.378)

என்னும் திருவாசகம், சிவஞானபோதம் பேசும் சிவப்பேற்றையும், அணைந்தோர் தன்மையினையும் அற்புதமாக ஒரே பாட்டிலேயே பாடிக் காட்டும்! ஆத்ம விசாரத்தின் முதலும் முடிவும் இதுதான். வாதவூராரின் போதம் தாயுமானவத்தில் மணம் வீசும் இடங்களாகப் பல இடங்கள் உள்ளன. தந்தது உன்தன்னைக் கொண்டது என்னைச்

சங்கரா! யார் கொலோ சதுரர்? (திருவாச.397)

என்றது தாயுமானவர்க்கும் பொருந்தும்.

எனக்குள் நீ என்றும் இயற்கையாய்ப் பின்னும்
உனக்குள் நான் என்று உறுதி கொள்வது
(எந்நாளோ: அறிஞர் உரை.13)

எனும் ஐக்கியத்தைப் பாடும்போது இது தெரியும்!

சைவ சித்தாந்தத்தில் பேசப்பெறும் தசகாரியப் பகுதி முழுவதும், சுரிதகம் போலச் சைவ சித்தாந்தத்தைப் பிழிந்து தரும் சாற்றின் கட்டி! ஆன்மாவின் ஞானானுபவங்களைப் பத்துவிதங்களில் தசகாரியம் பேசும். முப்பொருள் உண்மைகளை, உணரும் அரியபத்து நிலைநிலைகளைத் தசகாரியம் குறுகத் தரித்துப் பேசும். போதத்தின் இறுதியில், ரூபம், தரிசனம், சுத்தி என்று மும்மூன்றாகப் பெற்ற அனுபவங்களுக்குப் பிறகு பத்தாவதாகப் பெறும் சிவபோகத்தின் நிறைநிலையை அழகுறச் சித்தரிக்கும்.

1. தத்துவரூபம்
2. தத்துவக்காட்சி
3. தத்துவ சுத்தி
4. ஆன்மரூபம்
5. ஆன்மக்காட்சி
6. ஆன்ம சுத்தி
7. சிவரூபம்
8. சிவதரிசனம்
9. சிவ யோகம்
10. சிவபோகம்

என்பதாகத் தசகாரிய நிலைகள் பேசப்பெறுகின்றன. சைவ சித்தாந்தத்தின் தெளிவு தசகாரியக் கல்வியில் முழுமைப் பெறத் தெரியும். ஆன்ம

ஈடேற்றம் குறித்த இந்தப் பயணங்களைத் தாயுமானவத்தின் தொடக்கம் முதல் அதன் நிறைவில் திகழும் ஆனந்தக்களிப்புப் பாட்டுப் பகுதிவரை அறியமுடியும். சித்தாந்த வயலில் பாய்ச்சுகிற ஆன்ம நீர்த்திட்டங்களை எல்லாம் தாயுமானவம் புலப்படுத்துகிறது. இதுபற்றி முதுபெரும் சைவப்பேரறிஞர் சி.அருணைவடிவேல் முதலியார்.

சிவம் தானும் தன் சக்தியும் என இருகூறுபட்டு நிற்றலால் முதற்கண் சக்தியை அறிந்தே (ஆன்மா) பின் சிவத்தை அறியும் நிலை உண்டாகும்; அவற்றுள் சக்தியைத் தெளிவாக அறியும் நிலையே சிவயோகம் என்றும், சிவத்தைத் தெளிவாக அறியும் நிலையே சிவபோகம் என்றும் சொல்லப்படுகின்றன. யோகம் என்பதற்கு ஒன்றுதல் என்பதும், போகம் என்பதற்குத் துய்த்தல் என்பதும் சொற்பொருளாகும் என்று அழகுற விளக்குவர் (மேலது.சித்தாந்த வினாவிடை, ப.387, 1975)

சித்தாந்தத்தில் பேசப்பெறும் ஆன்மப் பயணம் மிக மிக நுண்ணிய நிலைகளைக் கொண்டவை; சொல்லுக்குச் சொல் ஸ்தூலம், சூக்குமம், அதிசூக்கும விளக்கங்களைப் பெறுபவை, ஆழம் காண முடியாதவை. தத்துவங்களை - ஆன்மாவை, சிவத்தை நோக்கரிய நோக்கில், நுணுக்கரிய நுணுக்கங்களில் பேசுபவை. தாயுமானவர் மெய்ஞானங்களின் எல்லையில் நின்று, ஒப்பற்ற கவிஞனாக இவற்றை எல்லாம் போகிற போக்கில் பட்டுத் தெறிக்கிற விதத்தில் தமது திருப்பாடல்களில் பாடியிருக்கிறார். துரியத்திலும், துரியாதீதத்திலும் கண்ட பரசிவக் காட்சியை நிர்க்குணவடிவில்,

ஆனந்த பூர்த்தியில் அருளொடு நின்றது எது?
உயிர்க் குயிராய்த் தழைத்தது எது?
இன்பமாய் என்றைக்கும் உள்ளது எது?

அவ்வாறு கண்டன எல்லாவற்றையும் மோன உருவெளியதாகக் கருதி அஞ்சலிக்கிறேன்; அதற்கு ஊர் அனந்தம் (பல) பேர் அனந்தம்; மறை அனந்தங்கள்; பேர் ஆனந்தம் பேசுகிற பெரிய மோனத்தின் வைப்பினைப் போற்றுகிறேன்; அந்த அத்வைத வஸ்துவின் சொல்பிரகாரத்தின் தனியினை, தத்துவ சொரூபத்தை, நிர்விகாரத்தை (வடிவெடுக்காததை) நிராமயத்தை (கேடு உறாததை) சித்தம் அறியாதபடிச் சித்தத்தில் ஒளிரும் பேரொளியை, சித்பரவெளியில் தற்பரமாம் சிவத்துடன் திகழும் பரதேவதையைச் சக்தியை அஞ்சலி செய்கிறேன் என்று பரசிவ வணக்கத்திலேயே ஆன்மபோதங்களை நீத்துவிட்டுச் சிவரூப, சிவதரிசன, சிவயோக, சிவபோக நிலைகள் எல்லாம் பாடாமல் பாடிவிடுகிறார்.

தாயுமானவத்தின் அகர முதல் என்பதுவே இத்தொடக்கத்தில்தான் திகழ்கிறது. அதன் னகர இறுதி அற்புதமாக விளங்குகிறது; சிவபோகத்தின் பேரானந்தத் துய்ப்பினைத் தாயுமானவத்தின் இறுதயில் ஆனந்தக்களிப்பாக வெளிப்படுத்துகிறது.

"அன்று என்றும் ஆம் என்றும் உண்டோ?
உனக்கு ஆனந்தம் வேண்டின்
அறிவாகிச் சற்றே நின்றால் தெரியும்!"

என்று தாயுமானவத்தின் இறுதி சிவபோகத்தின் பேரானந்தத்தைப் பாடுகிறது. எனவே இதன் ஆதியும் அந்தமும் சித்தாந்தத்தின் முழுமையினை விளக்கிய வண்ணமே திகழ்தலை நோக்கலாம். உனக்கு ஆனந்தம் வேண்டின் அறிவாகிச் சற்றே நின்றால் தெரியும் என்பதனால் தாயுமானவரின் ஆன்மீய ஆற்றுப்படுத்தும் உள்ளம் புலனாகும், ஆனந்தத்தையும், பேரின்பத்தையும், சுகவாரியையும் வேண்டாத ஓர் ஆன்மா உண்டா? ஆன்மா - நிட்டை - சமாதிநிலை - அதில் பேரின்பம்-சிவம் என்று அத்துவித முடிச்சுப்போடும் ஓர் அழகு இங்குத் தெரிகிறது. சிவத்தில் மூழ்கும் ஜீவன் சிவனாகும் அற்புதம் அரங்கேறிவிடுகிறது. மனவளக்கலையின் வித்தகர் வேதாத்திரி மகரிஷி கூறும் ஒரு தெளிவான விளக்கம் இங்கு நினைக்கத்தகும்.

சமாதி என்றால் ஆதிக்குச் சமமாதல் என்று பொருள். (சமம் + ஆதி = சமாதி) ஆதியாகிய பிரமத்திற்குச் சமானநிலைக்கு மனிதன் உயர்ந்துவிடுதல் ஆகும். துரியநிலைத் தவத்தில், மனம் ஒழிந்து, தான் தானாகவே நின்ற உயிர் இங்குத் தன் மூலத்தை அறிகின்றது. தன் மூலமாகவே ஆகி விடுகிறது. பிரமமாகவே மாறி நிற்கிறது. இதைத்தான் துரியாதீத தவம் என்கிறோம்; துரியாதீதமே ஜீவப் - பிரம்ம ஐக்கிய முக்தி; துரியாதீதமே வீடுபேறு என்ற (மனவளக்கலை, வேதாத்திரி மகரிஷி, ப.47, 1999) இந்த வகையில் தாயுமானவம் ஆன்மா செல்லும் தேயத்துக்கு வழிகாட்டுகிறது. ஆன்ம உயர்ச்சியின் மானுடத் தத்துவம் தாயுமானவத்தின் உயிர்ப்பு! உயிரின் உயர்ச்சிக்கு - வளர்ச்சிக்கு - பரிணாமத்துக்கு ஆன நிலைகளைச் சைவ சித்தாந்தத்தின் வழியில் துரியாதீதத்தில் உயிரின் செம்மைக்கு எல்லை காணுகிறது.

பதி, பசு, பாசம்

இந்த மூன்றும் அநாதி என்று சொல்வதில் சைவ சித்தாந்தத்தின் சிந்தனைச் சாயுச்சியம் அடங்கியிருக்கிறது. இதற்கு மேல் ஏது ஓர் உச்சி?

எண்ணரிய பிறவிதனில் மானுடப்பிறவிதான்
யாதினும் அரிது அரிதுகாண்!

இப்பிறவி தப்பினால் எப்பிறவி
வாய்க்குமோ? (தாயு:சித்தர் கணம்.4)

என்று தாயுமானவர் அஞ்சுவர். மானுடத்தின் உன்னதம் புரிந்த அவர் காற்றுள்ள போதே தூற்றிக்கொள் என்பதற்கிணங்க, உயர்ந்த இப்பிறவி வாய்த்திருக்கும் போதே அதன் அடுத்தக்கட்ட வளர்ச்சியை நினைக்கிறார்.

யோசிக்கும் வேளையில் பசிதீர உண்பதும்
உறங்குவதுமாக முடியும் (பரிபூர.10)

ஒருவாழ்வு வாழ்வா? என்று நினைக்கிறார்.

இறப்பொடு பிறப்பை எண்ணினால்
நெஞ்சு பகீர் என்னும் (சின்மயம்.5)

நினைவு அவரைச் சுடுகிறது. தன்னைத் தனது உயிரை ரசவாதம் செய்ய வேண்டுமே என்று கவல்கிறார். தன் செயலால் ஆவது ஒன்றுமில்லை என்பது அவர்க்குத் தெரியும்!

சிவன் செயலாலே யாதும் வரும்
எனத் தேறேன்! (சிவன்.1)

என்று தெளிகிறார்.

எல்லாம் சிவன் செயல் என்று அறிந்தால்
அவன் இன்னருளே அல்லால்
புகல்இடம் வேறும் உண்டோ? அதுவே
நிலையாய் நில்லாய்! (பாயப்புலி.45)

என்று தன்னையே நோக்கி ஒரு ஞான உரையாடல் நிகழ்த்துகிறார். இதுதான் சிவஞானபோதம். சித்தாந்த நெறிகாட்டும் செம்மை நெறி. இந்த நிலையில்தான் ஐந்து வகை ஆகின்ற பூதமும் நாதமும் அடங்க எனும் திருப்பாட்டில்,

.... அறிவார்கள்
அறிவாகி நின்றநிலையில், சிந்தை அறநில் என்று
சும்மா இருத்தி மேல் சின்மயானந்த வெள்ளம்
தேக்கித் திளைத்து நான் அதுவாயிருக்க நீ செய்
சித்ரம் மிக நன்றுகாண்!
எந்தை வடபால் பரம குருவாழ்க! வாழ அருளிய
நந்தி மரபு வாழ்க! வென்று அடியார் மனம் மகிழ
வேதாகமத் துணிவு இரண்டில்லை!
ஒன்று! என்னவே வந்த குருவே!
வீறு சிவஞான சித்திநெறி மௌன உபதேச குருவே!
மூலன் மரபில் வரு குருவே! (மௌனகுரு.2)

என்று தன்னைத் தனது இன்னுயிரைத் - தான் அதுவாய் (பதி) இருக்கச் செய்யும் ரசவாதச்சித்திரத்தைச் செய்யும் நேர்த்தியை - வீறுபெறு சிவஞானச் சித்தி நெறியில் ஒரு மூலத்தைக் கண்டுகொள்ளுகிறார். பதி, பசு, உறவு எத்தனை வீறுமிக்கது என்று வியந்து, வடபால் பரமனை - நந்தியை - மூலனை - நந்தி மரபில் வந்த மோன குருவைப் பாடிச் சித்தாந்த நெறிக்கு வணக்கம் செலுத்துகிறார். வேதாந்த ஞான வித்தக முடிவுக்கும் சித்தாந்தத்தின் செம்மை நெறிக்கும் ஆன அறிவுக் கலப்பில் முகிழ்த்த மோனத்தில் பதிவேறு, பசுவேறு அல்ல; இரண்டும் ஒன்றே! என்று நந்தி மரபின் ஞானகுரு உணர்த்திய சின்மயக்குறிப்பில்-பேசா அனுபூதியில் பெரிய ஞானத்தைக் கண்டு கொள்கிறார்; அரிய கவிதை அப்போது அவரிடம் பிறக்கிறது. தொல்லாணை நல்லாசிரியர் புணர் கூட்டுண்ட புகழ்சால் சிறப்பு *(மதுரைக்காஞ்சி.761)* என்பர் மாங்குடி மருதனார். ஒருப்படு சிந்னையினார்கள் உடன் உறைவின் பயன் பெற்றார் என்பர் சேக்கிழார் *(பெரிய.1514)*. சிந்தனை வளர்ச்சி என்பது இதுதான். உலகச்சங்கமம் என்பது மானுட சங்கமம் தான். அதில்தான் தெய்வீக சங்கமும் பரிணமிக்கிறது. சேரவாரும் செகத்தீரே என்பது தாயுமானவம்.

இது சன்மார்க்க ஞானச்சங்கமத்திற்கு; பொருள் உலகச் சார்பில் சமூக விஞ்ஞானத்துக்குக் கார்ல் மார்க்ஸ் உலகத் தொழிலாளர்களே ஒன்றுபடுங்கள்! என்கிறார். புணர் கூட்டு என்பது இந்த ஞானத் தேடலுக்கே! வடக்கில் வைதீகம்; அங்குள்ளார் மதஞானங்களை எல்லாம் விழுங்கித் தனதாக்கித் தெற்கில் வந்து சங்கமித்துப் பூர்வீக சைவத்தின் கருத்துக்களையும், பின்வளர்ந்த தென்னகப் பக்தி இயக்கச் சித்தாந்த இயக்கச் சைவ நெறிகளையும் வாரி விழுங்கி வைதீக ஆதிக்கம் கண்டது. வைதீக சைவம் - வைதீகத்தாக்குரவில் வளர்ந்த சித்தாந்தங்களின் போக்குகளையும் இவற்றால் இடைக்காலச் சைவ வளர்ச்சியில் காணமுடிகிறது. 18 ஆம் நூற்றாண்டின் தொடக்கப் பகுதியில் தாயுமானவரின் காலத்தில் வைதீகம் - சித்தாந்தம் தமக்குள் பூசலும் போரும், மலைவுகளும் நிகழ்த்திக் கொண்டிருந்த போதுதான் வடநூற் கடலையும் - தென்தமிழ் ஞானத்தையும் விரிவாகக் கற்றுத் தேர்ந்த தாயுமானவர் இத்தகைய மதப்பூசல்களைத் தவிர்க்கவே இவற்றிடையே ஒரு சமரசம் காணுகிறார். பூரணம் என்பதும் பூரண ஞானம் என்பதும் ஒன்றிலேயே இருக்க முடியாது. பூரணம் என்பது கருத்துக்களின் புணர்வில்; சங்கமத்தில்! அகத்துக்குள்ளும் சங்கமம்; புறத்துக்குள்ளும் சங்கமம்; அகம் - புறம் இவற்றின் இடையேயும் சங்கமம். காலம்தோறும் தேடல்; தேடலில் ஞானம்; ஞானங்களின் சங்கமம்; ஓர் இணைவு! எனவே பூரணம் என்பது முடிந்த முடிவு

அன்று; நடையில் நின்றுயர் ஞானங்கள் சங்கமித்துக் கொண்டே இருக்க வேண்டும். நேற்று, இன்று, நாளை என்பவற்றுக்கும் ஒரு நேற்று இன்று நாளைகள் உண்டு. பூரணம் என்பதற்கும் ஒரு செம்புலம் வேண்டும்; ஒரு பெயல் நீர் வேண்டும். சமய ஞானம் புலன் வழியில் ஒரு செம்புலப் பெயல் நீர் வேண்டப்படுகிறது. ஒரு சமூகத்தை இணைக்க-பல சமயங்களை இணைக்க! வேற்றுமைகளில் ஒற்றுமை காண்பது என்பது பொறுப்புள்ள ஒரு சமய ஞானிக்குத் தேவைப்படுகிறது. எந்தச் சமயஞானியும் இந்தப் பூமியில் கால் வைத்துத்தான் நடக்கிறான்! மானுட வெற்றிக்கும் வளர்ச்சிக்கும் ஞான சங்கமம் தேவைப்படுகிறது. சுயம் கெடாத பன்மை - அந்தப் பன்மையில் ஒருமை, சமயங்களைக் கடந்த ஞானி ஆனால் - அவன் ஒரு சன்மார்க்கி ஆனால் அவனால் கண்டெடுத்து முன் மொழியப் பெறுகிறது. தாயுமானவர், கடவுளைப் போலச் சமய நெறிகளைக் காணாத ஒரு சாட்சி (சச்சி.4) ஆனவர். இதனாலேயே பூரண ஞானம் கண்டார்.

கற்ற கல்வி, பெற்ற ஞானம் எல்லாம் சண்டை போடுவதற்காகத் தானா? தாயுமானவர் இதை ஒப்பவில்லை. உலகத்தோடு ஒட்ட ஒழுகலுக்கும், ஒத்தது அறிவதற்கு ஆன ஞானப்பண்பாடு ஒன்று தேவை என்பதனை உணர்ந்ததனால் தான்.

வித்தை அறிவார், எமைப் போலவே
சந்தை நூல் விரிக்க அறிவார் (ஆனந்த.3)

எத்தனை விதம் கற்கினும்
இதயம் ஒடுங்கவில்லை (ஆனந்த.9)

நூலேணி விண்ணேற
நூற்குப் பருத்தி வைப்பார் (பராப. 186)

சின்னம் சிறியார்கள் செய்த மணற்சோறு
மன்னும் கலைஞான மார்க்கம் (பராப. 187)

வாசக ஞானத்தால் வருமோ சுகம்! (பரா. 188)

கேட்டதையே சொலும் கிளிபோல்
அருளின் நாட்டமின்றி வாய்பேசல்! (பரா. 189)

கற்றும்பலபல கேள்விகள் கேட்டும்
..... மூட நெஞ்சே (பரா. 57)

கற்ற கலையால் நிலைதான் காணுமோ? (பரா.97)

கற்றும் என்பயன்? கற்றிடும் தூய முறை
சொற்ற சொற்கள் சுக ஆரம்பமோ? (பொன்னை.36)

என்றெல்லாம் பாடுகிறார். ஊன அறிவுகள் சாதனைக்கு உதவா; சிந்தனைச் சுகத்துக்கு ஆகவே, சேர வாரும் என்கிறார். வேறுபாடுகளை நீத்த ஞானசுகத்துக்கு வித்தகச் சமரசம் ஒன்று வேண்டும் என்று துடித்ததன் விளைவுதான், அவரிடம் அழகிய கவிதையாகிறது. ஓர் அரிய படிம வார்ப்பு அதில் உருவாகியுள்ளது.

ஆரண மார்க்கத்து ஆகம வாசி
அற்புதமாய் நடந்தருளும்!
காரணம் உணர்த்தும் கையும் நின்மெய்யும்
கண்கள் மூன்றும் உடைய என்கண்ணே!
பூரண அறிவில் கண்டிலம் ; அதனால்
போற்றி, இப்புந்தி யோடு இருந்து
தாரணி உள்ள மட்டுமே வணங்கத்
தமியனேன் வேண்டிடத் தகுமே! **(ஆரணம்.1)**

எனும் அழகிய பாட்டு, தாயுமானவரை அவரது தனித்தன்மையை - ஆளுமையை எல்லாம் காட்டவல்ல பாட்டு. வேதவீதியில் ஆகமக் குதிரையில் அவரது ஞான சவாரி! அற்புதமாய்த் தொடர்கிறது. தாயுமானவர் கண்ட ஞானபூமியின் அடையாளமும் இதனால் தெரிகிறது. கண் மூன்று உடையவனின் தரிசனம் தெரிகிறது. பூரண அறிவில் கூட காண முடியாத வாலறிவனைப் போற்றுகிற ஆற்றலும் தெரிகிறது. சகள மூர்த்திப்பூசனை இங்கு - இதில் நிஷ்களத்தில் - முடிவதால் கண்டிலம் என்னும் சொல் பயின்று வந்துள்ளது. ஒரு புலக் காட்சியில் லௌகீகம் மறைந்து போகிறது. ஞானக்காட்சி போற்றப்பெறுகிறது. சித்தாந்த நூல்கள் போற்றும் கயிலைநாதன், கண்மூன்று, கைகாட்டும் குறிப்பு - குருமூர்த்தம் - கல்லாலடி எல்லாம் அவரைப் பிணித்துள்ளன. தென்முகக்கடவுள் திருக்கோலம் அவர் முறையீட்டில் அழுகையில் - ஞானத்தில் எல்லாம் தெரிகிறது.

குரு உருஆகி, மௌனியாய், மௌனக்
கொள்கையை உணர்த்தினை; அதனால்
கரு, உரு ஆவது எனக்கில்லை; இந்தக்
காயமோ பொய்எனக் கண்ட
திரு உருஆளர் அனுபவ நிலையும்
சேருமோ? ஆவலோம்; மெத்த
அருஉரு ஆகி அல்லவாய்ச் சமயம்
அளவிடா ஆனந்த வடிவமே! (ஆரணம்.9) எனப் பாடுகிறார்.

சமயங்களால் அளந்தறிய முடியாதவனைத் திருஉருஆளர் ஆகிய சிவஞானங்களைப் பெற்ற திருக்கூட்டத்தாரின் அனுபவங்களை என்று

அடைவேனோ என்று பாடுகிற போது சித்தாந்தம் பேசும் முடிவான அணைந்தோர் தன்மைக்கு ஏங்குகிற தாயுமானவரை அறிந்து கொள்ளலாம்! ஆரணவீதி! ஆகமக் குதிரைப்படிமம் வழியில் சிறப்பாகப் பார்த்தால் மட்டுமே இது தெரியும்; புரியும்!

கடத்தை மண்எனல் உடைந்த போதோ? இந்தக் கருமச்
சடத்தைப் பொய்எனல் இறந்தபோதோ? சொலத் தருமம்;
விடத்தை நல்அமிர்தா உண்டு, பொற்பொது வெளிக்கே
நடத்தைக் காட்டி எவ்வுயிரையும் நடப்பிக்கும் நலத்தோய்!
(ஆசை.31)

நான் எனவும் நீ எனவும் இருதன்மை நாடாமல்
நடுவே சும்மா,
தான் அமரும் நிலை இதுவே சத்தியம்
என நீ, தமியனேற்கு
மோன குருவாகியும் கை காட்டினையே
திரும்பவும் நான் முளைத்துத் தோன்றி
மானத மார்க்கம் புரிந்திங்கு அலைந்தேனே!
பரந்தேனே! வஞ்சனேனே! (ஆசை.32)

சிற்றரும்பெனச் சிற்றறிவாளனே தெளிந்தான்
மற்றரும்பென மலரெனப் பேரறிவாகிக்
கற்றரும்பிய கேள்வியால் மதித்திடக் கதிச்சீர்
முற்றரும்பிய மௌனியாய்ப் பரத்திடை முளைப்பான்!
(ஆசை.34)

அருள்வடிவு ஏழும் மூர்த்தம்! அவைகள் சோபானம் என்றே
சுருதி சொல்லியவாற்றாலே, தொழும் தெய்வம் எல்லாம் ஒன்றே!
மருள் எனக்கில்லை; முன்பின் வரும் நெறிக்கு, இவ்வழக்கு
தெருளின், முன்னிலைஆம் உன்னைச் சேர்ந்து தெளிகின்றேன்!
(ஆசை.36)

எத்தனைப் பிறப்போ? எத்தனை இறப்போ?
எளியனேற்கு இதுவரை அமைத்தது!
அத்தனைஎலாம் அறிந்த நீ அறிவை;
அறிவிலி அறிகிலேன்; அந்தோ
சித்தமும் வாக்கும் தேகமும் நினைவே!
ஜென்மம் இனிஎன்னால் ஆற்றா?
வைத்திடு இங்கு என்னை; நின்அடிக் குடியா
மறைமுடி இருந்த வான்பொருளே! (ஆசை : 37)

வான் பொருள் ஆகி, எங்கும் நீ இருப்ப
வந்தெனைக் கொடுத்து, நீ ஆகாது
ஏன் பொருள்போலக் கிடக்கின்றேன்; முன்னை
இருவினை வாதனை அன்றோ?
....
நான் இறந்து இருப்பது நாட்டம்! (ஆசை.38)

என்பன போன்று அவர் பாடுமிடங்களில் எல்லாம் பதி, பசு, பாசக் குறியீடுகள் தத்துவச் செறிவுடன் பாட்டில் கலந்து ஆகமக்குதிரை ஏறி வரும் தாயுமானவரையும், ஒரு பசு (உயிர்) ஒரு பதியிடம் (இறையிடம்) வேண்டும் முறையீடுகளாக (பாசத்தன்மை; இருவினைவாதனைகள் - நான் - இறத்தல் - ஆணவமலம் அறுத்தல்) அமைந்திருத்தலை நோக்க முடியும்! உயிரின் தன்மைகளையும் மும்மல இயல்புகளையும் போக்கத் துடித்துப் பதியினை நாடும் போக்கும், முறையீடும், வேண்டல்களும் தெரியும்.

கோட்டம் இல் குணத்தோர்க்கு எளிய நிர்க்குணமே!
கோதிலா அமிர்தமே! நின்னை
வாட்டம் இல் நெஞ்சம் கிண்ணமாச் சேர்த்து
வாய்மடுந்து அருந்தினன்; ஆங்கே
பாட்டு அளி நறவம் உண்டு அயர்ந்தது போல்
பற்று அயர்ந்து இருப்பது எந்நாளோ? (ஆசை.39)

எனும் பாட்டில் பதிஅடைந்து பெறும் உயிரின் ஆனந்தத்தை அற்புதமான கவிதை வரிகளில் புலப்படுத்துவார்.

பாச இயல் : தத்துவம் : தாத்துவிகங்கள்

சித்தாந்தங்கள் பாசம் பற்றிப் பேசும் போது மும்மலங்களைப் பேசும். ஆணவம், கன்மம், மாயை எனும் மூன்றும் உயிர்களைப் பிணிக்கும் மலங்கள். பதி ஒன்று; பசுக்களோ (உயிர்களோ) பற்பல. பதியோடு சேரவிடாமல் பசுவினைப் பிணிப்பவை பாசங்கள் எனப்படும்.

ஆணவம் இது செம்பினில் களிம்புபோல உயிர்களுக்கு இயற்கையாகவே அமைந்த அநாதியான குற்றம்; என்று ஆன்மா (உயிர்) அநாதியோ, அன்றே ஆணவமும் அநாதியாய் உண்டு; சடமாக இது இருந்தாலும் பற்பல உயிர்களையும் பிணித்து நிற்கிறது. இது ஏனைய இருமலங்களுக்கும் மூலமாக இருப்பதனால் மூலமலம் என்றும் அழைக்கப்பெறும். இருளாகிப் பொருள்களை மறைப்பதால் இருள்மலம் என்றும் அழைக்கப்பெறும்; சகசமலம் என்றும் இதனை அழைப்பர்; இது புலன்களுக்குப் புலப்படாத பொருள்; அறிவுடை உயிருக்கு இது

அறியாமையைச் செய்கிறது. இது உயிர்க்கு இயற்கையாக அமைந்தது அன்று; செயற்கையாய் ஆனால் அநாதியே பற்றி நிற்கிறது.

சடமாய் இஃது இருந்தாலும், அளவற்ற சக்திகளைக் கொண்டது. கேவலம், சகலம், சுத்தம் எனும் மூன்று நிலைகளில் இது இருக்கும். கேவல நிலையில் தன்னைப்புலப்படுத்திக் கொள்ளாது முழுமுடமாய், ஆணவத்தில் ஆழ்ந்து கிடப்பது; சகல நிலையில் மாயை - கன்மங்கள் செயற்படும்போது ஆணவமலம் அடங்கிக் கிடக்கும். உயிருக்கு அப்போது மெய் உணர்வுகள் தோன்றாதவாறு விபரீத உணர்ச்சிகளை ஏற்படுத்துவதும் இந்த ஆணவத்தின் விளைவே! பெத்த நிலையில் (மறைப்புண்டநிலை) பதி இன்பத்தைத் தடுத்து நிற்பதும் இதுவே! ஆணவம், முத்திநிலையில் அவ்வாறு தடுக்காது என்பர். ஆணவமலம் கடுமையாகப் பற்றி நிற்கும்போது உயிரை ஏனைய கன்மமலம், மாயை மலம் இரண்டும் வந்து பற்றிக்கொள்ளும். இதனால் மும்மலமுடைய உயிர்கள் என்று மிக நுண்மையாக உயிர்களைப் பகுப்பர்.

மும்மலங்கள் தூலம், சூக்குமம், பரம் எனும் மூன்று நிலைகளில் உயிர்களைப் பற்றும். ஒருமலம் மட்டுமே உடையவர் விஞ்ஞான கலர், ஆணவம் மென்மையாகப் பற்றியவர்கள். இருமலம் உடையவர்கள்கள் பிரளாய கலர்; ஆணவம் இடைநிலையில் பற்றியிருப்பவர்கள் மும்மலமும் உடையவர்கள் சகலர் என்று அழைக்கப்படுவர். இவர்களை மும்மலங்கள் வலிதாகப் பற்றியிருக்கும் என்பர்.

கன்மம் : உயிர்கள் தமது மனம், மொழி செயல்களால் நல்வினை, தீவினைகளைத் தேடிக்கொள்ளுகின்றன. தூலமாகச் செய்யப்படும் நிலையில் அவை ஆகாமிய வினைகள் ஆகும். இவை சூக்குமமாய் மறைந்து நிற்கும். புண்ணிய பாவங்களாய் அமையும் வினைகள் சஞ்சிதம் எனப்படும். சூக்கும வினைகள் அவற்றுக்கான பயன்களைத் தரும்போது பிரார்த்த வினைகள் எனப்படும். வினைப்பயன்களை இறைவன் இவ்வாறு உயிர்கட்கு ஊட்டுவிக்கிறான். உயிர்கட்குள்ள நோயான மும்மலங்களை நீக்குதற் பொருட்டே வினைப்பயன்களை அவன் ஊட்டுவிக்கிறான். ஒரு மருத்துவனைப்போல நோய் நீக்கியாக அருளுகிறான். உயிர்களுக்குண்டான வினை நாசத்திற்கே இவ்வாறு செய்கிறான். சித்தாந்த நூல்கள் வினைகள், வினைப்பகுப்புகள், துய்ப்புகள், பிறவிகள் என்று நுணுகி நுணுகி இவற்றை ஆய்ந்துள்ளன.

மாயாமலம்: வேதாந்தம் சொல்லும் மாயை வேறு; சித்தாந்தங்கள் பேசும் மாயை வேறு; சித்தாந்தத்தில் உலகிற்கு முதற் காரணமே மாயை தான்; மாயையிலிருந்து நேரே தோன்றும் காரியங்கள் தாம் தத்துவங்கள் ஆகும். தத்துவங்க்ளைக் கருவிகள் என்பர். தத்துவங்களிலிருந்து

தோன்றுபவை தாத்துவிகங்கள் எனப்படும்; தத்துவங்கள் மாயையின் காரியங்கள் ஆகும். இந்த மாயை ஆணவ பந்தங்களின் வேறுபாடுகளை ஒட்டி 1. சுத்த மாயை, 2. மிச்சிர மாயை, 3. அசுத்த மாயை என மூன்றாகப் பெயர் பெறும்; இந்த மூன்று மாயைகளுக்கேற்ப மூன்று பிரபஞ்சங்கள் (மூவுலகப் பகுப்பு) அமையும். 1. சுத்தப் பிரபஞ்சம், 2. மிச்சிரப்பிரபஞ்சம், 3. அசுத்தப் பிரபஞ்சம் என்பன அவை. இவற்றில் சுத்தப் பிரபஞ்சம் மயக்கம் தராதது. மிச்சிரப் பிரபஞ்சம் கொஞ்சம் மயக்கம் தருவது; அசுத்தப் பிரபஞ்சம் முழு மயக்கத்தையும் தருவது என்பர். இதில் மாயைகள் காரணங்கள்; உலகங்கள் காரியங்கள்! மாயைக்கான காரண வகையால் இந்த மாயைகளை,

1. சுத்த மாயை, 2. அசுத்த மாயை, 3. பிரகிருதி மாயை என்று அழைப்பர். பிரகிருதி மாயையே மூலப்பிரகிருதி எனப்படும். சுத்தமாயை விந்து எனப்படும். எனவே அதன் காரியங்கள் (வைந்தவம்) எனப்படும். அசுத்த மாயை மாயை எனப்படுதலால் அதன் காரியம் மாயேயம் எனப்படும்; பிரகிருதி மாயையின் காரியம் பிராகிருதம் எனப்படும். இவற்றால் தோன்றும் காரியங்கள் தத்துவங்கள் எனப்படும்.

1. சிவதத்துவம் (5) (சிவம், சக்தி, சதாசிவம், ஈசுரம், சுத்தவித்தை)

2. வித்தியா தத்துவங்கள் (7) (காலம், நியதி, கலை, வித்தை, அராகம், புருடன், மாயை)

3. ஆன்மதத்துவங்கள் (24)

(குணதத்துவம் : அந்தக்கரணங்கள்)	:	4
(ஞானேந்தரியங்கள்)	:	5
(கன்மேந்திரியங்கள்)	:	5
(தன்மாத்திரைகள்)	:	5
(பூதங்கள்)	:	5
ஆக ஆன்மதத்துவங்கள்	:	24

இங்கு முதுபெரும் சைவப் பேரறிஞர், திரு.சி.அருணை வடிவேலு முதலியார் கூறும் கருத்து மேலும் அறிவதற்குரியது. வித்தியா தத்துவங்களுக்குக் கீழே உள்ள தத்துவங்களைத்தான் ஏனைய மதங்கள் யாவும் தத்துவம் எனக்கூறுகின்றன. அவை இருபத்து நான்கு. அவ்விருபத்து நான்கும் ஆன்ம தத்துவம் எனப்படும்; ஆன்ம தத்துவம் இருபத்து நான்கிற்கும் மேல் சொல்லப்பட்ட வித்தியாதத்துவம் ஏழு, சிவதத்துவம் ஐந்து என்பவற்றைப் பிறமதங்கள் உணரவில்லை; சைவ சித்தாந்தம் ஒன்றே அவற்றை உணர்ந்து உரைக்கிறது என்பர். (மேலது.

சித்தாந்த வினா விடை, ப.291; 1975) சைவ சித்தாந்தத்தின் சிந்தனை உச்சத்தில் தெளிவையும், பெருமையினையும் இதனால் அறியக்கூடும். சிந்தனை உச்சமே சித்தாந்த உச்சம்! தென்னகத் தமிழிய ஞானத்தின் எல்லைக்கு எல்லையே இல்லை! துரியம் கடந்தும் அது ஒளிரும்! உயர்வற உயர்நலம் உடையது அது!

எனவே தத்துவங்கள், முன்னர்த் தோன்றியதற்கும் மேலான மேல்நிலையில் உள்ள உச்சத்தத்துவம் சிவதத்துவம்! பின்னர்த் தோன்றியதான கீழ் உள்ளது பிருதிவி தத்துவம் என்பர். சிவதத்துவம் நாதாந்தம் கடந்தது; உயர்ந்தது என்பர். சிவம் முதல் பிருதவி ஈறான முப்பத்தாறு தத்துவங்களும் மூலப்பொருள்கள். அவற்றின் காரியங்கள் ஆன பலவும் தாத்துவிகங்கள் (60 : தத்துவ காரியங்கள்) எனப்படும். தனு, கரண, புவன, போகங்கள் தாம் அவை! இவற்றைப் புறக்கருவிகள் என்றும் குறிப்பிடுவர்.

தாத்துவிகங்கள் : 60

வாக்கு	:	4
குணங்கள்	:	3
அகங்காரம்	:	3
பூதகாரியம்	:	25
வாயுக்கள்	:	10
நாடிகள்	:	10
கன்மேந்திரிய விடங்கள்	:	5
ஆக	:	60

தத்துவங்கள் முப்பத்தாறு, தாத்துவிகங்கள் அறுபது ஆகியவற்றைக் கூட்டிப் பொதுவாகத் தொண்ணூற்றாறு தத்துவங்கள் என்பது சைவ சித்தாந்தம். சொற் பிரபஞ்சம், பொருட் பிரபஞ்சம் ஆக விரியும் மாயையின் காரியங்களைக் கடந்து சென்றே (விட்டுச் சென்றே - நீத்துச் சென்றே - முற்றவும் வீடுமின் என்றபடி) இறைவனை அடைய வேண்டும். சோபானம் போலப் படிவழிகள் (Steps) ஆக இவை இருத்தலால் இவற்றை அத்துவா என்பர். மாயைகளைக் கடந்தே சிவனது மலரடி பற்ற வேண்டும். முத்தாந்தத்துக்குச் சித்தாந்தம் இப்படி வழிகாட்டுவதைத் தாயுமானவம் அங்கங்கும் சித்தாந்தக் குறியீடுகளாலேயே பாடிச் செல்லுகிறது. கற்றவர்க்கும், கல்லாதவர்க்கும் ஆக ஒட்டுமொத்த மனிதர்க்கே பொதுவுற விளக்கிச் செல்லுகிறது. தாயுமானவத்தின் உள்ளங்கையில் சித்தாந்தக்கனி கனிந்திருக்கிறது!

முத்தாந்த வித்தே, முளைக்கும் நிலமாய் எழுந்த
சித்தாந்த மார்க்கச் சிறப்பே!... (பராபரம்.365)

என்று சித்தாந்தத்தின் சிறப்பினைப் பாடுகிறார்.

பூதம் முதல் நாதம் வரை பொய் என்ற மெய்யர் எல்லாம்
காதலித்த இன்பக் கடலே! பராபரமே! (379)

என்று சித்தாந்தத்தின் தெளிவினையே பாரபரக் கண்ணிகளில் உருக்கமுடன் பாடுகிறார்.

தாயுமானவரின் திருப்பாடல்களின் சொல்நோக்கு, பொருள்நோக்கு ஆகியவற்றின் போக்கிலே தாயுமானவத்தின் அமைப்பு முறை, பாடுமுறை, பகுப்பு முறைகளை ஆழ்ந்து நோக்கினால், சந்த விருத்தங்களில் அமைந்த முற்பகுதி பலவும் முற்றக் கற்றவர்க்கு மொழிந்த போலவும், பிற்பகுதி கல்லாலின் பகுப்பிற்குப் பிறகு பாடியுள்ள கண்ணிப் பாடல்கள் எல்லாம் இறைவனின் நிர்க்குண நிலைகளைக் கூட, பாமரரும் புரியும் வண்ணம் பொதுவாக எளிய நிலையில் பாடித் தமது வேதாந்த சித்தாந்த சமரச நினைவுகளின் வெள்ளத்தை மனித நெஞ்சின் கழனிக்கு ஞானநீர் பாய்ச்சியுள்ள விதமாகவும் அறியமுடிகிறது. அந்தக்கரணங்களில் இருந்து, துரியாதீதம் வரை அவர் பேசாத பாடல்கள் இல்லை; ஓர் ஆன்மாவின் துடிப்பு, முறையீடு, அழுகை, வழிபாடு என்ற நிலையில் தாயுமானவம் முழுவதிலும், பதி, பசு, பாசச் செய்திகள் பரவிக் கிடக்கின்றன. குறிக்கோள் மிகுந்த ஆன்மா, பதியோடு சேரத்துடிக்கும் பற்றற்ற பற்றுகள் உயர்ந்த உணர்ச்சிகளில் வீறுமிக்க கவிதைகளாய்ப் பரந்து ஒளிர்கின்றன. நாத, விந்து, துரியாதீதச் சித்திரங்கள், நிர்க்குண நிலையில் கடவுட் சித்திரங்கள், யோகியின் தூரிகையில் வடித்த ஓவியங்களாய்த் திகழ்கின்றன. மௌனம் பாட்டாகுமா? ஒலியற்ற ஒலிகளில் அவை ஒலிக்குமா? பேசாஅனுபூதி பாட்டில் திரண்டு கிடக்குமா? ஓங்காரம் ரீங்கரிக்குமா?

உள்ளொளிகள் வெளி வெளிகளில் உலாவருமா? வெளி அருள்தான் உள்ளத்துள் ஓடிவரும் பிரவாகம் ஆகுமா? இவ்வளவும் தாயுமானவத்தின் சொல்லரிய சொற்களால், புனைவரிய புனைவுகளாய்ச் சொற்பிரகாசங் களாய் உயிரின் ரசவாதங்களாய்த் திகழ்கின்றன. வள்ளுவம் - திருமூலம் காட்டும் மெய்யியல் சிந்தனைகள் - அவற்றில் காணப்பெறும் தமிழ் அடையாளங்கள், வைதீகம் புலப்படுத்தும் அத்துவிதச் சிந்தனைகள், கல்லாலின் புனைவுகள் - தென்னகச் சைவ சித்தாந்த வழியிலான சுத்தாத்துவிதப் புனைவுகள் இப்படிப் பலப்பல பதி, பசு, பாசச் சித்திரங்கள் வானம் கேட்கும்படியும் பாடப்பெற்றுள்ளன. சுந்தரர் தமிழ் கயிலையில் ஒலித்ததுபோல, தாயுமானவத் தமிழ் வையத்தின்

மூலை முடுக்குகள் வரை ஒலித்திருக்கின்றன. பரசிவ வணக்கத்தில் தொடங்கிய அவரது ஆன்மப்பயணம், ஆனந்தக் களிப்புக் கண்ணிகள் வரை நீண்டு கிடக்கிறது. ஓர் ஆரோகணம் துரியத்துக்கு என்றால் ஓர் அவரோகணம் பாமர நெஞ்சின் பள்ளத்தாக்கு வரை நடந்திருக்கிறது. அவரது ஆன்ம ஈடேற்றத் துய்ப்புகளை எல்லா உயிர்களும் துய்ப்பதற்கு ஏற்றபடி பாடியுள்ள, அவரது கவி ஆளுமை - தத்துவச்செறிவு, துறவு மனத்தால் தூண்டில் போட்டுள்ள ஓர் இலாவகம் ஒவ்வொருவரையும் யோகி ஆக்கிவிடும் பாட்டுவல்லபம் எல்லாம் சுடர்மிகும் தமிழில் ஒளிவிட்டுத் திகழ்கின்றன.

கல்லாலின் பாட்டுப்பகுதியில் முப்பது பாடல்கள் உள; ஒரு தீவக அணி போல இது தாயுமானவப் பாட்டுத் தொகுப்பின் நடுவில் அமைந்து பராபரக் கண்ணிப்பிரிவு பாடல்களுக்கு வழிவிட்டு,

பராபரக் கண்ணி
பைங்கிளிக் கண்ணி
எந்நாட் கண்ணி
காண்போனோ என் கண்ணி
ஆகாதோ என் கண்ணி
இல்லையோ என் கண்ணி
வேண்டாவோ என் கண்ணி
நல்லறிவே என் கண்ணி
பலவகைக் கண்ணிகள் என்று தொடர்ந்து
ஆனந்தக் களிப்பு கண்ணி என்று நிறைவது வரை

863. கண்ணிகளில் ஆண்டவனுக்குக் (பதிக்குக்) கண்ணி வைத்திருக்கிறார்; பாடிக் கவர்ந்து அனைத்து உயிர்களுக்கும் கண்ணி வைத்திருக்கிறார். 40-ஆவது பாட்டுப்பகுதியில் இருந்து கவிதைகளில் கண்ணிகள் பாடிச் சிவயோகச் சூத்திரங்களாகவும், சிவபோகச் சூத்திரங்களாகவும் ஒரே நேரத்தில் பாடியிருக்கும் கவிதை விந்தை அற்புதமானது. நம்மாழ்வார்க்கு ஒரு புளியமரம் போதி மரம்; நம் தாயுமானவர்க்கும் இராமநாதபுரத்தருகில் காட்டூரணி எனும் சிற்றூரில் ஒரு புளியமரம் போதி மரமானது. வீடுமின் முற்றவும் என்ற நம்மாழ்வாரைப் போன்றே தாயுமானவரும் வீடுமின் முற்றவும் என்று எல்லாம் துறந்தவர் - தமிழைத் தவிர்த்து! தமிழில் ஒரு தத்துவ நதி, மெய்யியல் ஆறு அவரால் ஓடிக்கொண்டிருக்கிறது. பேரின்பம் பதியாகிக் கடலாகி வாரி அணைத்துக் கொண்டிருக்கிறது. மானுடம் தெய்வீகத்தில் சங்கமிக்கிற அற்புதப்பாடல்கள் அவர் பாடியவை.

புகல்அரிய நின்விளையாட்டு என்னே? எந்தாய்
புன்மை அறிவுடைய என்னைப் பொருளாப் பண்ணி

இகல் விளைக்கும் மலமாயை கன்மத்தூடே
இடர் உறவும் செய்தனையே! இரக்கம் ஈதோ? என்று
(கல்லாலின்.29)

அவரது சரித்திரத்தை அவரே உள்ளம் உருகிப் பாடிக் காட்டும் நிலை! இப்பாட்டில்! பதியின் விளையாட்டு அதில் பசுவின் ஒருபாட்டு - பாசவலைகளின் ஈட்டு என்று எல்லாம் இதில் காணப்பெறும். தாயுமானவம் இப்படித்தான் நடையில் நின்றுயர் கவிதைகளாய் நடக்கிறது.

சித்தாந்த நடையில்

பதி, பசு, பாசம்

தாயுமானவர் தோத்திரமாகவும், சாத்திரமாகவும், தோத்திரச் சாத்திரமாகவும், தமது திருப்பாட்டுக்களைப் பாடியுள்ளார். பதியினைப்பாடும் செழுமை அவ்வாறு பாடும் போதே பாடும் உயிரின் (பசுவின்) உருக்கம் - முறையீடு - உயிரின் குறைபாடு - நிறைகள், கன்மங்களைப் பாடும் போது உயிர்படும் பாடு, பாசப்பிணிப்புகள் - மாயை பிடித்த பீடை - பதியினை நாடுவதற்கான போராட்டக் குமுறல்கள் அனைத்தையும் பாடுகிறார். பக்தி, யோகம், தத்துவத்திலிருந்து தப்பும் உயிர, அதன் நிலைகளை எல்லாம் சித்தாந்த நடையிலேயே தமது பாடல்களில் செதுக்குகிறார். தாயுமானவத்தை அப்படியே கல்லாலடிச் சித்திரங்கள் என்று சொல்லிவிடலாம். யோகமும், பக்தியும் சித்தாந்த நெறிகளும், சித்தாந்தப் படிமங்களும், தத்துவ இழைகளில் பின்னப்பட்ட நேர்த்திகளும் என்று அவர் பாடல்கள் திகழ்கின்றன. பசுத்துவமும், பதித்துவமும் கலந்த பாட்டலங்கல்களாக அவை திகழ்கின்றன. தமிழின் பக்தி இலக்கியப்பாட்டுத் தொகுப்புகளில் தாயுமானவத்திற்கு என்று ஒரு தனியிடம் உண்டு. துரியத்துக்குத் தாவும் நெஞ்சின் அலைகளைப் போல, அவரது பாடல்களிலும் நெஞ்சின் அலைகள் நீந்தும்! பாட்டுச்சித்தி என, ஒரு புதிய சித்தி அவற்றில் ஊடாடிக் காந்தமாய்க் கிடக்கிறது; நம்மை எல்லாம் ஈர்க்கிறது.

பதி

பதியினைப் பெரிய பூரணமாம் பொருள் (ஆகார.28)
பந்தமறும் பளிங்கனைய சித்துநீ (ஆகார.18) என்பார்
அத்தனையும் நீ அலது எள் அத்தனையும் இலை, எனின்
யாங்கள் உனை அன்றி உண்டோ? (ஆனந்த.5) என்பார்
அவன் அன்றி ஓரணுவும் அசையாது
எனும் பெரிய ஆப்தர் மொழி! (எங்கும் நிறை.1) என்பார்.

நிர்க்குண நிலையில் தாயுமானவர் பதியினை இப்படிப் பாடும் விதமே தனிச்சிறப்புடையது. புராணிகத் தன்மைகள் - கதைகள்

அதிகம் கலவாமலே பாடும் அவரது தனித்திறம் அவரது பாட்டுத் திறமாகும். பரசிவ வணக்கம், பரிபூரணானந்தம், பொருள் வணக்கம். சின்மயானந்த குரு, மௌனகுரு, கருணாகரக் கடவுள், ஆனந்தமான பரம், சுகவாரி, எங்கும் நிறைகின்ற பொருள், தேஜோ மயானந்தம், சிற்சுகோதயம், ஆகார புவனம், தேன் முகம், பன்மாலை, நினைவு ஒன்று, ஆரணம், சொல்லற்கு அரிய, சிவன் செயல், மண்டலத்தின், பாயப்புலி, கல்லாலின் போன்ற பாட்டுப்பகுதிகள் யாவும் பதியின் பகுதிகள் எனும் வண்ணம், நீள நினைந்து நினைந்து, அவர் புனைந்த திறங்கள் விரிவானவை; உரை கடந்த ஒன்றை உரைக்கும் மாட்சிகள் நிறைந்தவை! உருக்காட்சிகளைப் பாடிவிடலாம். தத்துவப் பாங்கில் அருவத்தையும், அரு உருவத்தையும் நிர்க்குண நிலையிலும் பாடுவது கடினம். தாயுமானவர் நிர்க்குண நிலைகளில் தமது வித்தகம் எல்லாம் காட்டிப் பதித்துவத்தைத் தமது பாடல்களில் பதித்து வைத்துள்ளார். இது அவரது பாட்டுச்சக்தியாகும்! அவரது சன்மார்க்க உள்ளம் வரைந்த ஓவியங்கள் ஆகும்!

சுருதியே! சிவாகமங்களே!
   உங்களால் சொல்லும்
ஒரு தனிப்பொருள் அளவை ஈது
   என்னவாய் உண்டோ?
பொருதிரைக் கடல், நுண்மணல்
   எண்ணினும், புகலக்
கருத எட்டிடா, நிறை பொருள்
   அளவை, யார் காண்பர்?   (ஆசை எனும்.18)

என்று அவர் பாடும் போது, நூலறிவால் பாடமுடியாத ஒரு பெரிய பூரணம் என்று பதித்துவ மேன்மையினைப் பாடுவார். மண்டலத்தின் பாட்டுப்பகுதி முழுவதும் பதித்துவம் பாடும் பகுதி!

   மதங்கள் ஆறும் காணாத ஆனந்த
      சாகரத்தை (3) விதந்து விதந்து பாடும் பகுதி.
   பரவரிய பரசிவமாய், அது எனலாய்
      நான் எனலாய், பாச ஜாலம்
   விரவிநின்ற விசித்திரத்தை, ஐக்கியபதத்து
      இனிதிருந்த விவேகம் தன்னை
   இரவு பகல் நினைப்பு மறப்பும் எனும் தொந்தம்
      அறியார்கள் இதயம்! வேதச்
   சிரம்எனவாழ் பராபரத்தை, ஆனந்தம்
      நீங்காத சிதாகாசத்தை   (மண்டல.6)

அத்வைத அனுபவத்தை, அனந்தமறை
இன்னம் - இன்னம் அறியேம், என்னும்
நித்தியத்தை - நிராமயத்தை - நிர்க்குணத்தை
தன் அருளால், நினைவுக்குள்ளே
வைத்து வைத்துப் பார்ப்பவரைத் தான்ஆக
எந்நாளும் வளர்த்துக் காக்கும்
சித்தினை. என்பர் (மண்டலம்.7)

இவை தாயுமானவரைப் பதிபாடிய பாவலர்களில் தனித்த ஒருவராகக் காட்டும் பகுதிகள்; சொல்லுக்குள் - சொல்லுக்குள் எல்லாம் தமிழ்ச் சுருதிதான்! மாண்டு கிடக்கினும் அந்த எல்லையையும் பூரணமாய் வணக்கம் செய்வேன்! (10) என்று பாடும் தாயுமானவரின் மன ஓட்டம், இந்த மண்டலப்பகுதியின் சிறப்புமிகுந்த ஓட்டம்! பூரணம் அவரது பாடல்களில் தான் முழுமையான பூரணம் ஆகிறது!

ஒரே ஒரு பாட்டு, பொன்னை மாதரைப் பகுப்பில் உள்ள பாட்டு (46) தாயுமானவரின் பதிக்காட்சி (கடவுட்காட்சி) எத்தகையது? அதை எப்படிப் பார்க்க வேண்டும்? அதைக் கண்டவர் யார்? முற்ற விண்டவர் (சொல்லியவர்) யார்? என்று பாடிய தாயுமானவரே, கடவுட்காட்சிக்கு என்று தனிக்கல்வி வேண்டும். தாம் பயின்ற அந்தக் கல்வியில் சிதாகாசத்தில் வெளியில் நின்ற வெளியாய்த் திகழ்கிற ஒன்று! அதுவே ஆன்ம ஒளியில் நின்ற ஒளியாய்த் திகழ்கிறது. இனி தனது தெளிந்த ஞானத்தில், மோனத்தில் ஞானமொழி பேசும் - ஒரு மொழியால் பல மொழிகளை ஆளும் கல்லால மரத்தின் கீழ் அமர்ந்த தேவனாய்த் - தென்முகக் கடவுளாய் அவர்தம் பேரானந்த வெள்ளத்தில் தெரிகிறதாம். இப்படிப் பாடுபவர்தாம் தாயுமானவர். இப்படிப் பாடப்பெற்றது தான்,

வெளியில் நின்ற வெளியாய் விளங்கிய
ஒளியில் நின்ற ஒளிஆம் உன் தன்னை நான்
தெளிவு தந்த கல்லால் அடித்தே! என்று
களிபொருந்த அன்றோ? கற்ற கல்வியே! (பொன்னை.46)

என்கிறது.

இப்பாட்டு, இதில் பதிக்காட்சி, பசுக்காட்சி, சித்தாந்தக்காட்சி எல்லாம் தெரியும். இதுதான் தாயுமானவரின் ஆளுமை! இந்தச் சித்தாந்தக் கல்விதான் தாயுமானவத்தில் சவியுறத் தெளிந்த பிரவாகமாகப் பெருக்கெடுத்துள்ளது. வம்பனேன் பாட்டுப்பகுதிகளில் எல்லாம் இத்தகைய பசுபதிக் காட்சி ஓட்டங்கள் அதிகம்! பொன்னை மாதரைப் பகுதியில் ஒரு பாட்டு.

> விதியையும் விதித்து, என்னை விதித்திட்ட
> மதியையும் விதித்து, அம்மதி மாயையில்
> பதிய வைத்த பசுபதி! நின் அருள்
> கதியை எப்படிக் கண்டு களிப்பதே! (பொன்னை.63)

என்று இதில் பாடப்பெற்றுள்ள, அவன் அருள் கதியைக் கண்டுகளிப்பதே தாயுமானவத்தின் பாட்டெல்லாம். இப்பாட்டின் விரிவினையே சின்மயானந்த குருவிலும் (4) காணுகிறோம். தனுகரண புவன போகச் சித்தரிப்புகள் எல்லாம் அதனுள் பொலியும்:

> ஐவகை எனும் பூதம் ஆதியை வகுத்து, அதனுள்
>   அசர சரபேதம் ஆன
> யாவையும் வகுத்து, நல் அறிவையும் வகுத்து, மறை
>   ஆதி நூலையும் வகுத்து,
> சைவ முதலாம் அளவில் சமயமும் வகுத்து, மேல்
>   சமயம் கடந்த மோன
> சமரசம் வகுத்த நீ, உன்னை யான் அணுகவும்
>   தண்ணருள் வகுக்க இலையோ? (சின்மயம்.4)

என்று பாடியிருப்பதிலும், சின்மய ஞானவெள்ளம் பசு, பதிக் காட்சிகளைப் பாடிக் கொண்டே பாய்கிறது.

> புந்தி மகிழ்வுற உண்டு உடுத்து இன்பம் ஆவதே
>   போந்த நெறி என்றிருந்தேன்,
> பூராயம் ஆக நினது அருள்வந்து உணர்த்த, இவை
>   போன வழி தெரியவில்லை! (சின்மயம்.5)

எனும் போது அவன் அருளாலே அவன்தாள் அறியும் ஞானம் பாடப்பெற்றிருப்பதை அறியமுடியும்! ஜீவனில், சிவம் தரும் காட்சி இதுதானே! பசு, பதிக்கிடையே பாச ஊடுருவல்கள் வந்ததும், தத்துவம், போனதும் தெரியவில்லை, எனும் தத்துவஞானம் எத்தனை யதார்த்தமாகத் தாயுமானவத்தில் புகலப்பெற்றுள்ளது? சின்மய வெள்ளப்பாய்ச்சலில் மேலும் பாடுகிறார்.

> இக, பரம் இரண்டின் உள் மலைவு தீரத்
> தீதில் அருள் கொண்டு இனி உணர்த்தி
> எனை ஆள்வையோ? (சின்மயம்.10)

என்று, இதைவிடச் சித்தாந்த முடிவினை - யாவரே பாடியுள்ளார்? தாயுமானவத்தில் இப்படித்தான் உயிர் மணக்கிறது. பதி மணக்கிறது; அருள் மணக்கிறது. சைவம் மணக்கிறது.

சைவ சமயமே சமயம்! சமயாதீதப்
 பழம் பொருளைக்
கைவந்திடவே மன்றுள் வெளிகாட்டும்!
 இந்தக் கருத்தை விட்டுப்
பொய்வந்துழலும் சமயநெறி
 புகுதல் வேண்டா? (காடும் கரையும்.2)

என்று தாயுமானவரின் குரல் மணக்கிறது! உள்ளே, வெளிகிடக்கிற ஞானத்தை அழகுறப் போதிக்கிறது!

தாயுமானவரின் மோனச்சிந்தனை எத்தனை உரத்த குரலில் வெளிப்படுத்துகிறது என்பதற்குப் பல இடங்கள் உள்ளன. அவற்றில் ஓரிடத்தில்,

தெய்வம் வேறு உளது என்பவர் சிந்தனை
நைவர் என்பதும், நற்பர! தற்பர!
சைவ சிற்சிவனே! உனைச் சார்ந்தவர்
உய்வர் என்பதும் யான் உணர்ந்தேன்! உற்றேன்! (ஆரண.76)

என்று தம்மை உளப்படுத்தி யான் உணர்ந்தேன்; இவ்வாறு பேசல் உற்றேன் என்கிறார். உயிர் - சிவத்தைச் சார்கிற போதமே சிவஞானபோதம்! இதைவிட அதை வலுவாக - வளமாக - அழகாகப் பாடமுடியுமா? சைவ சிற்சிவனே! உனைச் சார்ந்தவர் உய்வார் என்பதில் பதியும், பசுவும் பாடப்பெற்றிருக்கும் நேர்த்தி - தனிச்சிறப்பு வாய்ந்தது. இது தாயுமானவத்தின் சிறப்பு! தாயுமானவர் திருப்பாடல்கள் மிகச்சிறந்த சித்தாந்த வீதியாகவே திகழ்கிறது. முப்பொருள் உண்மைகளைப் போதிக்கும் கல்லால் அடியாகவே காணப்பெறுகிறது; மூலன் மரபின் மொழிகளின் அருள்வெளிகளாகவே திகழ்கின்றன.

சொல்லாலும் பொருளாலும் அளவையாலும்
 தொடர ஒண்ணா அருள் நெறியைத் தொடர்ந்து நாடி
நல்லார்கள் அவையகத்தே இருக்க வைத்தாய்!
 நன்னர் நெஞ்சம்! தன்னலமும் நணுகுவேனோ?
இல்லாளியாய், உலகோடு உயிரை ஈன்றிட்டு
 எண்ணரிய யோகினுக்கும் இவனே! என்னக்
கல்லாலின் கீழ்இருந்த செக்கர் மேனிக்
 கற்பகமே! பராபரமே! கயிலை வாழ்வே! (ஆசை.24)

ஜாக்கிரமா நுதலினில்; இந்திரியம் பத்தும்
 சத்தாதி, வசனாதி, வாயு பத்தும்,
நீக்கமில் அந்தக்கரணம், புருஷனோடு
 நின்றது முப்பான் ஐந்து, நிலவும் கண்டத்து

ஆக்கிய சொப்பனம் அதனில் வாயுபத்தும்
அடுத்தன சத்தாதி, வசனாதி ஆக
நோக்குகரணம் புருடன் உடனே கூட
நுவல்வர் இருபத்து ஐந்தாம் நுண்ணியோரே! (ஆசை.25)

சுஷுப்தி இதயம்தனில் பிராணம், சித்தம்
சொல்லரிய புருஷனுடன் மூன்றது ஆகும்;
வழுத்திய நாபியில் துரியம், பிராணனோடு
மன்னு புருஷனும்கூட வயங்கா நிற்கும்
அழுத்திடும் மூலம்தன்னில் துரியாதீதம்
அதனிடையே புருஷன் ஒன்றி அமரும் ஞானம்;
பழுத்திடும் பக்குவர் அறிவர்; அவஸ்தை ஐந்தில்
பாங்கு பெறக் கருவி நிற்கும் பரிசுதானே! (ஆசை.26)

என்றெல்லாம் தொடர்கிற பாடல்களில், அருள்நெறி கூடிய வித்தக ஞானம் நிறைந்த திருக்கூட்டத்தில் தன்னைச் சேர்த்த திருவருளையும் (அணைந்தோர் தன்மை) சித்தியார் உள்ளிட்ட நூல்கள் பேசிடும் தத்துவக் குறியீட்டுச் சொற்களையும் அவற்றால் நேர்ந்த ஞானங்களையும் துரிய அனுபவங்களையும், சிவஞானம் பழுத்த பக்குவர்கள் அறிந்த நுணுக்க ஞானங்களையும் சாத்திரங்கள் விவரித்தவாறே யோக சித்தியனுபவங் களையும் அரிய பாடல்களாக்கியுள்ளார்.

ஆண்டவனையே அருள் வளர்க்கும் அரிய தத்துவ (எனக்குள்ள.7)

என்று தத்துவச் சொல்லாடலால் அழைப்பர். தனு கரண புவன போகங்கள் மாயைகள்; மாயைகளை நீத்த போதே உயிர் சிவத்தைச் சேரும். இந்த வகையில் தத்துவங்களை நிராகரிக்கும் போதும்

தத்துவம் எல்லாம் அகன்ற தன்மையர்க்குச் சின்மயம் ஆம்
நித்த முக்த! சுத்த நிறைவே பராபரமே! (367)

தத்துவம் ஆம் பாழ்த்த ஜட உருவை (எந்நாள்.3)

தத்துவர் தொண்ணூற்று அறுவர் (96)
தாமாய்வாழ் இந்நாட்டைப்
பித்தன் நான்என்னும் பிதற்று ஒழிவது எந்நாளோ (5)

என்று மெய்ஞ்ஞானம் முற்றியதும், தத்துவச் சுவடுகளை அழிக்கப் பாடுகிறார். எந்நாட் கண்ணிகளில் குருமரபினை போற்றிப் பாடுவர். நந்திக் குடிமகன் தான் என்பதனை அதில் சுட்டிப்பாடுவர். அடியார் வணக்கம், தத்துவ முறைமை (27.கண்ணிகள்) எல்லாம் பாடும் போது, சிவஞான போதக் கண்ணிகளாகவே அவை திகழ்கின்றன. தன்

உண்மைக் கண்ணிகள், அருள் இயல்புக்கண்ணிகள் பொருள் இயல்புக் கண்ணிகள் எல்லாம், ஏன் பொதுவகை எந்நாட் கண்ணிகளில் சித்தாந்தப் பொருள்களே (முப்பொருள்) பேசப்பட்டிருத்தலை அறியலாம். சித்தாந்த அறிவினை - சித்தாந்தக் கல்வியினைப் பாமரரும் புரிந்து பாடும் விதத்தில் - அறியும் விதத்தில் இந்தக் கண்ணிகளை உயிர்க்குலத்தின் ஆதி அந்தங்கள், மேல் - கீழ் எனும் விகற்பங்கள் எல்லாம் அற்ற விதத்தில் பாடியிருப்பது தாயுமானவத்தின் ஒப்பற்ற சிறப்பினைக் காட்டும், பேசா அனுபூதி நிலைகள், ஆணவத்தோடு அத்துவிதம் பெற்றுத் தாணுவினோடு அத்துவிதமாகும் நிலைகள், யாவும் பசு, பதி ஐக்கியங்களைக்காட்டும் கண்ணிகளாகத் திகழ்கின்றன. கண்ணுதலான் தத்துவங்கள் கண்ணிச் சந்தங்களில் கர்ப்பூரங்களாய்க் கரைந்து கரைந்து கிடக்கின்றன. கர்ப்பூரம் நாறும் கவிதைகள்தாம் அவை!

தாயுமானவரின் தேஜோமயானந்தம், சிற்சுகோதயம், ஆகார புவன ரகசியம், பன்மாலை, பொன்னை மாதரை, வம்பனேன், பாயப்புலி, ஆசை எனும், உடல் பொய் உறவு போன்ற பதிகங்களில் எல்லாம் கவிதைகளின் உயிரோட்டம், அற்புதமாகக் காணப்பெறும். எல்லாம் சில கவிதைப்பத்துகள் பல பாட்டலங்கங்களாகத் திகழ்கின்றன.

காட்டிய அந்தக் கரணமும்
மாயை இக்காயம் என்று
சூட்டிய கோலமும் நானா
இயங்கத் துறை இதனுள்
நாட்டிய நான், தனக்கு என்று ஓர்
அறிவற்ற நான், இவற்றைக்
கூட்டி நின்று ஆட்டினையே! பரமே!
நல்ல கூத்து இதுவே! (பாயப்புலி.48) என்பார்.

ஊனை நாடகம் ஆடுவித்தவா, (திருவாச.99) எனும் மணிவாசகம் போல இங்குத் தாயுமான வாசகம் தென்படுகிறது.

சொல்லரிய உயிரிடை அங்கங்குச்
சுரந்து பொழி கருணை முகிலே! (தேஜோ.11)

அண்ணலே! வா! வா! என்
பசுத்துவம் போய் உய்யும் (பொன்னை.41)

கன்மம் ஏது? கடு நரகு ஏது (மேலது.49)

கேவலம், சகலம் இன்றிக்
கீழொடு மேலாய் எங்கும்
மேவிய அருளின் கண்ணே! (ஆசை.15)

சாத்திரம் சொன்னபடி
இயமம் ஆதியும் சாதிப்பனே! (பாயப்புலி.51)

என்று தொடரும் எளிய இந்த வரிகளில் உயிரின் வரிகள் - நிலைகள் அழகாகப் பேசப்பட்டுள்ளன.

ஆகார புவனம் - சிதம்பர ரகசியம் எனும் பாட்டுப்பகுதி - முப்பத்து மூன்று பாடல்களைக் கொண்ட தத்துவப் பேழை; உயிரின் ரகசியமும், பதியின் ரகசியமும் மோனவைப்பாகவும், ஞான வைப்பாகவும் (இருப்பு) கொண்ட மனம்மீட்டும் யாழின் பாடல்கள்! தேன்முகம், பாட்டுப் பகுதியில் தமிழின் தேன் பிலிற்றும்; தத்துவம் பிலிற்றும்! பன்மாலை, அற்புதமான பாட்டுமாலை; பொன்னை மாதரை எனும் கலிவிருத்தங்கள் (78) யாவும் ஞானம் களிநடம் புரியும் விருத்தங்கள்! இப்படித்தான் ஒவ்வொன்றும்!

வடிவனைத்தும் தந்த வடிவில்லாச் சுத்த
வான்பொருளே! எளியனேன் மனம் ஆம் மாயைக்
குடிகெடுக்கத் துஜம் கட்டிக் கொண்ட மோன
குருவே! என்தெய்வம்! கோது இலாத
படிஎனக்கு ஆனந்த வெள்ளம் வந்து தேக்கும்
படி,எனக்கு உன்திருக்கருணை பற்றுமாறே
அடிஎடுத்து என் முடியில் இன்னம் வைக்க வேண்டும்!
அடிமுடி இல்லாத அகண்ட வாழ்வே! (பன்மாலை.3)

எனும் இஃது எத்தனை எத்தனை உயர்ந்த பாட்டு! மோனம் துஜம் கட்டிக் (வரிந்து கட்டிக்கொண்டு) கொண்டு (குருவடிவில்) வருகிறது எனும் போது கவிதை உச்சத்துக்குப்போய் விடுகிறது. மோனவைப்பு மூர்த்தத்தில் ஒரு வீரட்டான கோல நாடகம் காட்டுகிறது கவிதை!

எல்லா ஞானிகளும் மாயப்பிறப்பறுக்கவே தமது பாடல்களை எல்லாம் பாடினார்கள். தாயுமான ஞானியும் அத்தகையவரே! இருந்தாலும் ஒரு பாட்டில் பிறவி வேண்டுகிறார். ஓதரிய துவைதம் தான் அத்வைத ஞானத்தை உண்டுபண்ணும் என்று பாடியதில் போல் ஒரு முரணழகு கொஞ்சப் பாடுகிறார்; காரைக்கால் அம்மை பிறவாமை வேண்டும் மீண்டும் பிறப்புண்டேல் மறவாமை வேண்டும்! இன்னும் ஆடும் அவன் காலடிக்கீழ்க் கிடக்க வேண்டும் என்பார். இறைவனின் குனித்த புருவமும், குமிழ் சிரிப்பும் காண, மனித்தப்பிறவி வேண்டுவார், அப்பர் பெருமான்; தாயுமானவர் வேண்டும். அழகினை ஒரு பாட்டு இப்படிப் பாடுகிறது.

மறம்மலி உலக வாழ்க்கையே வேண்டும்!
வந்துநின் அன்பர்பணியாம்

அறம்அது கிடைக்கின்; அன்றி ஆனந்த
அற்புத நிஷ்டையின் நிமித்தம்
துறவது வேண்டும்; மௌனியாய் எனக்குத்
தூய நல் அருள்தரின் இன்னம்
பிறவியும் வேண்டும்! யான் எனது இறக்கப்
பெற்றவர் பெற்றிடும் பேறே! (சிவன்செயல்.7)

என்று வரும் இத்தகைய பாட்டுக்கள் தாயுமானவரின் வித்தகக் கவிதையைக் காட்டுவதுடன் தமிழ்க் கவிதைகளை அவற்றின் மரபு வழித் தமிழியத்தை எம்மொழிக்கும் உலகிற்கு எடுத்துச் செல்லும்! தமிழ் மண்டல ஞானங்களை உலகுக்குப் பரப்பும்! ஞானமும் போதமும் கவிதை ஆவதில் சிக்கல் இருக்கிறது! சட்டமொழிகள் போல இருப்பதைக் கனியினும் கட்டிபட்ட கரும்பினும் ஆக்குவது அரியகலை! உணர்ச்சிகளின் விளிம்பில் துரிய நதிக்கரையில் சிந்து பாடுவது போல சிவஞான சித்திநெறிகள் எல்லாம் பாடுதல் தாயுமானவர்க்குக் கைவந்த கலை. கவிதை ரசவாதம் ஆகியிருக்கிறது.

எவ்வுயிர்த் திரளும் உலகில் என் உயிர்
எனக்குழைந்துருகி, நன்மையாய் இதம்உரைப்ப
எனது என்ற யாவையும் எடுத்து எறிந்து மதயானைபோல்
கவ்வையற்ற நடைபயில் அன்பர் அடிகண்டதே
அருளின் வடிவமாகக் கண்ட யாவையும் அகண்டம் என்ன
இருகை குவித்து, மலர் தூவியே!
பவ்வ வெண்திரை கொழித்த தண்தரளம் விழி உதிர்ப்ப
மொழி குளறியே பாடி ஆடி உள் உடைந்துடைந்து
எழுதுபாவை ஒத்து அசைதல் இன்றியே
திவ்ய அன்புருவம் ஆகி அன்பரொடும்
இன்ப வீட்டினில் இருப்பனோ என்பார். (சிற்சுகோதயம்.81)

தமிழ்நாடு கண்ட பக்தி நெறியினையும், சிவஞான சித்தி நெறியினையும் ஒருசேர நெய்த இத்தகைய பாட்டுகள் தாயுமானவரைத் தனித்த மெய்ஞானி ஆகக் காட்ட வல்லவை. பரத்தைப் புதிய படிமங்களை வைத்துப் பாடியவர் தாயுமானவர் என்றால் அது புகழ்ச்சியில்லை; சின்மயம், பரிபூரணானந்தம், கருணாகரம், ஆனந்தமான பரம், சுகவாரி, தேஜோ மயானந்தம் என்று எல்லாம் பாடுகின்ற பனுவல்களில் எல்லாம் புதுப்புதுத் தொடர்கள்! சாசுவத ஆனந்த போகமே வீடு (பரிபூர.8) இஃது அவரது முடிவான சித்தாந்தம். மௌனம், நிட்டை, பேரின்பம், சுகவாரி - அதுவே வீடு - துரியம் துரியாதீதம் என்று எல்லாம் தாயுமானவரின் நெஞ்சில்! ஓர் ஒற்றையடிப்

பாதையினை நேரே நிமிர்த்தி நெடிய வானாக்குகிறார் தாயுமானவர்; ஞானவில்லை நிமிர்த்துகிறார். இது அவரது தனி ஆற்றல்.

பாசம்

ஆணவம், கன்மம், மாயை எனும் மும்மலங்கள், பதிக்கும் பசுவிற்கும் இடையில் பசுவினைப் பதியோடு சேராதவாறு தடைகளாய் நிற்பவை; மும்மலத்தை நீத்த பிறகு தான் செம்மை நலம் உயிர்க்குக் கிடைக்கும். இந்தச் செய்திகளைத் தாயுமானவர் ஒரு நாடகப் பாங்கில் பாடுகிறார்.

கற்றும் அறிவிலாத என்
கன்மத்தை என் சொல்லுகேன் (சித்தர்.10)

யான் எனும் அகந்தை எள்ளவும்
மாறவில்லை. (ஆனந்த.9)

ஈங்கார்? எனக்கு நிகர்... இராவணாகரமாகி
போராட முடியுமோ? (மௌன.9)

பற்று விதமாகி... பற்றி உழல் கிருமிபோலப்
பாழ் சிந்தை! (மௌன.10)

இரும்பு நேர் நெஞ்சக் கள்வன்!
என்று நீ! அன்று நான் அடிமை! (சுகவாரி.7)

கவ்வும் மலமாகி நின்ற நாக பாசத்தினால்
கட்டுண்ட உயிர் (சின்மயா.3)

கருமருவு குகை அனைய காயம்
செம்பனைய யான் (சின்மயா.7)

பொய்யான உலகத்தை மெய்யாய் நிறுத்திப்
புந்திக்குள் இந்த்ர ஜாலம் சாதிக்குதே! (மௌன.3)

கண்டன எலாம் அல்ல என்று
கண்டனை செய்து, கருவி, கரணங்கள் ஓயக்
கண்மூடி ஒரு கணம் இருக்க - என்றால்
பாழ்த்த கர்மங்கள் போராடுதே! (பரிபூர.4)

சிங்கத்தை ஒத்துப் பாயவரும் வினை (கருணா.10)

துன்பமாய் அலையவோ? உலக நடையை
ஒரு சொப்பனத்திலும் வேண்டிலேன்! (சுகவாரி.4)

நான் என்று, நீ என்று மனதைக் கட்ட
அறியாமல் வாடினேன்! (கருணா.4)

பொல்லாத வாதனை! எனும் சப்த பூமி! (எங்குநிறை.4)

இந்த்ர ஜாலம்! கூத்து மனமாயை வெல்ல எளிதோ? (சச்சி.4)

கர்ம பந்தத்தினால் ஜென்ம பந்தம் (சச்சி.8)

என்று மும்மலங்களை இப்படிப்பாடி, ஆன்மா போராடும், பலப்பல அவஸ்தைகளைத் தன்மீது வைத்துப் பாடும் போக்கு அவரிடம் காணப்படுகிறது; உயிர்படும்பாட்டை அவர்போலப் பாடமுடியாது;

நான் எனும் ஈனப்பாழ் கெட
என்றும் இருப்பனே! (பொன்னை.23)

என்று தொண்ணூற்று ஆறு தத்துவங்களும் தரும் துன்பங்களை அழித்திட ஒரு சொல் அருளிய மோன குருவை நினைத்துப் பாடுகிறார்.

மண்ணாதி ஐந்தொடு புறத்தில்உள கருவியும்
வாக்காதி, சுரோத்ராதி (காது)யும்
வளர்கின்ற சப்தாதி, மனமாதி, கலையாதி
மன்று சுத்தாதி உடனே
தொண்ணூற்று ஆறும், மற்றுள்ளனவும்
மௌனியாய்ச் சொன்ன ஒருசொற் கொண்டதே! (கருணா.2)

என்று விவரிப்பார்.

இந்த ஒரு சொல்லின் ஆழத்தை நினைந்தே நிட்டைக்கு முயன்றால் பாழ்த்த கர்மங்கள் போராடுகின்றன. ஒரு நினைவு கூட வராத இடம்தான் நிட்டைக்கான இடம்; அதுதான் இன்பம் தரும் பேரின்ப நிலையம் என்றெல்லாம் விவரிக்கும் தாயுமானவரின் ஒப்பற்ற பாட்டு இதுதான்; மகாகவி பாரதியும் இப்பாட்டினைப் பெரிதும் போற்றித் தமது பாரதி அறுபத்தாறில் (63) விளக்கம் எழுதியிருக்கிறார். இது மட்டுமின்றி,

ஆசைக்கோர் அளவில்லை விடயத்துள்
ஆழ்ந்தபின் அங்கு அமைதி உண்டாம், என
மோசம் போகலீர்! என்றிடித் தோதிய
மோனிதாளினை முப்பொழுதும் ஏத்துவாம். (சுயசரிதை.42)

எனுமிடத்தில் தாயுமானவத்தை நினைத்துப் பாடுவார். அந்த ஒரு மொழி பற்றிய தாயுமானவரின் புகழ்மிக்க கவிதை இதுதான்.

ஒரு மொழியே பல மொழிக்கும் இடம் கொடுக்கும்; அந்த
ஒரு மொழியே மலம் ஒழிக்கும்! ஒழிக்கும் என மொழிந்த

குருமொழியே மலை இலக்கு! மற்றை மொழி எல்லாம்
கோடு இன்றி வட்டாடல் கொள்வது ஒக்கும் கண்டாய்!
கருமொழி இங்கு உனக்கு இல்லை; மொழிக்கு மொழி ருசிக்கக்
கரும்பனைய சொல்கொண்டு உனைக் காட்டவும், கண்டனை மேல்
தருமொழி இங்குனக்கு இல்லை; உன்னைவிட்டு நீங்காத்
தற்பரமாய், ஆனந்தப் பொற்பொதுவாய் நில்லே!

(நினைவு ஒன்று.2)

எனும் பாட்டில் சிவஞான சித்திநெறிகள் யாவற்றின் சாறும், தாயுமானவத்தின் ஒட்டுமொத்தச் சாறும் தென்புலம் காட்டும் வீறுமிக்க சைவத்தின் சாறும் இந்த ஒரு பாட்டுக்குள் கட்டிபட்ட ஒன்றாய்த் திகழும். அதனால் தான் பாரதி இப்பாட்டினைப் பூஜிக்கிறான்; பெரிய மொழியான இந்த ஒருமொழி தனி ஒரு ஆன்ம ஈடேற்றத்துக்கு ஆக மட்டுமே பாடியபாட்டன்று; ஒட்டுமொத்த உயிர்த்திரளுக்கும் உரியது. எவ்வுயிரும் உய்ய வேண்டும்! வேறுபாடுகள் பற்பல பூத தத்துவங் களுக்குள் மலிந்து கிடப்பினும், முற்றவும் இவற்றிலிருந்து விடுபட்டு, நிட்டை நிலைக்குப் பேச்சற்ற மோன நிலைக்குப் பேசா அனுபூதிக்குத் தாவும் போது, தனி ஒரு ஆன்மாவுக்கு மட்டுமே பேரின்பம் இல்லை; ஒரு ஜனசமூகத்துக்கும் அது வாய்க்கிறது. தான் பெற்ற இன்பத்தை அப்போது தான் வையத்துக்குத் தர முடியும். ஒன்றே குலம்! ஒருவனே தெய்வம்! என்பது அப்போதுதான் சித்திக்கும். ஒரு மொழி மலம்; ஒழிக்கும்; ஆம் ஜெகத்துக்கே ஆன மலங்களையும் ஒழிக்கும்; ஆன்ம நேய ஒருமை, ஆனந்தப் பொற்பொது - அப்போது மட்டுமே திகழும் எனும் சிந்தனைகளை எல்லாம் தேக்கிய பாட்டு இது! நீயே அது எனும் கருத்துக்கு மூலமந்திரம் ஆகிய பாட்டு. பாசநீக்கம் பெற்ற ஆன்மா பதி ஆகும் வேட்கையினை உயிராகப் பெற்ற பாட்டு. கல்லால மரம் கற்பிக்கும் ஞானத்தை - சொல்லாமல் சொல்லிய ஒரு மொழியால், தாயுமானவர் நீள, நீள நினைந்து பாடிய பாட்டு; பூமிக்குள் வானை முடியும் பாட்டு. மனிதனைத் தெய்வமாக்கும் தாயுமானவரின் மலை இலக்கு (உயர் நோக்கு - குறிக்கோள்), இதில் தரிசனம் தருகிறது. மானுட முழுமைக்குக்கட்டுக்களை நீத்த வாழ்வு - அதனால் பேரின்பம்- அப்போது தெய்வீகம் என்பதில் சித்தாந்த நெறியின் சிறப்புகள் புலப்படும். அதனைத் தாயுமானவர் புலப்படுத்துகிறார். தனுகரண புவன போக வாழ்வு என்பது ஒரு போராட்டம் தான். வெட்சி வீரம்- வாகை வீரம் எல்லாம் ஓர் அகப்போரில். இந்தக்கன்ம எதிர்ப்புப் போரில் - தத்துவ உலகில் காணப்படுகிறது.

துள்ளு மறியா (ஆடு) மனது
பலி கொடுத்தேன் (கருணா.8)

என்று பாடும் தாயுமானவர்தான் இந்த அகப்போரில், கன்ம எதிர்ப்புப் போரில் வாகை சூடச் சிவன் அருளை நாடுகிறார். எளிய கிராமிய மொழிப் புனைவில், நிட்டை கூடுதற்கான பேரின்ப நிலையினைப் பெற அதனால் தெய்வீகம்உற, உயர்ந்த கருத்தினைப் பாடுகிறார். இதுவும் தாயுமானவரின் பிரபலமான பாட்டு. தாயுமானதாசர்கள் அடிக்கடிச் சொல்லும் பாட்டு.

காகம் ஆனது கோடி கூடிநின்றாலும் ஒரு
கல்லின் முன் எதிர்நிற்குமோ?
கர்மம் ஆனது கோடி முன்னே செய்தாலும் நின்
கருணைப் ப்ரவாக அருளைத்
தாகமாய் நாடினரை வாதிக்க வல்லதோ?
தமியனேற்கு அருள்தாகமோ
சற்றும் இலை என்பதுவும் வெளியாச்சு; வினைஎலாம்
சங்கேதமாய்க் கூடியே,
தேகமானதை மிகவும் வாட்டுதே; துன்பங்கள்
சேராமல், யோக மார்க்கச்
சித்தியோ வரவில்லை; சகஜ நிஷ்டைக்கும்
என் சிந்தைக்கும் வெகுதூரம்! நான்
ஏகமாய் நின்னோடு இருக்கும் நாள் எந்நாள்?
இந்நாளில் முற்று உறாதோ?
இகபரம் இரண்டிலும் உயிரினுக்கு உயிராகி
எங்கும் நிறைகின்ற பொருளே! (எங்கும் நிறை.6)

என்னும் இந்த அரியபாட்டில் தாயுமானவச் சாறு பிழிந்து தரப்பட்டுள்ளது. கல்லாலடியானின் சின்மயச் செய்தி சித்தாந்தப் பிரவாகமாய்ப் பக்தியாய் - யோகமாய், இகபர உயிர்த்திரளில் உயிருக்கு உயிராய்க் கலந்து கிடக்கும்பரத்தைப் - பாரமார்த்திக தரிசனத்தை அற்புதமாக விளக்குகிறது. நெஞ்சுக்குள் பேரின்ப நிலையத்தை நிறுத்துகிறது. சைவ சித்தாந்தத்தைக் கற்றவர்க்கே புரியாமல் மேலே மேலே எடுத்துச் சொல்லுகிறவர்கள் மத்தியில், தாயுமானவர் கல்லாதவர்களும் புரிகிற மொழிகளில், ஒவ்வொருவர் உளம் கலந்து உயிர்கலக்கப் பாடியிருக்கும் அற்புதத்தை இங்கு அறியலாம். இதுதான் தாயுமானவம்.

தாயுமானவர் நெறி பற்றி 7.2.1978 முதல் 11.2.1978 வரை திருச்சி வானொலி நிலையத்தில் ஐந்து சொற்பொழிவுகளைத் தருமபுரம் ஆதீனம் கயிலைக் குருமணி 26 ஆம் குரு மகா சந்நிதானம் ஸ்ரீலஸ்ரீ சண்முக தேசிக ஞானசம்பந்த பரமாச்சாரியார் அவர்கள் நிகழ்த்தியுள்ளார்.

அருமையான அந்தச் சொற்பொழிவுகள் திருவருட்செய்தி மூன்றாம் தொகுதியில் (1989 தருமபுரம் வெளியீடு) கட்டுரைகளாக வெளிவந்துள்ளன. தாயுமானவர் சமரச நெறி எனும் கட்டுரையில், தாயுமானவரின் நெறி மரபு சித்தாந்த நெறி மரபே என்று அதில் தெளிவுபடுத்தியுள்ளார். (ப.7) இது அனைவரும் முக்கியமாகப் போற்றி அறிந்து கொள்ள வேண்டிய ஒரு செய்தியாகும். வேதாந்த சித்தாந்த சமரசநெறி எனும் ஒரு சிந்தனை ஆக்கத்தை வலியுறுத்திப் பாடியவராகத் தாயுமானவர் இருப்பினும், மோனகுரு (மூலன் மரபு) சிந்தனைத்தாக்கம் அவரிடம் வலுத்துள்ள நிலையில், சிவஞான சித்திநெறியினைச் செழுங் கவிதைகளால் பாடியுள்ளமை அவரிடம் அதிகம் தெரிகிறது. மானுடத்தையும் தெய்வீகத்தையும் அருகருகில் நிறுத்திக் கட்டுக்களை அறுத்த மனிதனைத் தெய்வீகமாக்குகிற அருள் நெறியாகச் சித்தாந்த நெறியினைக்கண்டு தான், தனதற்றவனிடம் வான் கலக்கும் விந்தையினை மிகமிகச் செவ்விதாகப் பாடியவராகிறார் தாயுமானவர். சுருக்கமாகச் சொன்னால் சித்தாந்தச் செவ்வி தாயுமானவத்தில் சுடர் விடுகிறது.

❖ சமயத்தையும் தத்துவஞானத்தையும் இணைத்து, ஆன்மாக்களின் நித்தியத்துவத்தையும் தனித்தன்மையையும் கெடுக்காது நிலை நாட்டி, இவ்வுலக வாழ்வையும் உண்மை உடையதும், பயனுடையதுமாக்கி, இம்மை, மறுமை இரண்டையும் சிறப்புடையனவாக்கிய தனிச்சிறப்பு சைவ சித்தாந்தத்துக்கு மட்டுமே உரியது என்பர் பேரறிஞர் கி.இலட்சுமணன் (இந்தியத் தத்துவஞானம், 1987, ப.395). இந்தியத் தத்துவ ஞானங்களைப் பலநிலைகளில் விரிவாக ஆராய்ந்தவர் கி.இலட்சுமணன். தத்துவத் தரிசனங்களில் ஒப்புநோக்கித் தாம் கண்ட உண்மையினைத் தான் மேலே கண்டவாறு வெளிப்படுத்துகிறார். இத்தகைய சைவ சித்தாந்தத்தைப் புதிய தடத்துக்கு அழைத்துச் சென்றவர் தாயுமானவர் என்று மேலும் நோக்கி ஆராய வேண்டிய கடப்பாடு தத்துவ அறிஞர்க்கு உள்ளது. எதிர்காலத்துக்கு அந்தப் பாக்கியம் பழுக்க வேண்டும்!

சமயத்தைக் கூர்மைப்படுத்த தத்துவஞானம் தேவைப்படுகிறது. தத்துவ ஞானங்களை மேன்மைப்படுத்த சமயங்கள் முக்கியங்கள் ஆகின்றன. ஒன்றில் ஒன்று அத்துவிதம் பெற்றவைகள் தாம் இவை. இருப்பினும் சமயங்கள் தத்தம் உயர்வுகளைப் பேசும் போது, பிற மதங்கள் தாழ்த்தப்படும் ஏசலுக்கு ஆளாகின்றன. இதனால் சமயப் பூசல்கள் எழுந்து சமூகக் கலவரங்கள் நேர்கின்றன. உலகம் அழிகிறது. உலகம் மத வேற்றுமைகளால் அழிக்கப்படுவதற்காக உண்டானதா? இல்லை. இல்லை என்று மெய்ஞ்ஞானிகள் நினைக்கிறார்கள்.

உயிர்களும் அழியக்கூடாது; உலகமும் அழியக்கூடாது; சமூகம் வாழ வேண்டும் என்று நினைக்கிற போதுதான் பிறப்பொக்கும் என்கிறார் வள்ளுவர். யாதானும் நாடாமால் ஊராமால் என்கிறான். உலகம் தழீஇயது ஒட்பம் என்கிறான். ஒத்தது அறிவான் உயிர் வாழ்வான் என்கிறான். தமிழியம் தந்த தத்துவ ஞானங்களைத் தான் இப்படி விரிவு செய்கிறான். அவன் செம்பொருள் காண்பது அறிவு என்றவன். செம்மைமிக்க சமுதாயமும் கண்டவன். எனவேதான் திருக்குறள் அவனிடம் தோன்றியது. அப்பாலையும் தனது முப்பாலுக்குள் மொழிந்த மூத்தஞானி அவன் தானே!

தனிமனிதச் செழுமை ஒரு சமூகத்தின் செழுமைக்கு அச்சாணி ஆகிறது. தன்னை நன்றாகத் தமிழ் செய்வதற்கே இறைவன் தன்னை நன்றாகப் படைத்தான் என்று பாடிய திருமூலர். செந்தமிழ் ஆதி தெளிந்து வழிபடு *(திரு.1089)* என்கிறார். சித்தாந்த வேதாந்தம் காட்டும் சிவனை! *(2394)* என்கிறார். இந்தத் தமிழிய ஞானத்தால்,

நான் என நீ என வேறில்லை; நண்ணுதல்
[illegible] என உயிரென உடன்நின்று
வானென வானவர் நின்று மனிதர்கள்
தேன் என இன்பம் திளைக்கிற வாறே (1788)

என்று திருமூலர் பாடுகிறார்.

இந்தத் திளைப்பினை நந்திமரபு கண்டது; விண்டது; உயிரை உயர்த்திடும் உபாயத்துக்கு ஆற்றுப்படுத்தியது. இதற்குச் சமயச்சிந்தனைகள் வெறி மயமாகும் போது குந்தகம் நேர்கிறது. எனவேதான் சைவத்தை அடுத்த கட்டத்திற்கு, வேதாந்தங்களின் பிடிகளிலிருந்தும் வேறு வேறு சமயங்களின் பிடிகளில் இருந்தும் விடுபட வேண்டிச் சன்மார்க்கத்தைக் கண்டுபிடித்தார். திருமூலர் சன்மார்க்கச் சிந்தனைகளுக்குத் தடம் பதித்தார். தாயுமானவர் கூர்மை கண்டார்; வள்ளலார் செழுமை கண்டார். வாழையடி வாழை என ஒரு மெய்யியல் ஞானக் கூட்டம் தமிழ்நாட்டில் செம்மை சேர் ஞானங்களைத் தத்துவங்கள் ஆக்கினர். ஆன்மீகச் செழுமைக்குக் கன்மபலன்கள் எப்படி விலக்கப்பட்டனவோ, அதுபோலச் சன்மார்க்கச் செழுமைக்கு மதங்களும், சமயங்களும் விலக்கப்பட்டன. அதற்கான ஞான உற்பத்திகள் எல்லாம் தமிழ் மண்டலம் ஐந்தும் தாவிய ஞானங்களால் (தமிழியம்) இருந்து பெற்றவைகள் தாம்; திருமூலம், தமிழ்மூலம் கண்டது; அதனையே விண்டது. பாடியது.

இதனாலேயேதான், சமயங்களிலிருந்து விடுபட்ட ஆண்டவனைக் கண்டுபிடித்துச் சமயநெறி காணாத சாட்சி நீ *(சச்சி.4)* என்று பாடுகிறார்

தாயுமானவர். பௌராணிகப் புனைவுகளை எல்லாம் விட்டு விட்டு அவனை நிர்க்குண நிலையில் முடிவாகப் பாடுகிறார். அவர்கண்ட துரியத்துக்குள் சமயங்களின் தளவாடச் சுமைகளை எல்லாம் ஏற்றிச் செல்ல முடியாது அல்லவா? ஒவ்வொன்றையும் விட்டு, விட்டு இறக்கி வைத்துவிட்டுச் செல்லும் போது தானும் சுமை ஆகிறது. அந்தச் சுமைகளைத்தான் யான் எனது என்றார்கள். தான், தனது அற்ற நிலையில் சமயங்கள் இல்லை; சமயங்களின் கைதியும் இல்லை ஆண்டவன்!

சொல்லும் சமய நெறிச் சுற்றுக்குள்ளே சுழலும்
அல்லல் ஒழிவது என்றைக்கு ஐயா, பராபரமே (305)

பல்முத்திரைச் சமயம் பாழ்படக் கல்லால் அடிவாழ்
சின்முத்திரை அரசைச் சேர்வேனோ பைங்கிளியே (36)

இந்தச் சமய நினைவுகளை நீத்த தாயுமானார் சன்மார்க்கத்தை - மதம் கடந்த சன்மார்க்கத்தைத் தமது பாட்டுத்திறத்தால், (கண்ணிப் பாட்டு மெட்டுகளில்) தமது தாசர்களுக்கும், மண்ணுயிர்களுக்கும் கொண்டு செல்கிறார். அப்போதுதான் ஒன்றே குலம் ஒருவனே தெய்வம் என்னும் நந்தியின் குரல் பலிக்கும்! அந்தக் குறிக்கோள் உலகுக்கே தாயுமானவம் எழுதப்பட்டுள்ளது. வள்ளலாரும் தாயுமானவர்க்குப் பின் இந்த இலக்குகளிலேயே சன்மார்க்கத்தைச் சைவத்துக்கான ஒரு மாற்றுத்தடத்தைச் சைவப்பின்புலத்திலேயே,

வானத்தின் மீது மயிலாடக் கண்டேன்!
மயில் குயில் ஆச்சுதடி! அக்கச்சி (திருவருட்பா.ஆறு.4947)

என்று சைவத்தைப் பாடிப் புதிய ரசவாதம் செய்ய முயன்றார். அதற்காகவே,

மதமான பேய்
பிடியாதிருக்க வேண்டும் (திருவருட்பா.முதல் திருமுறை.8)

என்றார். தாயுமானவர் சமயங்களை நீத்த தரிசனத்தைப் பொற்பொதுவினை (தில்லையை) ஞானானந்த வெளியில், பன்மார்க்கச் சமயங்களின் பார்வைகளும் கெட்டழிந்த பாழ் வெளியில் கண்டு கொள்கிறார். அவரது தரிசனம் நோக்கரிய நோக்கினைக் கொண்டது. தில்லையில் ஒரு மானுடத்துக்கான பொது வெளியில் பார்ப்பவர், இந்தத் தரிசனத்துக்கு வேண்டியே ஓர் உள்வெளித் தரிசனம் காண அவாவுகிறார். மோனத்தின் உள்ளே வெளியைக் காண்பது அதற்குத் தென்முகக் கடவுளின் - கல்லாலடிக் காட்சி - மோனத்தால் ஞானம் புகலும், மோனக்காட்சி சொல்லற்ற அனுபூதிக்காட்சி - யோகசித்திரக் காட்சி-

சித்தாந்தங்கள் செப்பும் நந்தி மரபுக் காட்சி - வானக்காட்சி அவர்க்கு உதவுகிறது. எனவேதான் பல்முத்திரைச் சமயச் சிந்தனைகளும் பாழ்படக் கல்லால் அடிக்காட்சி வேண்டுகிறார். தமது தான், தனதற்ற-நினைவுகள் அற்ற - நிட்டை கூடிய - பேரானந்த இன்ப நிலையத்தைச் சேர்வேனோ என்றுதான் கல்லால மரத்தைத் தேடுகிறார். அவர் இருந்த நிழல் புளியமரத்து நிழல் ஆகலாம். (புளியம்பழம் முற்றிக் கனிந்த பின் ஓடும் கனியும் தனித்தனியே பிரிந்து விடும் - இதுவும் ஒரு ஞானக் குறியீடு) ஆனால் அவர் தேடித் தேடி அலைந்ததும் - முடிவில் சேர்ந்ததும் கல்லால மர நிழலே! அதில்தான் சித்தாந்தச் செல்நெறியின் நிறைவான சன்மார்க்கம் - துரியம் - துரியாதீதம்! தான் அவனாகும் பேரானந்த நிலை, எல்லாம் கண்டுகொள்கிறார். எனவே தாயுமானவ தரிசனம் பலிப்பதற்கும் அது எந்நாளோ? என்று தான் நாமும் ஏங்க வேண்டி உள்ளது! இதற்கு ஓர் ஆன்மீயத்தவமும் தேவைப்படுகிறது.

சித்தாந்த வரலாற்றில் சைவ பக்தி இயக்கமும், அதன் விளைவான திருமுறை இலக்கியமும் மிக முக்கியப் பங்கை வகிக்கின்றன. சைவ பக்தி இயக்கம் என ஒன்று நிகழ்ந்திராவிடில், சித்தாந்த உருவாக்கத்துக்கான சமய உணர்வுச் சூழல் அமைந்திருக்க முடியாது. எனவேதான் பக்தி இலக்கியத்தின் விளைபொருள் அது என்று மதிப்பிடுவர் கலாநிதி நா.சுப்பிரமணியன் (இந்தியச் சிந்தனை மரபு, ப.106, 1993). பக்தி இயக்கம் தாம் வாழ்ந்த 18 ஆம் நூற்றாண்டில், அந்நிய மத எழுச்சிகள் காரணமாக அநேகமாக, பழங்கதை இயக்கமாய்ப் போய்விட்ட சூழலில் தமிழ்நாட்டில் பக்தி இலக்கியம் - சித்தாந்த மெய்யியல் சிந்தனைகள் மீண்டும் மறுமலர்ச்சி பெறவே எந்நாட் கண்ணி போன்ற கண்ணிகளில் சாதாரண எளிய மனிதன் நெஞ்சுவரை எல்லார்க்குமான அவை பரவிப்பாயத் தாயுமானவர் தம் பாடல்களின் வழியே முயன்றார். ஏறத்தாழ 863 கண்ணிகளில் ஆன்ம ஈடேற்றம் மானுட முழுமை - தெய்வீகச் சங்கமம் ஆகியவற்றை எளிய மனிதரும் உய்யப் பாடியிருக்கிறார். மதங்களின் பிடியில் சிக்காத ஓர் இறைச்சிந்தனையை, சித்தாந்த சாத்திரங்களின் உயிர்ப்பான ஒரு புதிய சைவத்தைச் சன்மார்க்கத் தடத்தில் அழைத்துச் சென்றார். அவரது ஆன்ம விசாரணை அவரது ஆன்மயாத்திரை எல்லாம் உள்ளுணர்வின் உச்சத்தில் போதம் கரைந்த புதிய போதத்தில் - துரியத்தில் சென்று - சென்று அணுவாய்த் தேயும் ஞானத்தில் நிறைவுறுகிறது. சைவத்தின் மீட்சிக்குத் திருமுறைகளும், சாத்திரங்களும் தத்தம் காலங்களில் (கி.பி.4 முதல் கி.பி.14 வரை) பரிணமித்தது போலக் கி.பி.18 ஆம் நூற்றாண்டில், அவற்றின் புதிய பரிணமிப்புக்கு மீள் எழுச்சிக்குத் தமது பாடல்களின் மூலம் மீட்சிகாணத் துடித்தார். அதுதான் அவரது எந்நாளோ

சிந்தனைகளின் ஏக்கம் தாயுமானவரின் வழியில் 18 ஆம் நூற்றாண்டில் புதிய திருமுறைகள் - தத்துவச் சிந்தனைகள் மலர்ந்தன. வள்ளலார் இந்தச் சித்தாந்த மரபின் விழுதுகளைப் பிடித்து அருட்பா எனும்புதிய திருமுறைகளுக்குத் தாயுமானவர்க்குப் பிறகு வித்திட்டார். சைவ சித்தாந்தப் பின்புலத்தில் சன்மார்க்க இயக்கத்திற்குப் புதிய வரலாறுகளை இவர்கள் ஏற்படுத்தினர் என்பதுதான் உண்மை.

தாயுமானவரைப் பொறுத்தவரை அவரது எந்நாளோ ஏக்கம், புதிய சிந்தனைப் பரவல் என்று நடக்கும்? என்று ஏங்கியதைப் போல, அவரது வித்தகச் சித்தர்கணம் எனும் பாட்டுப் பகுதி புதிய தத்துவ முகவரிகளை - சிந்தனை ஒருமையைக் காட்டும் புதிய எழுச்சிக்குப் பயன்பட்ட வித்தகச் சித்தர் கணங்கள் அடையாளம் காட்டும் பகுதியாகும். **தாயுமானவப் பிரகாசம்** இதில் வெளிப்படுகிறது. மகாகவி பாரதி தமது பாடல்களில் புதிய கோணங்கி என்பான்; பழைய தமிழ்ப் பாட்டு வேறு. இது உயிர் பெற்ற தமிழன் பாட்டு, என்பான். யோகமா? இது சமயங்களில் வழியில் இல்லாத யோகம் என்று ஊருக்கு உழைத்திடல் யோகம் என்று புதிய யோகத்தை அடையாளம் காட்டுவான். தாயுமானவர் அப்படித்தான் நான் பாடும் சித்தர் கணம் கூட்டம் பழைய சித்தர்களைப் பற்றியதன்று. வெறும் சம்பிரதாய உடைப்புகளை மட்டும் பாடும் சித்தர் கூட்டம் இல்லை; ஒரு புதிய ஆன்மீய விழிப்புக்கு - வேறுபாடுகளிடமும் கூட ஓர் ஒருமைப்பாட்டு உயிர்ப்பினைப் புதியதாக விழித்துக் கண்ட வித்தகச் சித்தர் கூட்டத்தைப் பாடுகிறேன் என்றுதான் பாடுகிறார்.

வேதாந்த - சித்தாந்த நதிகளின் இணைப்புக்கு - ஒரு கட்டாயமான சூழல் தமது காலத்தில் (கி.பி.18) ஏற்பட்டு விட்டது. மாறிவரும் சமூகச்சூழலில் மானுடம் பாழ்பட்டு விடக்கூடாது என்றுதான் புதிய ஆன்மீய விழிப்புக்குத் தடம் காணும் போக்கில் வேதாந்தத்தின் மையத்தில் ஒரு ரசவாதம் செய்து, கல்லாலடிக்கீழ் ஞானம் என்பதில் ஒரு புதிய சமயநெறி காணாத - சன்மார்க்கம் - மோனத்துக்குள் வானத்தைப் பதியம் போடும் ஒருமார்க்கத்தை - மானுட தெய்வீக ஐக்கியத்தை வேதாந்தங்களின் தத்வமசி - அத்வைதக் கோட்பாடுகளின் மூலமும், விகற்ப ஞானங்களை வேரறுக்கப் பேசா அனுபூதி நிலையினையும் குழைத்து - புதிய ஞானங்களின் பிதாமகர்களாக ஒரு புதிய வித்தகச் சித்தர் கூட்டத்தை - நந்தி மரபினரின் தொடர்ச்சியாகத் தாயுமானவர் கண்டார். தொழுதார்; பாடினார்.

பொய்ஞான மதங்களின் ஆசாரங்களையும், சீலங்களையும் கட்டுடைத்த பழைய சித்தர்கள், பல்வேறு வல்லபங்களைச்

செய்பவர்களாக இருக்கலாம்; பொய்திகழும் உலக நடையை விமர்சிப்பவர்களாக இருக்கலாம். அஷ்டாங்க யோக பூமிக்கு அரசர்களாக இருக்கலாம்; பல்வேறு ரசவாத வித்தைகள் தெரிந்து இருக்கலாம் என்று அவர்களின் வல்லபங்களை எல்லாம் விமர்சிப்பது போல ஒரு பாட்டினைப் பாடுகிறார்.

கந்துக மதக்கரியை வசமா நடத்தலாம்
கரடி வெம்புலி வாயையும் கட்டலாம்
ஒரு சிங்கம் முதுகின் மேல் கொள்ளலாம்
கட்செவி எடுத்து ஆட்டலாம்!
வெந்தழலின் இரதம் வைத்து ஐந்துலோகத்தையும்
வேதித்து விற்று உண்ணலாம்!
வேறு ஒருவர் காணாமல் உலகத்து உலாவலாம்.
விண்ணவரை ஏவல் கொள்ளலாம்!
சந்தமும் இளமையொடு இருக்கலாம்;
மற்றொரு சரீரத்திலும் புகுதலாம்;
ஜலம் மேல் நடக்கலாம்; கனல் மேல் இருக்கலாம்
தன்னிகர்இல் சித்தி பெறலாம்!
சிந்தையை அடக்கியே சும்மா இருக்கின்ற
திறம் அரிது (தேஜோ.8)

என்பதில் பல்வேறு சித்துலீலைகளையும் விமர்சிப்பார்.

சிந்தையை அடக்கிச் சும்மா இருக்கின்ற பேசரிய பேசா அனுபூதி சும்மா இருக்கும் சொல்லற நிற்கும் நிலை இதுதான் அரிது. இந்தச்சித்தி கல்லாலடிக்கீழ் இருக்கும் தென்முகக் கடவுள் அருளால் கிடைப்பது; மூலன் மரபில் வரும் ஞானமிது, நந்தி மரபின் வேற்றுமைகளைக் கடந்த இந்தப் புதிய பொதுநிலை ஞானத்திற்கு ஈடுஇணை இல்லை என்கிற கோணத்தில் விமர்சிக்கிறார்.

நேசித்து ரசவாத வித்தைக்கு அலைந்திடுவர்
நெடுநாள் இருந்த பேரும்
நிலையாகவே இன்னும் காயகற்பம் தேடி
நெஞ்சு புண்ணாவர்! எல்லாம்
யோசிக்கும் வேளையில் பசிதீர உண்பதும்
உறங்குவதும் ஆக முடியும்!....
உள்ளதே போதும்...
பாசக் கடற்குள்ளே வீழாமல் மனதற்ற
பரிசுத்த நிலை அருள்வாய்! (பரிபூரண.10)

என்று பாடும் போது ஒன்றைத் தெளிவுபடுத்துகிறார் தாயுமானவர். இரசவாதச் சித்துவேலைகளில் வேட்கை முளைத்துக் கிடக்கிறது. இந்த வேட்கையில் நான் எனது என்பவை கிளைத்துக் கிடக்கும்; பாசக் கடற்குள் வீழ்ந்துவிடும் அபாயம் ரசவாத சித்தில் உள்ளது. மனதற்ற பரிசுத்த நிலைக்கு இத்தகைய ரசவாதங்கள் உதவா, என்பது தாயுமானவம். மனதற்ற பரிசுத்தநிலை சமயங்கடந்தது; ஒருமையைச் சமூகத்துக்குள்ளும் பசு, பதிகளுக்குள்ளும் நிலை நாட்டுவது. இரண்டற்ற நிலையில் ஏற்றத்தை நிட்டையினால் காண்பது.

"இந்தியா முழுவதும் பரவிக் கிடக்கிற தாந்த்ரீக யோக மரபில் இருந்து கிளைத்தெழுந்த ஓர் இயக்கமே தமிழ்ச்சித்தர் இயக்கம். முக்தியும், மரணமிலாப் பெருவாழ்வும் அடைவதற்கான ஒருவழிமுறையாகத் தாந்த்ரீக யோக நெறியை அவ்வியக்கம் வற்புறுத்துகிறது" என்பார் பேராசிரியர் தண்டாங்கோரை நடேச கணபதி. (தமிழ்ச் சித்தர் மரபு, ப.89, 2003) தமிழ்ச் சித்தர்கள் குறித்த அரியநூலை எழுதிய இவர், இந்தியத் தத்துவக் கோட்பாடுகள், யோகநெறி முறைகள், மெய்யுணர்வுக் கொள்கைகள் எல்லாமே ஆன்மவிடுதலை என்ற ஒரே இலக்கினை நோக்கியவை... ஆன்மாவின் நோக்கம் வீடுபேறே! வீடுபேறு என்பது என்ன?

❖ மனிதன் தன்னுடைய தற்கால நிலை கடந்த அப்பாலே போவது; தன்னைக் கட்டியிருக்கிற பல்வேறு பாசக்கயிறுகளின் கட்டை அறுத்து விடுபடுவது (மேலது.ப.1) தந்திர மரபுகளின் அடிப்படை நோக்கம் ஒன்றே ஒன்றுதான். எல்லாவற்றையும் கடந்து நிற்கிற - வார்த்தை களுக்கு வசப்படாத பேரின்ப நிலை அடைவதுதான்!... இந்தத் தூய பேரின்பத்தில் ஊறிக் கரைந்து போன யோகி சித்தன் ஆகிறான். அதாவது முழுமை அடைந்தவனாக - ஓர் அவதூதனாக உலகியல் பற்றுக்களைக் கடந்து அப்பாலே போய் விட்டவனாக வாழும் போதே வீடுபேறு அடைந்துவிட்டவனாக ஜீவன் முக்தனாக ஆகிறான்! (மேலது.ப.97) என்பர்.

இந்த அரிய நிலைக்குப் பாசக்கடலுக்குள் வீழ்ந்துவிடாத மனம் அற்றுப்போன பரிசுத்த நிலை தேவைப்படுகிறது. இந்த நிலைக்குத் தயாரானவர்கள்தாம் தாயுமானவர் கண்ட வித்தகச் சித்தர் கூட்டம்; இந்த நிலைக்காகவே அவர், அவர்தம் பாடல்களில் தம்மைத் தாழ்த்திக் கொண்டு பாடுகிறார்.

வாசா கைங்கிரியம் அன்றி ஒரு சாதனம்;
மனோ வாயு நிற்கும் வண்ணம்
வாலாலயம் ஆகவும் பழகி அறியேன்   (பரிபூரண.1)

பேசாத ஆனந்த நிலைக்கும் அறிவிலாப்
    பேதைக்கும் வெகுதூரம்   (மேலது.1)

எண்டிசை விளக்கும் ஒரு தெய்வ அருள்
    அல்லாமல் இல்லை எனும் நினைவும் உண்டு. இங்கு
    யான், எனது அறத் துரிய நிறைவு ஆக நிற்பதே
    இன்பம் எனும் அன்பும் உண்டு...

கண்மூடி ஒரு கணம் இருக்க என்றால்
    பாழ்த்த கர்மங்கள் போராடுதே!   (மேலது.4)

பாத ரசமாய் மனது சஞ்சலப்படும் அல்லாமல்
    பரமசுக நிஷ்டை பெறுமோ?   (பரிபூரண.6)

பாழான என்மனம் குவிய ஒரு தந்திரம்
    பண்ணுவது உனக்கு அருமையோ?   (மேலது.9)

சன்மார்க்க நெறிஇலாத் துன்மார்க்கனேனையும்
    தண்அருள் கொடுத்து ஆளுவையோ?   (சின்மயம்.1)

கருமருவு குகை அனைய காயத்தின் நடுவுள்
    களிம்புதோய் செம்பு அனைய நான்
    காண்தக இருக்க, நீ ஞான அனல் மூட்டியே
    கனிவுபெற உள்உருக்கிப்
பருவமது அறிந்து நின் அருளான குளிகைகொடு
    பரிசித்து, வேதி செய்து
பத்து மாற்றுத் தங்கம் ஆக்கியே பணிகொண்ட
    பக்ஷத்தை (அன்பு) என் சொல்லுகேன்?   (சின்மயம்.7)

எனப் பல்வேறு இடங்களில் அவர் பாடியுள்ளமையை அறியலாம்; இறைவனது அருளாகிய ரசவாதத்தால் தான், பத்தரை மாற்றுத் தங்கம் ஆன அருட்செயலைப் பாடுகிறார். இதற்காகவே கல்லால் அடிக்கீழ் வளரும் சித்தாந்த முத்தி முதலான சிவத்தைப் போற்றுகிறார். சித்தர் மொழிகளில் தங்கம் என்பது மரணம் இன்மைக்கான ஒரு குறியீடு என்பர். (த.ந.கணபதி, மேலது.ப.9, 2003) ஒப்பற்ற இந்த நிலையை யோக சித்தியின் மூலம் பெறும் சாகாத அமரநிலையை ஜீவன் முக்தராய்த் தாயுமானவர் பெறத் துடித்த பெரும் பதத்தை அங்கங்கேயும் பாடி வேண்டுவர்.

அநியாயமாய் இந்த உடலை, நான் என்று வரும்
    அந்தகற்கு ஆளாகவோ?
ஆடித் திரிந்து நான் கற்றதும் கேட்டதும்
    அவலமாய்ப் போதல் நன்றோ?   (சச்சிதானந்தம்.5)

என்று பாடியிருப்பதில், வித்தகச் சித்தர்களுக்கான ஜீவன் முக்தி நிலையைப் பெறத்துடித்தது தெரியும்!

இன்னம் பிறப்பதற்கு இடம் என்னின்
இவ்வுடலம் இறவாது இருப்ப மூலத்து
எழும் அங்கி அமிர்து ஒழுகும் மதிமண்டலத்தில்
என் அம்மை குண்டலினிபால்
பின்னம் பிறக்காது, சேய் என வளர்த்திடப்
பேயேனை நல்க வேண்டும்!
பிறவாத நெறி எனக்கு உண்டு எனின்
இம்மையே பேசு கற்பூர தீபம்
மின்னும் படிக்கு அகண்டாகார அன்னைபால்
வினையேனை ஒப்புவித்து
வீட்டுநெறி கூட்டிடுதல் மகவும் நன்று! இவை அன்றி
விவகாரம் உண்டு என்னிலோ
தன்னம்தனிச் சிறியேன் ஆற்றிலேன்! போற்றிவளர்
சன்மார்க்க முக்திமுதலே!
சர்வ பரிபூரண அகண்ட தத்துவம் ஆன
சச்சிதானந்த சிவமே! (9)

எனும் இந்த அரிய பாட்டு தாயுமானவரின் யோக சித்தித் திறத்தால் என்றும் உளதாகிய ஜீவன் முக்தி நிலை அடையும் பேரின்ப நிலையை அழகாக விவரிக்கும்; தாந்தரீக நுட்பத்தை அதி ஆழமாகப் பாடும்; நுண்ணிய ஆன்மீக ரசவாதத்தை வடித்துக் காட்டும். சித்தர்களின் ரசவாதம்! அது மரணம் இன்மைக்கும் ஆன்ம சுயாட்சிக்கும் வழிநடத்துகிற ஓர் அற்புதத் தொழில் நுட்பம் என்பார்கள் (த.ந.கணபதி. மேலது.ப.20, 2003). உடம்பைப் புடம் போடும் காயசித்தி, சாதனையை - ஆன்மீய ரசவதத்தை இப்பாட்டு தெளிவாகப்பாடும். பிண்டத்தில் அண்டத்தைப் பிணைக்கும் அதிஅற்புத ரகசியம் இது! சித்த தேகத்தின் முக்தி பற்றிய சித்திரம்தான் இது! தாயுமானவர் வரைந்திடும் ஆன்மசித்தி ஓவியம் இதுதான்! உச்சவெளி - சிதாகாசம், அமிர்தம் - அகண்டாகார அன்னை, வீட்டு நெறிக்குறியீடுகள் எல்லாம் இதில் பேசப்பட்டுள்ளன. சித்தர்களின் வித்தகம் இதுதானே!

தன்னில் அகண்டாகாரம் வசப்படும் போது தான் - அதுவாதல் நிகழ்கிறது. தான் அதுவாதலில் தத்வமசித் தத்துவம் பொலிகிறது. வேதாந்த - சித்தாந்த சமரச நன்னிலை வாய்த்து விடுகிறது. பல்விகற்பக் காட்சிபோய், நிர்விகற்பக் காட்சி சித்திக்கிறது. இந்த நிலையில் சங்கர சம்பு - சன்மார்க்க சித்தி முதலாகி விடுகிறது. தாயுமானவத்தின் மந்திரம்

தந்திரம் எல்லாம் இதுவாகிப் பூரணம் சித்திக்கிறது. துரியத்துக்குத் தாவும் குண்டலினியோகம் முடிவில் சிவராஜ யோகம் ஆகிறது. இத்தகைய தத்துவச் செழுமையை முழுமையாகக் கண்டவர்கள் வித்தகச் சித்தர்கள். எனவே தாயுமானவர் ஒரு வித்தகச் சித்தர். பாம்பின்கால் பாம்பறியும் என்பார்கள்; தாம் ஒரு வித்தகச் சித்தராய் இருந்ததனாலே வித்தகச் சித்தர் கணத்தை - வேதாந்த சித்தாந்த ஒருமை கண்டவர்களின் ஒரு திருக்கூட்டத்தை - அவர்கள் கண்ட தத்துவ நோக்குகளை அவரால் விவரிக்க முடிந்தது. அவர் மதியில் ககன சித்தி-ககன மண்டலமாய்ச் சுடர் விடுகிறது. அவரது சந்தக் கண்ணிகளில் எல்லாம் இந்தச் சிந்தனை ஒரு தாயுமான லயயோகத்துடன் திகழ்கிறது.

அண்ட பிண்டம் காணேன்; அகமும் புறமும் ஒன்றாகக்
கண்ட என்னை, நீ கலந்த காலம் பராபரமே! (279)

என்பதில் கூட இதனை நோக்கலாம்! ஒரு பெரிய உண்மை எத்தனை மிக எளிதாகப் பேசப்பெற்றுள்ளது. இப்படி எல்லாம் பேசியிருப்பதைக் கொண்டு, தாயுமானவரை வெறுமனே ஒரு சித்தர் என்று சித்தர் குழுவுக்குள்ளேயே அடக்கிவிடக்கூடாது. தாயுமானவர் ஒரு தத்துவச் சிம்புட்பறவை; வெறும் தனிக்கூண்டு ஒன்றில் மட்டுமே அடைபடமாட்டார். வேதாந்தச் சிமிழ், சித்தாந்தச் சிமிழ் என்பவற்றில் எல்லாம், அவரைத் தனியே ஒன்றில் அடைத்துவிட முடியாது. வானை வரித்தவர் அவர்!

பன் மார்க்கம் ஆனபல அடிபட்டேன்; ஒரு
சொன் மார்க்கம் கண்டு துலங்குநாள் எந்நாளோ?
(நிலைபிரிந்தோர்.2)

என்று அவரே தன்னைப் பாடிக் கொள்வார். பல்முத்திரைச் சமயச் சுவடுகளைத் தாண்டியவர், அவர்! துரியத்துக்குத் தாவுகிற அவரைச் சின்னநூல் கண்டுகளால் ஒன்றுக்குள்ளேயே கட்டிவிட முடியுமா? ஒரு வரப்புக்குள் வானத்தைக் கட்டக் கூடாது அல்லவா? அது முடியாததும் கூட!

சொல்லாலும் பொருளாலும் தொட முடியாதவன், அருள்நெறியாய்த் தொடர்கிறானாம்; அந்தப் பேசற்கரிய பெரும்பதி, இல்லாளி (மனையறம்) யாகவும், திகழ்கிறான். உலகோடு உயிர்கள் எல்லாம் ஈன்ற இல்லாளியே எண்ணரிய சிவராஜ யோகியாகவும் திகழ்கிறான். அவனே கல்லாலின் கீழ் இருந்து சின்மயஞானம் போதிக்கிறான். அந்தப்போதங்களைத்தான்-வீறுபெறு சிவஞான சித்தி நெறிகளைத்தான், தாயுமானவம் கற்பிக்கிறது. இலங்கு நூற்கல்வி என்பதும் இது தானோ? மனிதம் தெய்வமாவதும்

இதுதானோ? இதற்கான ஆன்மியக் கல்வி ஞானத்தைத் தரத்தானோ தாயுமானவம் எழுந்தது? இவை அத்துணையும் உண்மை! பிறவிப் பெருங்கடலை நீந்திக் கடந்து, உயிர்கள் உய்தி பெறவே தாயுமானவ போதத்தைத் தமிழியத் தத்துவத்துக்குக் கொடையாகத் தமது காலத்தில் தந்தவராகிறார் தாயுமானவர். செத்துப் பிறப்பதில் அல்லது பிறந்து சாவதில் மனித குலம் வெறுமனே வீழ்ச்சியுற்று விடக்கூடாது என்கிற, எதிரதாக்காக்கிற ஆன்மீய ஞானத்தைத் தமது கவிதைகளில் எல்லாம் தேக்கி வைத்திருக்கிறார் தாயுமானவர்.

கற்றீண்டு மெய்ப்பொருள் கண்டார்; தலைப்படுவர்
மற்றீண்டு வாரா நெறி (குறள்.356)

என்பார் வள்ளுவர். தமிழியத்தின் ஆன்மஞானக் கல்வி, மெய்ப்பொருள் காணச் சொல்லுகிறது.

பிறப்பென்னும் பேதைமை நீங்கச் சிறப்பென்னும்
செம்பொருள் காண்பது அறிவு (குறள்.358)

என்பதனால் செம்பொருள் காணும் அறிவுக்கு ஆன ஒரு தேடலை மனிதத்துக்குக் கற்றுத் தரச்சொல்லியது. முழுமை பெற்ற மனிதனுக்கு ஓர் இலங்கு நூல் கல்வி தேவைப்பட்டது. வள்ளுவனின் தடத்தில் திருமூலன். திருமூலர் தடத்தில் தாயுமானவம் என்று சென்று சென்று தேடித் தேடிக் கண்ட ஞானமன்றம் தான் கல்லாலடி; வான் வந்து வீற்றிருக்கும் அடி அது! தமிழிய ஞானத்தைச் செம்பொருள் தேடிச் செம்பொருளாய் ஆகும் அறிவினைத் தரும் மெய்ப்பொருள் பீடம் அது! தாயுமானவம் அதில் தலைப்பட்டுத் திகழ்கிறது. பண்டு நால்வர் மட்டுமே பெற்ற ஒரு வித்தக ஞானத்தை, இந்த நானிலத்தின் உயிர்கள் யாவும் பெறுவதற்கு அழைக்கிறது! பொய் கண்டார் காணாத புனிதமெனும் அத்துவித மெய்காண்பதற்குத் தான் இந்த ஆன்மீக அழைப்பு!

4. தெய்வம்

உள்ளத்தனையது உயர்வு! மனிதன் உள்ளம் கனிந்து, தனது பண்பாட்டு வளர்ச்சிகளால் விலங்கு நிலைகளைக் கடக்கிறான்; வாழ்க்கையில் வாழ்ந்து வாழ்ந்து, கற்றுக்கற்று உயர்கிறான். இலங்கு நூல்கல்வி அவனை விலங்கு நிலையிலிருந்து மனித நிலைக்கு உயர்த்துகிறது. அவன் வையத்தில் வாழ்வாங்கு வாழ்ந்து, தான் தனதற்ற நிலையில் வானவர்க்கும் அரிய தெய்வீக நிலையை எட்டுகிறான். இதுதான் மானுட வெற்றி. இந்த உயிர்ப்பில் வள்ளுவம் திகழ்கிறது. மனிதனைத் தெய்வீக நிலைக்கு உயர்த்தவே வள்ளுவம் முயன்றது. தமிழியத்தின் உயிர்ப்பே மெய்யியல் சிந்தனைகளின் விளைவுதான்! தமிழர் தம் எழுத்து, எண்ணங்கள் எல்லாம் மெய்யியலில் கிளைத்தவை; எண்ணும் எழுத்தும் பிறர்க்குப் பிற; ஆனால் தமிழர்க்கோ கண்களைப் போன்றவை! உயிரையும், உடம்பையும் கூட அவர்கள் எழுத்துக்களிலேயே கண்டார்கள்.

மெய்யின் இயக்கம் அகரமொடு சிவணும் (தொல்.மொழி மரபு.13) இது தொல்காப்பியர்க்கு முன்பேயே தமிழன் வார்த்த மெய்யியல் கோட்பாடு. வாழ்வாங்கு வாழும் வாழ்க்கையைக் கற்றவர்கள் கண்ட மெய்ப்பொருள் சிந்தனைகள்தாம் இவ்வாறு தமது எண்ணம், மொழிகளில் எல்லாம் கூட நிறைந்திருக்கும்!

மெய்யின் வழியது, உயிர் தோன்று நிலையே! (தொல்.நூல்மரபு.18) என்று இலக்கணம் செய்யும் போதே இவ்வாறு எல்லாம் உயிர், மெய் இயல்புகளை அவர்கள் ஊடும் பாவும் ஆக இழைத்து இயைத்தனர். இந்த ஞானம் - அறிவு - இயற்கையில் வாழ்ந்த வாழ்வு பெற்றவர்க்கே அமையும். வாழ்ந்து வாழ்ந்து என்பும் உரியர் பிறர்க்கு என்று அன்பினில் வாழ்வு கண்டதனால், அவர்தம் மெய்யியல் அறிவு காலந்தோறும் பண்பட்டது. இங்கு இடைக்காலத்தில் (கி.பி.12, கி.பி.14 - களில்) போதமும், சித்தியாரும் தோன்றியிருக்கலாம். ஆனால் தமிழரின் மெய்யியல் காட்சி, ஐம்பூத எழுச்சிகளோடு இயைந்து அவைகள் தோன்றியபோதே பிறந்தவை. எனவே தான் திருமூலர் செந்தமிழ் ஆதி தெளிந்து வழிபடு (திருமந்.1089) என்றார். இந்தப் பின்னணியில் தான் பசு அனாதி, பாசம் அனாதி, பதி அனாதிக் கோட்பாடுகளை அவர்கள் கண்டார்கள். சைவ சித்தாந்தத்திற்கு இந்த அடிப்படைகள் உண்டு. இது தமிழியத்தின் மெய்யியல் எழுச்சியாகும். மெய்யியல் காணும் மெய்ஞ்ஞானம் இதுதான்.

தமிழ் மூலங்களின் இந்த வரலாற்றுப் பின்னணி, சிந்துவெளிக் காலத்துக்கும் முன்பேயே தோன்றி வளர்ந்த விதத்தைக் கற்றறிந்த ஞானிகள் அறிவார்கள். தமிழ்மூலம் பின்பு திருமூலம் ஆனது; திருமூலம் பிறகு போதமும், சித்தியுமாகச் சிவப்பிரகாசமாக வளர்ந்து மெய்கண்ட சாத்திரங்களாகப் பண்டாரச் சாத்திரங்களாகத் தொடர்ந்து வளர்ந்தன. அப்பர் தோத்திரமும் சாத்திரமும் ஆனார் தாமே! என்று கடவுளைப்பாடும் போக்கில் பக்தி இலக்கியங்கள் தோத்திரமாகவும், தத்துவப் பின்புலத்தில் சாத்திரங்களாகவும் சைவம் பாடப்பெற்ற சிறப்பினை உடையது. இவை மனிதனை இருக்கின்ற இருந்த நிலையை விட்டு, மேலும் முன்னேறிய அடுத்தக்கட்ட நிலைக்கு மாற வழிகாட்டின. உள்ளத்தனையது உயர்வு என்பதில் வள்ளுவர், அவரவர் சிந்தனை வளர்ச்சியில் ஓர் உயர்ச்சி காண உட்படுத்துவார்.

வெள்ளத்தனைய மலர் நீட்டம்! மாந்தர்தம்
உள்ளத் தனையது உயர்வு. (குறள்.595)

என்பதில் குளிக்கப் போகிறவன் பார்க்கும் குளக்காட்சியில் தென்படும் ஒரு சிறிய உவமையை வைத்து, எத்தனைப் பெரிய மானுடமேன்மையை வள்ளுவர் சொல்லிவிடுகிறார். இங்குக் கடுகுள்ளம் கொண்டவனையும் பார்க்கிறோம்; கடல் குடிப்பவனையும் பார்க்கிறோம். சிலர்க்கு இதயம் இமயத்தின் உயரத்தில்; சிலர்க்கு இதயம் கடுகுகளின் மட்டத்தில், மனிதர்களின் பண்பாட்டு உயரங்களை வைத்துத்தான் வள்ளுவர். மேல், கீழ் தரங்களை நிச்சயிக்கிறான். பிறப்பொக்கும் எல்லா உயிர்க்கும் (குறள்.972) என்றவர்தான் சிறப்பொவ்வா என்றும் செதுக்குகிறான். குறளை மட்டும் அல்ல; சமூகத்து மனிதர்களையும்! இந்த அடிப்படையில் தான்.

மேலிருந்தும் மேலல்லார் மேல்அல்லர்; கீழ்இருந்தும்
கீழ்அல்லார் கீழ்அல் லவர் (குறள்.973)

என்று மனித நிலைகளை வரையறுக்கின்றார். இது தமிழியத்தின் ஒரு தொடர்ச்சியான மதிப்பீட்டு நோக்கு!

புரை உயர்பு ஆகும் (தொல்.உரியியல்.4) என்பர் தொல்காப்பியர். புரையோர் (உயர்ந்தோர் - மேலோர்) என்பது தமிழ் பண்பாட்டு உச்சியில் மானுடம் காணப்பெற்றுப் போற்றப் பெறுகிறது. திருமூலர் கூறியதுபோல இந்த வகையில்,

செல்லும் அளவும் சிந்தையைச்
செலுத்தியவர்கள் தமிழர்கள்! (திருமந்.2103)

இந்த நோக்குகளில் எல்லாம் பயின்றவர் தாயுமானவர். தெளிவினைக் கற்றறிந்த தவஞானி! அவருக்குச் சொல்லவா வேண்டும்? எனவே தான்,

எண்ணரிய பிறவிதனில் மானுடப்
பிறவி தான் யாதினும்
அரிது அரிது காண்! (சித்தர் கணம்.4)

என்று பாடுகிறார். தனக்குள் மூழ்கிக் குளித்துத் தான் தன்னை (மனிதனை) அறிந்த ஞானத்தில், மனிதனையே கடவுளைப் போலக் கண்டறியும் ஞானத்தில், உயிரின் தன்மை, அதற்குள் ஒளிந்து கிடக்கும் உள்ளொளிப் பெருமை, பெரிய அகண்டம் ஒன்று தன்னில் (பிண்டத்தில்) ஒளிந்திருத்தலை அறிகின்ற பேரின்ப நிட்டை நிலை எல்லாவற்றையும் உணரும்போது தான், எண்ணரிய பிறவிகளில் மானுடப்பிறவி தான் அரிதரிது; யாதினினும் அரிதரிது என்று பாட முடியும்; தாவர சங்கமத்துள் வேறு பிறவிகட்குக் கிடைக்காத பேறு இது!

உள்ளத்தின் உள்ளே குளிப்பது என்பது ஞானிகட்குக் கைவந்தகலை! இப்படி உள்ளக் குளித்தலில் குளித்துத்தான் திருமூலர் மூர்த்தி, தலம், தீர்த்தம் எலாம் கண்டு கொள்கிறார். சமாதி நிலையில் (நிட்டையில்) சுந்தரச் சோதியைக் கண்ட திருமூலர்,

விந்துவும் நாதமும் மேருவில் ஓங்கிடின்
சந்தியில் ஆன சமாதியில் கூடிடும்
அந்தம் இலாத அறிவின் அரும்பொருள்
சுந்தரச் சோதியும் தோன்றிடும் தானே! (திருமந்.619)

மன் மனத்துள்ளே மகிழ்ந் திருப்பார்க்கு
மன் மனத்துள்ளே மனோலய மாமே! (திருமந்.620)

என்று பாடுவர். யோகசமாதியில் இதுபோலப் பதினான்கு பாடல்களிலும் பாடி தமது சமாதி நிலைத் தரிசனங்களை விளக்குவர். யோகசித்தி என்பது உள்ளத்தின் சித்தியாகும்.

உள்ளத்தின் உள்ளே உளபல தீர்த்தங்கள்
மெள்ளக் குடைந்து நின்றாடார் வினைகெடப்
பள்ளமும் மேடும் பரந்து திரிவரே! (திருமந்.509)

உள்ளத்தில் ஞான நீராடாதவர்களைத் திருமூலர் எள்ளும் விதம் இப்பாட்டில் தெரியும். ஆன்மியப் புரட்சிக்காரர் என்றால் திருமூலர் தான்! அன்பும் சிவமும் இரண்டு என்று பேசுபவர்களை அறிவிலார் என்று கடுமையாகத் திட்டுவார். (திருமந்.270) உள்ளத்தின் உள்ளே ஞானக்குளியல் ஆடாதவர்கள் வெளியே போய் தத்தம் வினைகள் கெடுவதற்காகப் பள்ளங்கள் மேடுகள் எல்லாம் தேடி அலைகிறார்கள் என்று பாடினால் அதுதான் ஆன்மீயப் புரட்சி! இந்தப் பின்னணியில் தான் திருமூலர் சிவபூசையினையே செய்கிறார். திருக்கோயில் என்பதற்குப் புதுவிளக்கம் தருகிறார்.

உள்ளம் பெருங்கோயில்; ஊன் உடம்பு ஆலயம்!
வள்ளல் பிரானார்க்கு வாய் கோபுரவாசல்
தெள்ளத் தெளிந்தார்க்குச் சீவன்சிவலிங்கம்
கள்ளப் புலன்ஐந்தும் காளா மணிவிளக்கே! (திருமந்.1823)

இது யோகசித்தியால் மனிதனுக்குக் கிடைக்கிற மகத்தான பேறு! வேறு பிறவிகட்கு யோக சித்திகள் தெரியா; உள்ளத்தின் அருமைகள் தெரியா; உடம்பார் அழியின் உயிரார் அழிவர் எனும் திடம்படும் மெய்ஞ்ஞானம் தெரியாது. (திருமந்.724)

உடம்பினை முன்னம் இழுக்கென்று அறிந்தேன்
உடம்பினுக்குள்ளே உறுபொருள் கண்டேன்!
உடம்புளே உத்தமன் கோயில் கொண்டான் என்று
உடம்பினை யானிருந்து ஓம்புகின்றேனே! (திருமந்.725)

எனும் திருமந்திரம் மூவாயிரத்துக்குள் ஓர் அரியபாட்டு; இப்படிப் பாடியதால் தான் உடம்பினை இழுக்காகப் பாடிய வேறு சித்தர்கள் போல இல்லாமல், இவர் வித்தகச் சித்தராகக் காணப்படுகிறார். சரியை, கிரியை, யோகம், ஞானம் எனும் படிநிலைகளை எல்லாம் தனது உள்ளத்துக்குள்ளேயே நிகழ்த்துகிற ஓர் அற்புத ஞானத்தை மனிதப் பிறவிக்குள்ளேயே கண்டு கொள்ளுகிறார். எனவேதான் ஊன் உடம்பு அவர்க்கு ஆலயமாகிறது; உள்ளம் பெருங்கோவில் ஆகிறது; தெளிவாக அறியும் போது சீவனே (உயிரே) சிவலிங்கம் ஆகிவிடுகிறது. உடம்புக்குள்ளேயே உத்தமன் கோவில் கொண்டுள்ளான் எனும் ஞானத்தின் சாயுச்சியம் கிடைத்து விடுகிறது. இந்த அரிய பேறு மனிதப் பிறவிக்கு மட்டுமே வாய்த்திருக்கிறது.

விறகில் தீயினன்; பாலில் படுநெய்போல்
மறைய நின்றுளன்; மாமணிச் சோதியான்!
உறவுக் கோல்நட்டு உணர்வுக் கயிற்றினால்
முறுக வாங்கிக் கடையமுன் நிற்குமே! (தனித்திருக்குறுந்.6121)

உடம்பெனும் மனை அகத்துள்
   உள்ளமே தகளியாக
மடம்படும் உணர்நெய் அட்டி
   உயிர்எனும் திரிமயக்கி
இடம்படு ஞானத் தீயால்
   எரிகொள இருந்து நோக்கில்
கடம்பமர் காளை தாதை
   கழலடி காணலாமே! (தனித்திரு.நேரிசை.4887)

என்னில் யாரும் எனக்கினி யாரில்லை!
என்னிலும் இனியான் ஒருவன் உளன்;
என்னுளே உயிர்ப்பாய்ப் புறம் போந்து புக்கு
என்னுளே நிற்கும் இன்னம்பர் ஈசனே!

(திருஇன்னம்பர் - திருக்குறுந்.5433)

காயமே கோயிலாகக் கடிமனம் அடிமையாக
வாய்மையே தூய்மையாக மனமணி லிங்கமாக
நேயமே நெய்யும் பாலா நிறையநீர் அமைய ஆட்டிப்
பூசனை ஈசனார்க்குப் போற்றவிக் காட்டினோமே!

(தனித்திரு.4897)

போன்ற இடங்களில் எல்லாம் அப்பர்பெருமானும், உடம்பெனும் மனை அகத்துள் உயிர் எனும் திரிமயக்கி, ஞானத்தீயால், கண்டு கொள்ளும், மாமணிச் சோதியானைப் பாடுவர். உறவுக்கோல் நட்டு, உணர்வுக் கயிற்றால் கடைய, மறைய நின்றுள்ளவனே வந்து முன் நிற்பான் என்று பாடித் தனக்குள்ளேயே சரியை, கிரியை, யோகம், ஞானங்களை இணைத்துச் செய்து, யோக நெறிமூலம் பேரின்ப நிட்டை பெற்றுக் காணும் கடவுட் காட்சியைப் புலப்படுத்துவர். மனித உயிர், தான் தனதற்ற நிலையில் யோகநெறி நின்று நினைக்கும் போது தெய்வம், அந்த நினைக்கின்ற நெஞ்சுக்குள் உயிர்ப்பாய்ப் பொலிந்து புலப்படும் என்கிற செய்திகளை அப்பரும் பாடுகிறார். ஒவ்வொரு ஞானிக்கும் சாத்தியப்படுகிற இந்தப் பேறு மனிதப்பிறவிக்கு மட்டுமே உண்டு. மனிதத்துள்ளேயே தெய்வீகம் காணும் இந்த இனிய பேற்றினையே தாயுமானவம் முற்றும் முழுவதுமாகப் பாடியிருக்கிறது. தெய்வீக மானுடம் தமிழ்மெய்யியலின் உயிர்ப்பு!

எனக்குள் நீஎன்றும் இயற்கையாய்ப் பின்னும்
உனக்குள் நான் என்ற உறுதிகொள்வது
எந்நாளோ? (13)

என்று தாயுமானவர் பாடுவதும் ஏங்குவதும், இந்தப் பிரிவற்ற சுத்தாத்துவித நிலைக்குத்தான்; சிவ - ஜீவ ஐக்கியத்துக்குத்தான்! துரிய நிலையில் காணும் புதிய அத்துவிதத்துக்குத் தான். பேசானு பூதியில் ஈசனோடு விளங்கும் நிலைக்குத்தான். ஆணவத்தோடு உயிர் கலந்த அத்துவிதம் - அது துவைதம்! தாணுவினோடு (சிவத்தோடு) கலந்த அத்துவிதம் புனித அத்துவிதம்; மெய்கண்டார் காணும் அத்துவிதக் காட்சி! சுத்த சிவத்தோடு சுத்த உயிர் விளங்கும் காட்சி. இதுதான் தாயுமானவரின் கடவுட்காட்சி! இதனைப் பாமரனுக்கும் புரிவிக்கிற விதத்தில், எந்தப் பாமரனும் பரத்தோடு சேர்வதற்காக மிக எளிதாகப் பாடுவார்.

தீது அணையாக் கற்பூர தீபம் என
நான்கண்ட
ஜோதியுடன் ஒன்றித் துரிசு
அறுவது எந்நாளோ? (எந்நாட்.நிற்கும் நிலை.8) என்பார்.

தாயுமானவத்தின் இந்தச் சோதித்திறம் வள்ளலாரிடம் பிறகு அருட்பெருஞ்சோதியாய்ப் பலவாறு விரிந்து பொலிகிறது. இதனை நிட்டையின் கூடலில், "இரண்டு ஒன்றான சமத்துவ நிலை" என்பார் தாயுமானவர்.

சூரியர்கள் சந்திரர்கள் தோன்றாச் சுயம்ஜோதிப்
பூரண தேசத்தில் பொருந்தும் நாள் எந்நாளோ? (அருளியல்பு.7)

என்று ஆன்ம சிவ ஐக்கியத்தைச் சூரியர் சந்திரர் தோன்றாச் சுயமான ஜோதிப் பூரணதேசம் என்று புனைவர். அந்தநாடு ஆனந்த நாடு என்பர். ஈனம் தரு நாடும் இது வேண்டா என்று பொய்க்காட்சிகள் அற்ற மெய்க்காட்சிப் புவனத்தை அடைகின்ற பேறு என்பர். புரியாத யோகப் புதிரைக் கட்டவிழ்த்துப் புனைவதில் தாயுமானவரை விட்ட சிவராஜ யோகி இல்லை என்றே கூறிவிடலாம்.

எட்டுத்திசைக் கீழ்மேல் எங்கும் பெருகிவரும்
வெட்டவெளி விண் ஆற்றில் மெய் தோய்வது எந்நாளோ?
(மேலது. அருளியல்.4)

என்று பாடுவதில் இதனைத் தெளியலாம். பிண்டம் வையம் ஆகிவிடுகிறது. அண்டம் வான் ஆகி விடுகிறது. இந்தச் சங்கமத்தில் - யோகசித்தியின் உச்சத்தில் மனிதம் தெய்வீகமாகிவிடுகிறது. தசகாரிய முடிவில் சொரூபானந்தம்! தசகாரியப் பயிற்சி என்பது ஆன்மீயப் பயிற்சி. உள்ள வளர்ச்சி உயிரின் வளர்ச்சிக்கு - யோகத்தமிழ் அறிவின் பயிற்சிக்குத் தாயுமானவம், வேளாண்மை செய்யும் உயிரை அடையாளம் காட்டுகிறது. பேரின்பப் போகம்தான் முடிவு!

எல்லாம் இறந்த இடத்து எந்தை நிறைவாம் வடிவைப்
புல்லாமல் புல்லிப் புணரும் நாள் எந்நாளோ? (மேலது.16)

என்பர்.

தாயுமானவத்தின் வேட்கைப் பதினெட்டாக அவரது அருளியல் கவிதைகள் காணப்படுகின்றன. உயிரின் தள்ளரியாத காதல் - பேரின்ப உச்சி எல்லாம் இங்கு அற்புதமாகப் பாடப்பெற்றுள்ளன. புல்லாமல் புல்லிப் புணரும் எனும் ஓர் அடுக்குத்தொடர் மெய்யியல் துறைக்கு ஒரு ரசவாதம் தந்து, பேரானந்தம் - சிவபோக விளைவினை என்னமாய்ச்

சொல்லாமல் சொல்லி விடுகிறது. இதுதான் தாயுமானவத்தமிழ். தத்துவங்களைச் சிக்கெனப் பிடித்துத் தழுவும் தமிழ்!

உழவாரச்செம்மல், அப்பர்பெருமான் இந்தத் தேசத்தார் உய்யும் பொருட்டு இந்தத் தேசம் போற்றிய உழுதுண்டு வாழ்வாரே வாழ்வார் (குறள்.1033) எனும் மொழிக்கேற்ப இந்தத் தேசம் ஆற்றிய தொழிலையே அடிப்படையாக வைத்து, யோக உழவு ஒன்றினைப் படிமமாகப் பாடிச் சிவபோக வேளாண்மைக்கு - ஒரு அரிய பாடலைப் பாடியுள்ளார். அதில் பக்தி யோகம் கூறப்பட்டுள்ளது.

மெய்ம்மையாம் உழவைச் செய்து விருப்பெனும்
வித்தை வித்திப்
பொய்ம்மையாம் களையை வாங்கிப் பொறை யெனும்
நீரைப் பாய்ச்சித்
தம்மையும் நோக்கிக் கண்டு, தகவெனும்
வேலி யிட்டுச்
செம்மையுள் நிற்பர் ஆகில் சிவகதி
விளையும் அன்றே! (தனித்திரு நேரிசை.4895)

சரியை, கிரியை, யோகம், ஞானம் ஆகிய படிகளில் மாடி கட்டிய பாட்டு இது. சிவபோக வேளாண்மைக்கான செய்முறைப் பயிற்சிகளை எளியநடையில் விளக்குவது. ஆன்மீயப் பண்பாட்டுக்கான உரைகல் இது! தம்மையும் நோக்கிக் கண்டு என்பதில்தான் யோகமுத்திரை! சின்முத்திரை எல்லாம்! மனிதப்பிறவி சிறந்ததுதான்! ஆனால் அதில் ஒரு ஆபத்துண்டு. நடுவு நில்லாத யமன் வரும் போது அஞ்சு பூதங்களும் வந்து அடுக்கும்; அழிக்கும்; அச்சுறுத்தும்; அப்போது

படுவன பலவும் குற்றம்!
பாங்கிலா மனிதர் வாழ்க்கை!
கெடுவது இப்பிறவி சீ! சீ! (4903. தனித்திரு நேரிசை)

என்று வெறுக்க நேரிடும். எனவேதான் மெய்ம்மையாம் உழவைச் செய்து... தம்மையும் சிவனையும், நோக்கிக் காணும், சிவகதி - சிவபோக விளைவுக்கு - வாழ்வுக்குத் தயார் ஆகச் சொல்லுகிறார் அப்பர்! சிவயோகத்தால் - சிவபோகம் - இது ஜீவபோகம் ஆகத்தான்- ஆன்மியப்பயிற்சி தேவைப்படுகிறது. ஓர் ஆன்மீயப் பண்பாட்டுக்கு இந்தப் பயிற்சிகள் அவசியமானவை என்றுதான் பாடுகிறார்.

உயர்ந்த பிறவிதான்! ஒருநோக்கில் ஆனால் இது படுத்தும் பாடுகள் சொல்ல முடியாதவை. செம்மையுள் நிற்க வேண்டிய ஒரு யோகியின் பார்வையில் பிறவித் துன்பங்களும் நினைவுக்கு வருகின்றன. தாயுமானவர்.

இப்பிறவி என்னுமோர் இருட்கடலில் மூழ்கிநான்
என்னுமோர் மகர வாய்ப்பட்டு
இருவினை எனும் திரையில் எற்றுண்டு
.... (தேசோ.2)

என்று பாடி, மேலும் ஐம்பொறிகள் வாயிலாகப் பெறும் அல்லல்களை எல்லாம் விவரிப்பார்.

வாயிலோர்ஐந்தில் புலன் எனும் வேடர்
வந்து எனை ஈர்த்து, வெங்காமத்
தீயிலே வெதுப்பி, உயிரோடு தின்னச்
சிந்தை நைந்துருகி, மெய்மறந்து
தாயிலாச் சேய்போல் அலைந்து அலைப்பட்டேன்!
தாயினும் கருணையாம் மன்றுள்
நாயகமாகி ஒளிவிடுமணியே!
நாதனே! ஞான வாரிதியே! (சிவன்செயல்.5)

என்பதில், ஐம்புலவேடர்கள் காமத்தீயில் வெதுப்புவதும், உயிரோடு தின்பதுவும் ஆகிய கொடுமைகள் பேசப்பெற்றுள்ளன. பிறந்தோர் உறும் இந்தப் பெருகிய துன்பங்களிலிருந்து உயிர்வீடுபெற்றால்தான் உய்தி; செம்மையுள் நின்றால், செம்மை நலம் அறியலாம்! சிவகதி விளைக்கலாம் என்றுதான் அப்பர் போலவே தாயுமானவர், பின்வரும் பாடலைப் பாடுகிறார். காடு கொன்று நாடாக்குவது எளிய வேலையா? ஈன நாடு... நமது ஊன நாடு! இதனை வானநாடு ஆக்க வேண்டுமானால், என்ன என்ன செய்ய வேண்டும் என்று பாடுகிறார். தாயுமானவர் நந்தி நாட்டுக் குடிமகனாக அவாவுகிறார். ஆன்மப் பக்குவத்திற்கு அலைகிறவர் ஜீவ நாட்டைச் சிவநாடு ஆக்குவதற்காக,

கார் ஆரும் ஆணவக் காட்டைக் களைந்து அறக்கண்டு
அகங்காரம் எனும் கல்லைப் பிளந்து நெஞ்சு அகமான
பூமிவெளி காணத் திருத்தி, மென்மேல்
பார்ஆதி அறியாத மோனமாம் வித்தைப்
பதித்து, அன்பு நீராகவே பாய்ச்சியது பயிராகும்
மட்டும் மாயை, வன்பறவை அணுகாத வண்ணம்
நேராக நின்று விளைபோகம் புசித்து உய்ந்த
நின்அன்பர் கூட்டம் எய்த, நினைவின் படிக்கு, நீ
முன்நின்று காப்பதே, நின் அருள் பாரம் என்றும்
ஆர் ஆரும் அறியாத சூதான வெளியில் (சிதாகாசம்)
வெளி ஆகின்ற துரிய மயமே! (சிவசொரூபம்)
அண்ட பகிரண்டமும் அடங்க, ஒரு நிறைவு ஆகி
ஆனந்தம் ஆன பரமே! (ஆனந்த.பரம்.6)

என்று பாடுகிறார். சைவ சித்தாந்த நூல்கள் பேசும் சோபான முறைகளாகவே - உயிர் வளர்ச்சிக்கான படிநிலைகளாகவே, இந்தச் சிவகதிக்கான செல்நெறிகள் திகழ்கின்றன. சிவபோக விளைச்சலுக்கான- செம்மையுள் நிற்பதற்கான ஆற்றுப்படுத்தும் போக்குகள் இதில் அழகுறச் சொல்லப் பெற்றுள்ளன. ஆணவக்காடு, அகங்காரக்கல், நெஞ்சகமான பூமி, மோன வித்து, அன்புநீர், விளைபோகம் புசிக்கும் அன்பர் கூட்டம் சார்தல் போன்ற அனைத்தும் தாயுமானவரின் சித்தாந்த நெறிகளைக் காட்டும் தமிழ் மரபு, சைவ மரபுகளின் ஒரு நெடிய தொடர்சிந்தனைகள் இவற்றில் தொடர்ந்திருந்தாலும் தாயுமானவரின் தனித்தன்மைகளையும், ஆளுமைகளையும், தமது காலத்தில் இந்தச் சிந்தனைகளின் பேணுகைகள் தேவைப்படும் சூழலையும் இவைகள் எடுத்துக்காட்டும். அன்பிலும், கருணையிலும், ஆனந்தத்திலும் நிர்க்குண நிலையிலான துரியத்திலும் ஒளிரும் இறைச்சிந்தனைகள், உயிர்ச்சிந்தனைகள் பற்றியவைகளாக இவை இருப்பதால் ஆன்மநேய ஒருமைக்கான சிந்தனைகளாகவும் இவை இருத்தல் அருமை! யோக நெறிக்கான ஒரு சித்தாந்தத் தழுவல், கல்லாலடிச் சித்திரங்கள் ஆகியவை தமிழ் மெய்யியல் தடம் சார்ந்த ஓர் உறைப்பு மிக்கவராய்த் தாயுமான வரை அடையாளம் காட்டும்! தமிழ்ஞானங்களின் இணையற்ற தத்துவச் சுடராக அவர் விளங்குவதையும் புலப்படுத்தும்.

சாந்தோக்கிய உபநிடதத்தில் சொல்லப்பட்டது தத்துவமசி என்னும் மகாவாக்கியம் (தொடர்) என்பர்.

தத் + துவம் + அசி என்றும் மூன்று பதங்களால் ஆகியது தத்துவமசி.

தத் - அது

த்வம் - நீ

அசி - ஆகின்றாய்

தத்துவமசி - அது நீ ஆகிறாய் என்பது பொருள். மகாவாக்கியமான இதற்குப் பொருள் கொள்வதில் பல்வேறு கருத்து வேறுபாடுகள் தத்துவப் பேரறிஞர்களிடம் காணப்படுகின்றன. செந்தமிழ் ஆதி தெளிந்து வழிபடு (1119) என்னும் திருமூலர், தத்துவமசி குறித்த விவாதங்களைத் திருமந்திரத்தில் முதன்முதல் தொடங்கி வைத்துள்ளார். வேதாந்த சித்தாந்த சமரசச் சிந்தனைகளுக்கு வழிகாட்டிய முன்னவர் திருமூலர்தான். அந்த வழியில் கி.பி.4ஆம் நூற்றாண்டுகளில் முளைத்த இச்சிந்தனைத் தாக்கம், கி.பி.13 ஆம் நூற்றாண்டுகளில் சித்தாந்த சாத்திரங்களில் கவடுவிட்டு, கி.பி.18 ஆம் நூற்றாண்டில் தாயுமானவரிடம்

அவர் காலத்துச் சூழலில் அவர் காண விரும்பிய வேதாந்த சித்தாந்த சமரச சுபாவத்துக்கு ஏற்ப, மதச்சம்மதம் பெறாத நிலையில் ஓர் ஒன்றிப்புக் கருத்துக்கு வந்தது. ஒருமையுடன் மலரடி நினைக்கின்ற ஓர் உத்தமக் கருத்தாக்கம் அது. சன்மார்க்கி ஆகும் போது ஒருவரிடம் ஒப்பற்ற இந்தச் சமரச ஒருமை உணர்வு தலைதூக்கும்.

வேதாகமத் துணிபு இரண்டில்லை
ஒன்று எனவே வந்த குருவே (மௌனகுரு.2)

வேதாந்த சித்தாந்த மரபு சமரசமாகவே
பூராயமாய் உணர ஊகமது தந்தது (பரிபூர.8)

சந்ததமும் எனது செயல், நினது செயல்
யான் எனும் தன்மை, நினை அன்றி இல்லாத்
தன்மையால் வேறு அலேன்! வேதாந்த
சித்தாந்த சமரச சுபாவம் இதுவே! (பரிபூர.5)

என்று வேதாந்த - சித்தாந்தக் கருத்துகளிடம் ஏற்பட்ட கருத்துப் பூசல்களில் இருந்து ஒரு கருத்து ஒற்றுமையை ஏற்படுத்த வேண்டித் தாயுமானவரிடம் ஏற்பட்ட ஒரு சமரசக் குரல்தான் இது. தமக்கு உபதேசம் செய்த மூலன் மரபில் வந்த குருவின் வீறு சிவஞான சித்திநெறி மௌன உபதேசம் தான் இது. எனவே தத்துவமசி எனும் மகாவாக்கியத்துக்கும், அத்துவிதம் எனும் சொல்லுக்கும் வாதமிடும் சமய நெறிகளுக்கு அப்பால், அவற்றிடையே ஆழ்ந்திருக்கும் மெய்யான பொருளை அறிய வேண்டிய கட்டாயம் உள்ளது. சாத்திரச் சிந்தனையாளர் களிடமும் இவை பற்றிய கருத்து வேறுபாடுகள் இருப்பதைத் திருமந்திரத்தின் சில பாடல்களின் வழியாக அறியமுடிகிறது.

நூலும் சிகையும் உணரார் நின்மூடர்கள்!
நூலது வேதாந்தம், நுண்சிகை ஞானமாம்!
பாலொன்றும் அந்தணர் பார்ப்பார் பரம்உயிர்
ஓர் ஒன்று இரண்டு எனில் ஓங்காரம் ஓதில் என்? (திருநீறு.1665)

வேதாந்த ஞானம் விளங்க விதியிலோர்
நாதாந்த போதம் நணுகிய போக்கது
போதாந்த மாம்பரன் பாற்புகப் புக்கதால்
நாதாந்த முத்தியும் சித்தியும் நண்ணுமே! (அந்தணர் ஒழுக்கம்.235)

வேதாந்தம் தொம்பதம் மேவும் பசு என்ப
நாதாந்தம் பாசம்விட நின்ற நன்பதி
போதாந்த தற்பதம்போய் இரண்டு ஐக்கியம்
சாதாரணம்! சிவசாயுச்சியம் ஆமே! (2392)

சதாசிவம் தத்துவம் முத்தமிழ் வேதம்
மிதாசனி யாதுஇருந்தேன் நின்ற காலம்
இதாசனி யாது இருந்தேன் மனம் நீங்கி
உதாசனி யாதுஉடனே உணர்ந்தோமால் 76

சிவமாதல் வேதாந்த சித்தாந்தம் ஆகும்
அவம்அவம் ஆகும் அவ்வவ் இரண்டும்
சிவமாம் சதாசிவன் செய்துஒன்று ஆனானால்
நவமான வேதாந்தம் ஞான சித்தாந்தமே! (2393)

சித்தர் சிவத்தைக் கண்டவர் சீருடன்
சுத்தா சுத்தத்துடன் தோய்ந்து தோயாதவர்
முத்தரம் முத்திக்கு மூலத்தர், மூலத்துச்
சத்தர் சதாசிவத் தன்மையர் தாமே! (2526)

எனும் இவைபோன்ற திருமந்திரங்களில், திருமூலர் தமது தனித்துவமான மெய்யான - வேதாந்த - சித்தாந்தக் கருத்துக்களை விளக்கியுள்ளார். இத்தகைய *160* - திருமந்திரப் பாடல்களைத் தேர்ந்து எடுத்துத் தகவுசான்ற முதுபெரும் சைவப் பேரறிஞர் திரு அடிகளாசிரியர், திருமூலரும் பேருரையும், (திருவருள் நிலைய வெளயீட்டகம், *1998*) என்ற அற்புதமான திருமந்திரப் பேரூரை நூலை எழுதி வெளியிட்டுள்ளார். இந்நூலில் வேதாந்த சித்தாந்தங்கட்கான மெய்விளக்கங்களும், சதாசிவம் தத்துவம் எனும் நோக்கில் முத்தமிழ் வேதம் எனும் தமிழியச் சிந்தனைகள் உடனான திருமூலரின் ஒப்பற்ற தமிழ்நாட்டு முத்தமிழ் வேதச் சிந்தனைகளும் விளக்கப்பட்டுள்ளன. திருமூலர் காலத் தமிழ்ச்சாத்திரங்களுக்கான *(87)* கருத்துகளின் ஆவணங்களாகவும் முத்தியை, ஞானத்தை முத்தமிழ் ஓசையை *(2115)* வெளிப்படுத்துவனவாகவும் இவை திகழ்கின்றன.

என்னை நன்றாக இறைவன் படைத்தனன்
தன்னை நன்றாகத் தமிழ்செய்யு மாறே! (81)

என்று பாடியிருப்பதன் குறிப்புகளாலும், மூலாங்கமாக மொழியப் பெற்றவற்றை எல்லாம் செப்ப வந்தேன்! *(77)* என்று தன் படைப்பு வரலாற்று நோக்கத்தை முழக்கியிருப்பதாலும், தமிழ் மண்டலத்து ஞான ஆவணச் செய்திகளைச் சித்தாந்தத் தமிழ் உலகம் அறிய வேண்டும் அல்லவா? இந்தச் சிந்தனைகளின் தொடர்ச்சி வரலாற்றுப் பின்புலத்தில்தான் தாயுமானவம் தென்புலத்துக் கல்லாலடிச் சிந்தனைகளின் பேழையாகத் திகழ்வதையும் நோக்க வேண்டும்! ஒரு ஞானமுழுத்துவப் பார்வைக்கு இது முக்கியமாக உதவும்.

திருமூலர் கண்ட சிவக்காட்சியை (இறைவனை வழிபட்ட இறைக் காட்சி முறைமை) முதுபெரும் சைவப் பேரறிஞர் அடிகளாசிரியர்

தமக்கே உரிய தனிப்பட்ட சிறப்பு நோக்கில் ஆய்ந்து நிறுவுகிறார். தத்துவமசி எனும் மகாவாக்கியத்தை எடுத்துக் கொண்டு அவர் விளக்கும் விதம் தனிச் சிறப்புக்குரியது. முத்தமிழ் ஓசையாக முத்தமிழ் வேதமாக அதைப் புலப்படுத்தும் திறன் போற்றத்தக்கது. தத்துவமசியைத் துவம்-தத் - அசி என அன்வயப்படுத்தித் "துவம்" (தொம்பதம்) பதத்தில், உடம்பில் உள்ள சீவன் ஆகிய (உயிர்) அறிவுப்பொருளையும்,

"தத்" பதத்தில் உலகத்தை இயக்கி நிற்கும் ஈசனாகிய (பரம்) அறிவுப் பொருளையும், அசி பதத்தில் சீவன், ஈசன் இரண்டிற்கும், முதலாய் அகண்டப் பொருளாய் விளங்கும் சிவத்தையும் வைத்து ஆராய்கிற சீவ துரியத்தையும், ஈசனாகிய பர துரியத்தையும், அகண்டமாகி முழுமுதலாக விளங்கும் சிவ துரியத்தையும் உணர்ந்து இம்மூன்றிலும் சூக்குமமாய் இருக்கின்ற சிவத்தை ஒன்றுகூட்டி அதை ஒரே சிவமாகத் தியானித்து வழிபட்ட திருமூலரின் வழிபாட்டு முறைமையை விளக்கியுள்ளார். (மேலது, பக்.15-16) இந்த ஆய்வு நூல் முழுதும் இதனையே ஒரு சுருதியாகச் - சரடாக வைத்து அடிகளாசிரியர் தமது விளக்கங்களை எல்லாம் எழுதிச் செல்வர். சதாசிவ தத்துவம் முத்தமிழ் வேதமாக விளங்கும் தத்துவச் சிறப்பினை எடுத்துமொழிவதுதான் அவரது தலையாய நோக்கம்! தாயுமானவரிடம் இந்த வழிபாட்டு முறையும் சிவக்காட்சியுமே சிறப்பாக வெளிப் படுகின்றன என்பதை நாம் அறிய வேண்டும்.

ஐவகை எனும் பூதம் ஆதியை வகுத்து, அதனுள்
அசர, சர பேதமான
யாவையும் வகுத்து, நல்அறிவையும் வகுத்து, மேல்
ஆதி நூலையும் வகுத்துச்
சைவம் முதலாம் அளவில் சமயமும் வகுத்து, மேல்
சமயங் கடந்த மோன சமரசம் வகுத்த நீ (சின்மயா.4)

என்று பாடித் தாம் வணங்குதற்கரிய அருளை வகுக்கவில்லையோ என்று முறையிடும் போது அவரது வழிபாட்டுத் திறமும், முறையீடு குறித்த நோக்கும் புரியும். பதி, பசு பாசங்களின் உறவுகளையும், அவைகள் ஒரு நிலையில் - உயிர் தூய்மை அடைந்த நிலையில் ஒன்றில் ஒன்று ஒன்றிக் கலக்கும் நிலையினையும், பசுவும் பதியுடன் கலக்கும்; பதியும் பசுவுடன் கலக்கும் முத்தி நிலைகளையும் அதற்கான தண்ணருள் வேண்டும், ஜீவ முறையீட்டையும் காணவேண்டும். தத்துவமசியில் வேட்கைகளைவிட்ட வேதாந்தமும் தெரியும்; சிவம் என்னும் போது சித்தாந்த விளக்கத்தினால் பெறுகின்ற சிவதுரியமும் தெரியும்! சமாதி நிலையில் மோனத்தில் துவாத சாந்தப் பெருவெளி சுட்டப்பெறுவதும் தெரியும்.

உயிர், சக்தி, சிவம் - இவற்றின் சங்கமமே சமாதி! முக்தி! வீடுபேறு எல்லாமும்; ஒரு கூட்டுக் கூடலைத் தாயுமானவரின் பாட்டு தெளிவாக அறிவிக்கும். சிந்தையும் மொழிகளும் அற்ற அந்த அகண்டாகாரப் பேறு - வேட்கைகளை எல்லாம் விட்ட வீடுபேறு! அங்கு ஏது வேதாந்தம்? சித்தாந்தம் எல்லாம்! இவற்றை எல்லாம் வைத்து ஆடிடும் சமயப்பூசல்கள்? சமய வேறுபாடுகளைக் கடக்கிற போதுதான் ஒருவனால் மோனம் - நிட்டை - அனுபூதிகள் எல்லாம் பெறமுடியும். சொல்லிறந்த பரமுத்தி எல்லாம் அப்போது மட்டுமே கிடைக்கும்.

“சைவம் முதலாம் சமயமும் வகுத்து” என்று பாடியவர் - அந்தச் சமயங்களை விட்ட - சமயங்களைக் கடந்த நிலையில் - பெறும் சமரச மோனம் வாய்த்த நிலையில் தான், அந்தச் சிவன் தண்ணருள் வாய்க்கிறது என்று அவர் பேசும் அத்துவிதம் புரியும். இரண்டு அல்லாத அத்துவித நிலை இதுதானே! சீவன் - சிவமாகும் நிலை! அகண்டாகார நிலை! தான் இது!

தவமுறு தத்வமசி வேதாந்த
சிவமாம்! அதும் சித்தாந்த வேதாந்தமே! (2571)

என்று இதனைத் திருமூலர் தெளிவாகக் குறிப்பிடுகிறார். வேதாந்த-சித்தாந்த சமரச மோனம் திருமூலர் கருதியபடியே, தாயுமானவரிடமும் வாய்த்துத் திகழ்கிறது. சிந்தனை உச்சங்கள் தத்துவச் சிகரங்களாக இப்படித்தான் மாறுகின்றன. ஓர் அகண்டாகாரம், துரியாதீதம், துவாத சாந்தப் பெருவெளிப் பேரொளி என்று தாயுமானவத்தில் அங்கிங்கு எனாதபடி ஒளிர்கிறது! பசு பதியினைப் பெறும் ஆனந்தம், பதியும் பசுவுடன் கூடிய ஆனந்தம் - இதுதானே சின்மயானந்தம்! தாயுமானவர் கண்ட ஆனந்தம்!

அறியகிலேன் என்று அரற்றாதே! நீயும்
நெறிவழியே சென்று நேர்பட்ட பின்னை
இருசுடராகி இயற்ற வல்லானும்
ஒருசுடரா வந்துஎன் உள்ளத்துள் ஆமே! (திருமந்.2350)

தத்துவ ஞானம் தலைப்பட்ட வர்கட்கே,
தத்துவ ஞானம் தலைப்பட லாய் நிற்கும்
தத்துவ ஞானத்துத் தான் அவன் ஆகவே
தத்துவ ஞானானந் தந்தான் தொடங்குமே (திருமந்.2330)

எனும் திருமந்திரங்களில் திருமூலர் பேசுவன எல்லாமும் செம்மையுள் நிற்கும் இத்தகைய ஞானத்தைத்தான்! ஒரு சுடராய் வந்துஎன் உள்ளத்துள்

ஆமே! என்று நம் உயிரில் கலக்கும் விந்தையினைத் திருமூலர் தமிழ் தித்திக்கப்பேசும்! தத்துவஞானம் தலைப்பட்டவர்க்கே, தான் அவன் ஆகும் ஞானம் சித்திக்கும்!

தன்னினில் தன்னை அறியும் தலைமகன்
தன்னினில் தன்னை அறியத் தலைப்படும்
தன்னினில் தன்னைச் சார்கிலன் ஆகில்
தன்னில் தன்னையும் சார்தற் கரியவே! (திருமந்.2349)

என்பதில் எல்லாம் தன்னில் தன்னை அறியும் ஒன்றன் அனுபவத்தையே திருமூலர் பேசுவார். முடிவாக ஒட்டு மொத்தமாக - ஒரே வரியில் முத்தாய்ப்பாகச்

சிவமாதல் வேதாந்த சித்தாந்த மாகும் (திருமந்.2393)

என்று இந்த ஐக்கியத்தை அவர் குறிப்பிடுவார். தாயுமானவரும் இவர் வழியில் கல்லால் அடிச் சின்மய ஞானமாம்,

அத்துவிதமான அயிக்கிய அனுபவமே
சுத்தநிலை (293)

என்று பராபரக்கண்ணியில் பேசுகிறார்; ஒரு ஞானத்தின் ஊர்வலத்தை உள்ளத்தின் கர்ப்பக் கிரகத்தில் நிலை நிறுத்துகிறார். சாயுச்சியம் என்பது ஒருவனின் மோன விதைக்குள் கிடக்கிறது என்று சொல்லுவதுதான் தமிழிய மெய்ஞ்ஞானம்.

இந்தத் தமிழிய ஞானத் தொடர்ச்சி பழைய "அறிவர்"களின் ஞானங்களாகவே வாழையடி வாழையென வந்த ஞானத்தொடர்ச்சியாக இருக்க வேண்டும். தொல்காப்பியர் காலத்துக்கும் முன்பே தோன்றிய அறிவர்களின் சிந்தனைத் தொடர்ச்சியாக இவை இருக்கும். தமிழர் கண்ட காஞ்சித்திணை மனிதவாழ்வின் நிலையாமைகளைப் பேசி ஒரு நிலைத்ததை நினைக்கத் தூண்டுவது. முடிவில் ஒரு பாழ் என்பது சொல்லரிய உரை கடந்தது. பல்வேறு மெய்யியல் ஞானங்களுக்குக் காஞ்சித்தினை தாய்மடியாக இருந்திருக்கிறது. ஓர் அழிவின்மையில் ஓர் அமரநிலை, (Eternity) காணும் போதுதான் அல்லது கண்டபிறகுதான் துரியம் துரியாதீதம் உள்ளிட்ட சிந்தனைகள் மலர்கின்றன. ஒவ்வொரு முடிச்சுகளையும் அவிழ்த்துக் கொண்டே போய், அவிழ்க்க முடியாத ஒரு முடிச்சியினைப் பாழ் என்றோ துரியம் என்றோ இன்றைய அறிவியல் மொழியில் கருந்துளை என்றோ (Block Hole) வழங்கும் பெயர்சூட்டு நடக்கிறது. நமது மெய்யியல் ஞானிகள் துரியத்தையும்கூட அவிழ்த்து (உடைத்து) சீவதுரியம், சிவதுரியம், பரதுரியம் என்றெல்லாம் மேலும் மேலும் பிரித்திருக்கிறார்கள் என்றால் அந்த நுண்ணிய ஞானம் சொல்லி முடியாதது.

சித்தர் இலக்கியம் என்னும் மூன்று அரிய தொகுப்புகளை, ஒப்பற்ற எழுத்தாளர், மெய்யியல் ஞானி திரு.மீ.ப. சோமு அவர்கள் எழுதி, அண்ணாமலைப் பல்கலைக்கழகம் வெளியிட்டிருக்கிறது. அந்தத் தொகுப்புகள் தமிழர் தம் மெய்யியல் சிந்தனைகளின் ஞானப்புதையல்களை வெளிப்படுத்தியுள்ளன. இன்று, நேற்று முளைத்த சிந்தனைகள் அல்ல அவை; மிகப்பண்டைய காலந்தொட்டே முகிழ்த்த சிந்தனைகள் அவை. திரு மீ.ப.சோமு அவர்களே ஒரு சித்தராகி எழுதிய சித்தர் இலக்கியம் அந்தத் தொகுப்புகள். ஒரு ஞானத்தமிழின் காவிரியாய் அந்தத் தொகுப்புகளின் சிந்தனைகள் ஓடிவந்துள்ளன. அதில்,

சங்க காலத்துக்கு முன்பு தொடங்கி, வரையறை செய்து நாம் தெளிவாகக் காணக்கூடிய, வரலாறு பொதிந்த இரண்டாயிரம் ஆண்டுகளாக நமது தமிழகத்தில் உலவிவருகிற சித்தர்களின் தமிழிலே, ஒரே பண்போடு கூடிய தனித்தன்மை, ஒருமைப்பாடு, மாறுபடாத கோட்பாடு நிலவி வருவதைக் காண்கிறோம். இந்தப் பண்பு இடையீடு இல்லாததாய், முறிவு காணாத தொடராய் ஒரு ஜீவநதியாய், வற்றாத ஞான ஊற்றாய்ச் சுரந்து பொங்கிஓடும் பேரறிவின் உயிர் ஆறாய், நமது புண்ணியத் தமிழகத்திலே நடந்தோடி வந்திருக்கிறது. ஆம்! சித்தர் இலக்கியத்தின் குரல் ஒன்றே! அது உரைநடையோ கவிமொழியோ, எதுவாக இருந்தாலும், அந்த ஒலியின் குரல் - சுருதி ஒன்றே! இன்னும் சொல்லப் போனால், தமிழகத்தில் மட்டுமல்லாமல், பாரத நாட்டில் மட்டும் அல்லாமல், உலகெங்கிலும் சித்தர்கள் பேசுகிற குரல் ஒரே குரலாகவே இருக்கிறது.

ஒன்றே குலமும்
ஒருவனே தேவனும்

என்று பாடும் சித்தரின் குரல் தமிழ்க்குரல் தானா? இல்லை உலகத்தின் ஞானக்குரல் என்று அழகாகக் குறிப்பிடுவர். (மீ.ப.சோமு, சித்தர் இலக்கியம், முதல் பகுதி, முன்னுரை, ப.7, அ.ப.கழகம், 1988) உண்மையான சித்தர் குரல் - அறிவர் குரல் - ஞானியின் குரல் உலகம் தழீஇய ஒட்பம் உடையதாகவே திகழும். இந்த ஞானத் தொடர்ச்சியில் இடையீடு இல்லை; முறிவுகள் இல்லை. ஒரு ஜீவநதிப்பண்பு காணப்படுகிறது எனும் மீ.ப. சோமுவின் குரல்களில் ஒரு ஞானத் தமிழனின் குரலே கேட்கிறது. சென்ற காலத்தின் பழுதிலாத் திறங்கள் என்று சேக்கிழார் குறிப்பிடும் (பெரியபுரா.2562) திறங்களில் இந்த ஞானத் திறங்களே காணப்படுகின்றன. இந்த ஞானத்தொடர்ச்சிதான் பழைய ஆகமங்கள், சாத்திரங்கள், தோத்திரங்கள், பின்னைய ஞானிகளின் படைப்புகள் என்று தொடர்ந்துள்ளன. திருமுறைகள் என்று முத்திரைகள்

இல்லை என்றாலும் பின்வந்த பட்டினத்தார் அருணகிரி சிவவாக்கியர் குமரகுருபரர், தாயுமானவர், வள்ளலார், பாரதி என்று வாழையடி வாழையாக வந்த மெய் ஞானிகளின் படைப்புகளில் ஓர் இடையிடு அற்ற ஞானத் தொடர்ச்சி ஓடிவந்திருப்பதைக் காணமுடிகிறது. ஞானங்களுக்கு ஏது இடையீடு? - அழிவு? ஆகமத் தொடர்ச்சி சித்தாந்தங்களில், பிறகு சித்தாந்த வேதாந்த சங்கமத் தொடர்ச்சி, பிறகு தாயுமானவர் படைப்புகளில் காணப்படும் தொடர்ச்சி என்று காணமுடிகிறது. ஒன்றா உலகத்தில் பொன்றாது நிற்பவை ஞானங்களே! புகழ்களே! மானுடத்துக்கு எப்படி அழிவு வரும்? அழிவற்ற ஒன்றோடு அதுவும் அமரநிலை பெற்றுவிடும் போது; ஆன்மீகத் தெய்வீக சங்கமம்-ஐக்கியம் - அத்துவிதம் பெற்றுவிடும் போது எங்கெங்கும் தெய்வீகமே! அப்போது துவைதம் அத்வைதம் ஆகிவிடுகிறது.

சித்தாந்த நூல்களின் ஆக்கத்திறனில், ஆகமங்கள் திருமந்திரங்கள் ஆகி, அவை பின்னைப் பதினான்கு சாத்திரங்கள் ஆகி, சாத்திரங்களுக்கு உரைகள் ஆகிப் பேருரைகள் ஆகி, அவைகள் சுபக்கங்களாகி - ஒப்பு நோக்கில் பரபக்கங்களாகி, மூலம் வழிநூல் உரைநூல், பேருரைநூல் என்று பெருக்கங்களைப் பெற்று வளர்ந்த பெருமைக்குரியவைகள். சைவர்க்கு-அதுவும் கற்றறிந்த சைவர்க்கு என்று இவைகளின் ஆக்கக் கூறுகள் ஆகிவிடும் போது மானுடப் பொதுப் பரவலுக்கு இடமில்லாமல் போய்விட்டது. குறிப்பிட்டவர்க்கே எனும் தனிஇலக்கியப் போக்குகளின் பான்மையில் அதன் ஞானப்பரவல்கள் பொதுமக்களை - பாமரர்களைச் சென்று அடையாமல் அடித்தளத்துப் பாமர மனிதர்க்கு எட்டாக் கனியாகப் போய்விட்டன. சைவம், பக்தி இயக்கத்தின் எல்லையற்ற வேகத்தில் மனிதர்களை நோக்கிப் பயணப்பட்டது போலில்லை சித்தாந்த நூல்களின் பரவல்! தாவில் சராசரமெல்லாம் சிவம் பெருக்கியவர் திருஞானசம்பந்தர் என்று பாடுவர் சேக்கிழார். திருஞானசம்பந்தரோ சிவனையும் சைவத்தையும் கையருகே கனிவாழை (திருக்காட்டுப் பள்ளிப்பதிகம்) என்று மக்களுக்கு மிக நெருங்கிய விதத்தில் சைவத்தை வளர்த்தார்.

மாதர்ப் பிறைக்கண்ணி யானை
    மலையான் மகளோடும் பாடிப்
போதொடு நீர்சுமந்தேத்திப்
    புகுவார் அவர்பின் புகுவேன்!
யாதும் சுவடுபடாமல் ஐயாறு அடைகின்ற போது
காதல்மடப்பிடியோடும் களிறு வருவன கண்டேன்
    கண்டேன் அவர் திருப்பாதம் கண்டறியாதன கண்டேன்!

(திருவையாறு-4176)

என்று அப்பர்பெருமான் திருவையாற்றின் மக்கள் கூட்டத்தில், சைவக் காட்சியைக் கயிலாயத்துக் காட்சியைத் தென்னகத்துக்கே, கயிலையை எடுத்து வந்தது போலப் பொதுமக்கள்திரளில் காணுகிறார். சைவக்காட்சி - அது கயிலைக்காட்சி! இதனை மக்கள் வெளியில் - திரளில் அப்பர் பெருமான் கண்டிருப்பது - மக்களைக் காண வைத்திருப்பது, மக்களைச் சைவத்தோடு அத்துவிதப்படுத்தும் ஓர் அரிய முயற்சி ஆகும்.

மண்ணுலகிற் பிறந்து நும்மை வாழ்த்தும்
வழி அடியார்
பொன்னுலகம் பெறுதல் தொண்டனேன்
இன்று கண்டு ஒழிந்தேன்!
.... நொடித்தான் மலை உத்தமனே! (5)

என்று கயிலையானைப் பாடிக் கயிலை சேரும்போது மண்ணுலகத்து அடியார் எல்லாம் பொன்னுலகம் பெறும் நிலை எண்ணிப் பாடுவார் சுந்தரர். இதுபோலவே மக்கள் திரளில், சைவப் பெருவளர்ச்சி மணிவாசகராலும் பாடப்பெற்றது. ஆனால் சைவ சித்தாந்த வளர்ச்சி பள்ளத்தில் வீழ்ந்து கிடக்கும் பாமரனைச் சென்று சேராத அளவுக்குச் சிந்தனை நுண்மைகளைத் தேக்கிக் கற்றறிந்த சைவர்க்கே ஆனது. சமூகச் சூழல்களில் மீண்டும் பக்தி இயக்கத்தையோ, சைவ சித்தாந்த இயக்கத்தையோ எடுத்துச் செல்லும் சூழல் தமிழ்நாட்டு அரசியல் - பக்தி இலக்கிய வரலாற்றில் கி.பி.14 ஆம் நூற்றாண்டு முதல் கி.பி.17 ஆம் நூற்றாண்டு வரை காணப்படவில்லை. வண்புகழ்மூவர் தண்பொழில் வரைப்பு (தமிழ்நாடு) அந்நியர் ஆட்சியில் தமிழ்நிலை கெட்டுத் தடுமாறிக் கிடந்தது. வடமொழியும், தெலுங்கும் ஆட்சிக் கட்டில்களில் அதிகாரம் செலுத்தின. தமிழ் முற்றங்களில் வேறுமொழிகள் விளையாடிக் கொண்டிருந்தன. தமிழோ, சைவமோ, வைணவமோ பெரிய வளர்ச்சிகளைப் பெறவில்லை. நாட்டுப் புலவர்கள் வீட்டுப் புலவர்களாகிப் போய்விட்டனர். சிற்றிலக்கியங்களைப் பிரபந்தங்களைத் திண்ணை இலக்கியங்கள் ஆக்கிக் கொண்டிருந்தனர் கவிஞர்கள்,

மண்வெட்டிக் கூலி தினல்ஆச்சே! எங்கள்
வாள்வலியும், தோள்வலியும் போச்சே!

என்று மகாகவி பாரதி, தனது காலச் சூழலில் பாடியதை அப்படியே 14, 15, 16, 17 ஆம் நூற்றாண்டுத் தமிழகத்தின் சூழலுக்கும் பாடிவிடலாம். அரசியலில் மாண்புகள் குலையும் போது, ஒருமொழியும் அதன் இனமும் கூட வீழ்ந்து போகின்றன. நாயக்கர் ஆட்சியில் அமைச்சர் பொறுப்பேற்றிருந்த தாயுமானவர் காலத்தும் இதுதான் நடந்தது.

பாரதியைப் போலவே தாயுமானவரும் நெஞ்சுக்குள் புலம்புகிறார். தேசம், மொழி, பண்பாடுகள் அழியும் போதெல்லாம் கவிஞனே குமுறுகிறான்; கலங்குகிறான்; கண்ணீர் சிந்துகிறான், கண்ணீர் விட்டுக் கண்ணீரால் தாயுமானவரும் தனது காலச் சூழலின் கொடுமைகளைப் பாட்டாக்குகிறார். அவரது தமிழ்நெஞ்சின் கொதிப்புக்களைக் குமுறல்களைப் பின்வரும் பாட்டு, கண்ணீரோடு வடித்திருக்கிறது.

பொய்திகழும் உலகநடை என் சொல்கேன்! என் சொல்கேன்!
  பொழுதுபோக்கு ஏது என்னிலோ?
பொய்உடல் நிமித்தம் புசிப்புக்கு அலைந்திடல்
  புசித்தபின் கண் உறங்கல்
கைதவம் (கபடம்) அலாமல் இதுசெய் தவமது அல்லவே!
  கண்கெட்ட பேர்க்கும் வெளியாய்க்
கண்டது இது, விண்டுஇதைக் கண்டித்து நிற்றல்
  எக்காலமோ? அதை அறிகிலேன்!
மைதிகழும் முகில்இனம் குடைநிழற்றிட, அஷ்ட
  வரையினோடு செம்பொன்மேரு
மால்வரையின் முதுகு ஊடும், யோக தண்டக்கோல்
  வரைந்து, ஜயவிருது காட்டி
மெய்திகழும் அஷ்டாங்க யோக பூமிக்குள் வளர்
  வேந்தரே! குணசாந்தரே!
வேதாந்த சித்தாந்த சமரச நன்னிலை பெற்ற
  வித்தகச் சித்தர் கணமே! (5)

தாயுமானவர் வரலாற்றில் இது மிக மிக முக்கியமான பாட்டு! தமது காலச் சமூகம் எப்படி எல்லாம் கெட்டுக் கிடக்கிறது? என்பதற்காகத் தாயுமானவர் மிக வருந்திப் பாடியது இது. மோசமான பொய் திகழும் உலகம்; பொய்யான உடலையும் பாழும் வயிற்றையும் நிரப்புவதற்காக, வெறும் உணவுக்கு அலைந்து ஊன் ஓம்பும் வாழ்க்கை; புசித்து விட்டுத் தூங்கி அழியும் சோம்பேறி வாழ்வு; இது குருடர்க்கும் கூடத் தெரியும் வெளிப்படையான உண்மை! இவற்றை எல்லாம் கூறி எவ்வாறு கண்டிப்பது? எப்படி இந்த நிலை கெட்ட வுலகினைத் திருத்துவது? என்பதை அறியாது விழிக்கிறேன்? அட்டாங்க யோக பூமிக்கு வேந்தர்களான சித்தர்களே! இதில் ஒருவித கண்டனம் - மோசமான உலகத்துக்கு! ஒரு குறிப்பார்ந்த கண்டனம் கற்றறிந்த சித்தர் கூட்டத்துக்கு! கற்றறிந்தவர்கள் ஒதுங்கிக் கொள்வது? சிறுமை கண்டு பொங்காதது எல்லாம் வருத்தத்திற்குரியவைகள் தாமே! இதுபோன்ற ஒரு குற்றச்சாட்டைத் தான் வேறொரு இடத்திலும் வைக்கிறார்!

> யோசிக்கும் வேளையில் பசிதீர உண்பதும்
> உறங்குவதுமாக முடியும்
> உள்ளதே போலும்! நான்! நான்! (பரிபூர.10)

என்று வாழும் வாழ்க்கையும் ஒரு வாழ்க்கையா? என்கிறார். இப்பாட்டில்; பாரதியும் தாயுமானவரை அடியொற்றியே தேடிச் சோறு நிதம் தின்று பல சின்னஞ்சிறு கதைகள் பேசி எனும் பாட்டில், ஊன் ஓம்பும் ஓர் இழிந்த வாழக்கையைக் கேலி செய்வான்! படித்து வாழ்வது எல்லாம் எதற்காக? சமூகம் கெட்டுக் கிடப்பதைப் பார்த்துத் தீர்வுக்குச் சிந்திக்க வேண்டுமே? எனும் நோக்கில்தான்,

> அநியாயமாய் இந்தஉடலை நான் என்றுவரும்
> அந்தகற்கு (யமனுக்கு) ஆளாகவோ?
> ஆடித்திரிந்து நான் கற்றதும் கேட்டதும்
> அவலமாய்ப் போதல் நன்றோ? (சச்சிதானந்த.5)

என்கிறார். ஒரு தேசத்தில் கற்றலும் கேட்டலும் அவலமாக - வீணாகப் போய்விட்டால் அந்தத் தேசத்தில் என்ன இருக்கிறது? பாழ்பட்ட தேசத்தை வாழவைக்க வேண்டாமா? அழிந்து போகும் மானுடத்தை அழியாமல் மீட்டெடுத்துக் காப்பாற்ற வேண்டாமா? என்கிற ஆதங்கங்களில்தான் இத்தனையும் அக்கறையோடு பாடுகிறார். மன்பதை காப்பதில் கற்றவர்க்குள்ள பங்கினையும், அதனை எப்படியும் வாழ்விக்க வைக்க வேண்டும் என்னும் உயரிய குறிக்கோளையும் தாயுமானவரிடம் இவற்றின் மூலம் அறியலாம்; பாட்டுத்திறத்தால் வையத்தைப் பாலிப்பது என்பதும் இதுதான்!

சித்தாந்தத்தின் சிறப்பே பதி - பசு இணைப்புக்கான ஆன்மீய உத்திகளைப் பேசியிருப்பதில் தான் அடங்கியிருக்கிறது; ஒவ்வொரு விதையிலும் விருட்சம்! அந்த விருட்சங்களின் தொகுப்பில் தாவர சங்கமம் இருத்தல் போல ஒவ்வொரு ஆன்மாவுக்குள்ளும் பதித் தொடர்பினை விளக்கிய சித்தாந்தத்தின் வழியில், அகண்டாகார சைவத்தை - பிண்டத்தில் (அண்டம்) எனும் பதி ஐக்கியத்தை நிலைநாட்ட உள்ள வேட்கை மட்டும், அவரிடம் வேதாந்த சித்தாந்த சமரச மரபாக விரிந்து நிற்கிறது; அது தாயுமானவமாக அவரிடம் பெருக்கெடுத்திருக்கிறது. அவரது இந்தப் பாட்டுத்திறத்தால் வையத்தைப் பாலிக்க நினைக்கிறார்.

தோத்திரங்கள் சொல்லிய பாடல்களின் பொருள்களை எல்லாம் வாரி அணைத்துக் கொண்டவை சாத்திரங்கள்; தோத்திரச் சுருதிகள், சாத்திரங்களின் சூத்திரங்கள் ஆயின. பன்னிரண்டு திருமுறைகளின் சாரம், போதத்தில் பன்னிரண்டு சூத்திரங்களாய்த் திகழும் தொடர்ச்சியில் நிறைகிறது. பக்தி இயக்கத்தின் முழுவீச்சு பன்னிரண்டாம் சூத்திரத்தில்,

செம்மலர் நோன்தாள் சேரல் ஓட்டா
அம்மலம் கழீஇ, அன்பரொடு மரீஇ
மால்அற நேயம் மலிந்தவர் வேடமும்
ஆலயம் தானும் அரன் எனத்தொழுமே! (சி.ஞா.போ.12)

என்று பாடப்பெற்றுள்ளது. ஒரு நெடிய சைவ வரலாறு, சிவத்தின் செழுமை, மலம் நீக்கிய ஜீவனின் வளர்ச்சி நிலை, பக்குவம் பெற்ற ஜீவன் அது மலிந்தவர் திருக்கூட்டத்தில் அணைதல், ஆலயம் தானும் அரன் (சிவன்) எனத் தொழுதல் கூடிய நிலைகள் வரை, தோத்திரத்தொடர்ச்சி சாத்திரத்தில் பூரணமாகி உள்ளது. தாயுமானவரின் கற்றறிந்த ஞானம் சாத்திரச் செய்திகளால் மானுடப்பாத்திரங்களைப் பூரணமாக்குவதற்கு முயன்றது. ஒரு சைவத்தின் தொடர்ச்சி மானுட ஆன்மாவில் பதியின் ஐக்கியம் என்று பரிபூரண ஆனந்தமாகச் சிவனைக் கண்டது. அதூஉம்சாலும் நல்தமிழ் முழுதறிதல் (புறநானூறு.50) என்பது போல, அதூஉம் சாலும் சைவம் முழுதறிதல் என்பதில் தாயுமானவம் தனது முழு கவனத்தையும் மானுட முழுமைக்கு ஆன, பாட்டுத்தொண்டினில் இறங்கியது.

கற்றதும் கேள்வி கேட்டதும் நின்னைக்
கண்டிடும் பொருட்டு அன்றோ? (சிவன்செய்.8)

என்பது தாயுமானவரின் குறிக்கோள்; மலைஇலக்கு! வாசக ஞானத்தையும், சந்தை நூல் விரித்து விற்பவர்களையும் அவர் அறவே வெறுத்தார்; கேட்டதையே சொல்லும் கிளிஞானப் பேச்சுகளில் அவர்க்கு நம்பிக்கை இல்லை; எனவேதான்,

கற்றும் என்பலன்? கற்றிடும் நூல்முறை
சொற்ற சொற்கள் சுகாரம்பமோ? நெறி
நிற்றல் வேண்டும்! நிர்விகற்பச் சுகம்
பெற்றபேர் பெற்ற பேசாப் பெருமையே! (பொன்னை:36)

என்று பாடித் தமது கருத்தினை முடிவாகச் சொல்லுவார்! கற்றதனால் ஆய பயன் என் கொல்? (குறள்.2) எனும் குறளின் மணம் இதில் கமழும். கற்க; கற்றபின் நிற்க (குறள்.391) எனும் குறளைத் தழுவி நெறி நிற்றல் வேண்டும் என்று சித்தாந்த நெறி பற்றி நின்றவராகிறார். நிர்விகற்பச்சுகம் பெற்ற பேர்களை நினைந்து வாழ்க என்பதால் அத்தகையோரை அணையும் தன்மையினையும் அணைக என்கிறார்.

முத்தாந்த வித்தே முளைக்கும் நிலமாய் எழுந்த
சித்தாந்த மார்க்கச் சிறப்பே பராபரமே (365)

என்கிறவராய்ச் சித்தாந்த மார்க்கச் சிறப்பைச் சிறப்பாகப் பாடுகிறார். பேசா அனுபூதி, சும்மா இருக்கும் சுகம், நிர்விகற்பச் சுகம் எல்லாம் அறிந்த நிலையில்,

வாய்க்கும் கைக்கும்
மௌனம்! மௌனம்! (பொன்னை.43)

என்றே வாழ்ந்து பேரின்ப நிட்டையில், துரிய சுகத்தில் வாழ்பவராகிறார். பசுத்துவம் நீங்கிப் பதித்துவம் பெறுகிறார். சிவம் ஆதலே முழுமை-பூரணம் என்பது கருத்து.

தான் ஆதல் பூரணமே!
சாரும் இடம் உண்டு!
உயிரும் வான் ஆதியும்
ஒழுங்காய் மன்னும்!
பராபரமே! (258)

ஜீவனின் பூரணமும், சித்தாந்தம் சொல்லும் பூரணமும் இங்குப் புலப்படுத்தப்படுவதை அறியலாம். தத்வமசி, அத்வைதம் என்று வேதாந்தம் விளக்கும் பூரணத்தையும் ஒரு சமரச நன்னிலை கண்டவராய் இவ்விடத்தில் இணைத்து நோக்கி இருப்பது தெரியும். இதனைத்தான் வேதாந்தம் சித்தாந்தம் வேறிலா முத்திரை *(2386)* என்று திருமந்திரம் பேசியுள்ளது.

தமிழ்நிலத்தில் காலகாலமாக இடையறாது ஓடிவந்த ஒரு தத்துவ ஞான நதிக்குத் தமது காலத்தில் ஒரு தடைநேர்ந்த விதங்களை அறிந்து, பொய்நடை நிறைந்த தமது காலத்தில் நேர்ந்த ஊன இழுக்குகளைப் போக்கும் விதத்தில், சைவத்தின் செழுமைக்குப் புதிய சன்மார்க்கத் தடத்திலான சித்தாந்த நெறியினைக் கண்டு அதில் சேரவாரும் செகத்தீரே! என்று அழைக்கிறார். தோத்திரச் சாத்திரங்களுக்கான ஒரு தொடர்ச்சியினைத் தமது காலத்தில் புது எழுச்சிக்குள்ளாக்குகிறார். தமது பாடல் திரட்டில் ஆகாரபுவன சிதம்பர ரகசியம் எனும் பகுதியில், சைவ - சித்தாந்த - தோத்திர - சாத்திரப் புத்தெழுச்சிக்குக் குரல் கொடுக்கிறார். தமது புதிய விண்ணப்பங்களைச் சிவனிடம் யாரும் வேண்டாத வகையில் வேண்டுகிறார். இந்தப் பகுதியில் ஒரு தாயுமானவ ரகசியமே வீற்றிருக்கிறது!.

அருள் பழுத்த பழச்சுவையே! கரும்பே! தேனே!
ஆர்அமிர்தே! என் கண்ணே! அரிய ஆன
பொருள் அனைத்தும் தரும்பொருளே! கருணை நீங்காப்
பூரணமாய் நின்ற ஒன்றே! புனித வாழ்வே!
கருத்தரிய கருத்ததனுள் கருத்தாய் மேவிக்
காலமும் தேசமும் வகுத்துக் கருவி ஆதி
விரிவினையும் கூட்டி உயிர்த்திரளை ஆட்டும்
விழுப்பொருளே! யான் சொலும் விண்ணப்பம் கேளே!
(ஆகார.7)

என்று தொடரும் முப்பத்து மூன்று பாடல்கள் அடங்கிய ஆகார புவன சிதம்பர ரகசியம் சமய பேதங்களை எல்லாம் விளக்கி,

> “சமயமும் ஆய், அல்லவாகி யாது சமயமும்
> வணங்கும் இயல்பதாகி”
> .... மௌன மோலி
> அயர்வறச் சென்னியில் வைத்து ராசாங்கத்தில்
> அமர்ந்தது வைதீக சைவம் அழகிது அந்தோ!
>
> அந்தோ! ஈது அதிசயம்; இச்சமயம் போல் இன்று
> அறிஞர் எலாம் நடு அறிய, அணிமா ஆதி
> வந்தாடித் திரிபவர்க்கும், பேசா மோனம்
> வைத்திருந்த மாதவர்க்கும் மற்றும்
> இந்த்ராதி போகநலம் பெற்ற பேர்க்கும்
> இது அன்றித் தாயகம் வேறு இல்லை; இல்லை!
> சந்தான கற்பகம் போல் அருளைக் காட்டத்
> தக்கநெறி இந்நெறியேதான் சன்மார்க்கம்!
>
> சன்மார்க்கம் ஞானமதின் பொருளும் வீறு
> சமய சங்கேதப் பொருளும் தான்ஒன்று ஆகப்
> பன்மார்க்க நெறியிலும் கண்டதில்லை
> பகர்வரிய தில்லைமன்றுள் பார்த்தபோது, அங்கு
> என்? மார்க்கம் இருக்குது? எல்லாம் வெளியே என்ன
> எச்சமயத்தவர்களும் வந்து இறைஞ்சா நிற்பர்!
> கல்மார்க்க நெஞ்சம் உள எனக்கும் தானே
> கண்டவுடன் ஆனந்தம் காண்டல் ஆகும்
>
> (ஆகார.9,10,11,12)

என்று அருளைக் காட்டும் தக்க நெறி சன்மார்க்கம்; பன்மார்க்கச் சமயநெறிகளும் அடிபட்டுப்போய், ஒரு பொது அருள்வெளியாய்த் தில்லைமன்று திகழ்கிறது; எச்சமயத்திற்கும் வழிபடும் ஒரு பொது அம்பலம் அது; என்றெல்லாம் தாம் கற்றது, கேட்டது எல்லாம் விவரித்துப் பேசுகிற பகுதி, அந்தாதித் தொடையில் பாடப்பெற்ற ஆழமும் விரிவும் உடைய தத்துவ விளக்கப்பகுதி, குறிப்பிட்டுச் சொல்ல வேண்டிய இருபாடல்களை மட்டும் இங்குக் காண்போம்.

> அறிவாகி ஆனந்த மயமாய் என்றும்
> அழியாத நிலையாகி யாதின் பாலும்
> பிறியாமல் தண்ணருளே கோயில் ஆன
> பெரியபரம்! பதி அதனைப் பெறவே வேண்டின்

நெறியாகக் கூறுவன்! கேள்! எந்த நாளும்
நிர்க்குணம், நிற்குஉளம் வாய்த்து நீடு வாழ்க!
செறிவான அறியாமை எல்லாம் நீங்கச்
சிற்சுகம் பெற்றிடுக! பந்தம் தீர்க என்றே! (19)

பந்தம்அறும் மெய்ஞ்ஞானம் ஆன மோனப்
பண்பு ஒன்றெ அருளி, அந்தப் பண்புக்கேதான்
சிந்தைஇல்லை; நான் என்னும் பான்மை இல்லை!
தேசம் இல்லை; காலம் இல்லை! திக்கும் இல்லை!
தொந்தம் இல்லை! நீக்கம் இல்லை! பிறிதும் இல்லை!
சொல்லும் இல்லை! இராப்பகல்ஆம் தோற்றம் இல்லை!
அந்தம் இல்லை! ஆதி இல்லை! நடுவும் இல்லை!
அகமும் இல்லை! புறமும் இல்லை! அனைத்தும் இல்லை! (20)

இப்படி, கால, தேச, வர்த்தமான வேறுபாடுகள் எதுவுமற்ற, ஒவ்வொரு விகற்பங்களும் அற்ற என்றுமுள்ள இயற்கையாகிச் சொல்லரிய தன்மை உடையதான நிர்க்குணத்தை நீ எந்த நாளும் நினை! அங்கு யான், தான் எனும் வேறுபாடுகள் இல்லை; வேறுபாடுகளை விழுங்கிடும் சொரூபம் அது! இரவை உண்ட பகல் போல, உன்னையும் தான் ஆக, அது விழுங்கி வேதகம் செய்துவிடும்; பேசா அனுபூதியில் நிறுத்தும் அதுதான் அந்தப் பெரிய பரம்பொருள்; அந்தப் பெரிய பதி! என்று தாயுமானவர்க்கே உரிய தனித்தன்மைகளில் நிர்க்குணத்தை - பேசா அனுபூதிப் பெருநிலையை, மோனத்தை, ஞானத்தை ஏழை மானுடத்துக்குச் சொல்லிச் சொல்லிக் கற்பிப்பர், இதுதான் தாயுமானவ போதஞானம்!

அது ஆனால் அது ஆவர், அதுவே சொல்லும் *(22)* எனும் அற்புத சிவ - ஜீவ ஐக்கியத்தை - ரகசியத்தை - தத்துவமசியை - அத்வைத நிலையை அதி அற்புதமாகப் பேரானந்த மயமாகி விளக்குவர். தத்துவச் செறிவும் கவிதை ஆற்றலும், தமிழின் நீர்மையும் தவழும் பாட்டுக்கள் இவை என்று சொல்லவும் வேண்டுமோ?

எது நிட்டை? அச்சுறுத்தும்படியான பூதாகாரமான விளக்கங்களை எல்லாம் சந்தை நூல் மொழிகளில் தாயுமானவர் சொல்லவில்லை. பொட்டு வைக்கும் மொழியில், பாமரனுக்கும் புரியும் விதத்தில் யோகத்தையும், நிஷ்டையினையும், முத்தியையும் விளக்குவது தாயுமானவர் திறம்.

"நீ அற்ற அந்நிலையே நிஷ்டை..."
"என்றும் உள்ளாய்! சும்மா வருந்தாதே!
இன்பம் உண்டு வா!" (உடல் பொய்.53)

எத்தனை எளிய விளக்கம்!

சும்மா இருக்கச் சுகம் உதயம் ஆகுமே!
இம்மாயா யோகம் (பிரபஞ்சம்)
இனி ஏன் அடா! (உடல் பொய்.65)
யான் தான் எனல் அறவே! இன்பநிட்டை
என்று அருணைக்கோன் (அருணகிரி)
உரைத்த மொழி கொள்! (உடல் பொய்.65)

எங்கும்சிவமே! இரண்டு அற்று நிற்கில்!
நெஞ்சே தங்கும்சுகம்!
நீ சலியாதே! (உடல் பொய்.66)

பூங்காவன நிழலும் (கற்பக நிழல்) புத்தமுதும் (அமிர்தம்)
சாந்தபதம் வாங்காத ஆனந்த மழையும் (இன்பமழை)
நீங்கா வாம்!
சொல்இறந்து மாண்டவர் போல்
தூ மவுன பூமியில்
நான் இல்லை என நின்ற இடம்! (உடல்.68)

எண்ணாது எண்ணிய நெஞ்சே! துயர் ஒழி!...
முக்கண் கருணைப்பிரான்
தண்ணார் கருணை மவுனத்தினால்
முக்தி சாதிக்கலாம். (பாயப்புலி.18)

இவற்றில் எல்லாம் மானுடத்துக்கான முக்தி - நிட்டை - பேரானந்தப் போதனைகள் எத்தனை! எத்தனை! தாயுமானவத்தில் மணக்கும் தத்துவத்தமிழ்! அழகிய - எளிய விளக்கங்களில் சித்தாந்த நெறிகளைக் கல்லாலடிக் கடவுளின் சின்மய மோனத்திலிருந்து தான் கற்றுக் கொள்கிறார். இதற்காகவே கடவுளை நிர்க்குண வடிவில் தாயுமானவம் முழுதும் பாடுகிறார். ரௌத்ரம் பழகு என்பான் பாரதி. அதுபோல மோனம் பழகு என்கிறார் தாயுமானவர். வேதாந்தத்தின் அதி முக்கியமான தத்துவமசி - அத்வைதத் தத்துவங்களின் விளக்கங்களிலும் தாயுமானவர் இந்த மோனப் புரிதல்களிலேயே தழுவிக் கொள்கிறார். ஒரு பெரிய பதி, ஒரு பெரிய ஞானம், ஒரு பெரிய உயிர் என்று எல்லாவற்றிலும் உயர்ந்த ஒன்றையே தரிசிக்கிறார். அந்தத் தெய்வீகம்-அந்தக் கடவுள் காட்சிக்கு மானுடத்தையே சன்னிதானம் ஆக்குகிறார். மெய்யான சைவத்தின் கடவுட் காட்சி இதுதானே.

வான் உறையும் தெய்வத்துள் வைக்கப்படும் என்று மானுடத்தை வானுக்குக் கூட்டிச் சென்றார் வள்ளுவர். பலரும் அப்படித்தான்

விளக்கம் தந்துள்ளனர். ஆனால் தென்னகம் தந்த ஆன்மீய ஞானம் (தமிழிய மெய்) கல்லாலடிக் கடவுளின் மோனகுருக் கடவுளின் காட்சி மூலம் வானத்தை, மோனத்துக்குள் அழைத்துக் கூடிக் குழைந்தது! சித்தாந்தம் சித்தரிக்கும் பசுத்துவம் - பதித்துவம் ஆகும். ரசவாதத்துக்குள்தான் இத்தனையும் - சும்மா இரு - பேசா அனுபூதி - நிட்டை - பேரின்ப சுகம் அனைத்தும் பதி - பசு இணைப்புக்குள். இதுவே கோயில்; இங்கேயே முக்தி; தேகம் உள்ள போதே ஜீவன் முக்தி! மானுடத்தை இதனை விட உயர்த்த முடியுமா? தாயுமானவம் ததும்பி வழிகிறது.

நெஞ்சகமே! கோயில்; நினைவே சுகந்தம்! அன்பே
மஞ்சனநீர்! பூஜை கொள்ளவாராய்! பராபரமே! (151)

என்று நெஞ்சத்தைக் கோயில் ஆக்குகிறார். நினைவுகளை மனம் நிறைந்த ஆராதனைப் பொருள் ஆக்குகிறார் (அர்ச்சனைப் பாட்டுக்கு - நினைவுகள்) கண்ணப்பன் ஒப்பதோர் அன்பினால் நிறைந்து அன்பையே மஞ்சன நீராக்குகிறார். இதுதான் தாயுமானவ பூஜை! தமிழோடு தத்துவம் பாடி இசைக்கும் தயவுப்பூஜை இதுதானே. இதற்கான மூலம் கல்லாலடியில் கண்டு கொள்கிறார். மானுடத்துக்குள் மகேச்சுவர தரிசனம்! யோகசித்தி வழியாக! இரத்தினத்தைச் செதுக்குவது மாதிரி! ஆன்மாவைச் செதுக்கிச் செதுக்கி உள்ளத்துக்குள்ளே அருள் மௌனம் சாதிப்பதற்காகவே தென்முகக்கடவுளையும், தென்னகச் சித்தாந்தத்தையும் கண்டு கொள்கிறார். வேதாந்த சித்தாந்த சமரசச் சொரூபம், இங்கேதான் அவருக்குப் பூரணமாகக் கிடைக்கிறது.

ஆரணம் ஆகமம் எல்லாம் உரைத்த
அருள் மௌன
காரணமூலம், கல்லால்அடிக்கே உண்டு
காணப்பெற்றால்
பார்அணங்கோடு, சுழல்நெஞ்சம்
ஆகிய பாதரசம்
மாரணமாய் விடும்! எண்சித்தி
முக்தியும் வாய்த்திடும்! (பாயப்புலி.25)

இப்பாட்டுத்தான் தாயுமானவ சூத்திரம்! செம்மைசேர் உலகுக்கான மூலமந்திரம்! கல்லாலடிக்கே ஆரண, ஆகமம் உரைத்த அருள் அத்தனையும் காணலாம் எனும் தத்துவ மூர்த்தம் உண்டு. நில அணங்குகளாய்க் கயல்விழிகளோடு உலவும் மாதர்பால் செல்லும் பாதரசம் போல், உருண்டு உருண்டு மயங்கும் ஆசைகள் யாவும் மரணம் உறும்; எண் சித்திகள், முக்தி யாவும் கிடைக்கும். மானுடம் பூரணம் பெறும். சித்திநெறி - முத்தி நெறிகளை விட்ட பேரின்பம் உண்டா? சித்தி நெறி அறியாதவர்கள் சிதடர்கள் என்பது திருவாசகம்! இவற்றை

எல்லாம் தெளிந்து கல்லால்அடி சேரும் போது, சேரும் அடியார்தம் செந்தாமரை மனங்களையே சிற்றம்பலமாக்கித் திருநடம் புரிகிறானாம் சிவன்!

நினையும் நினைவும் நினைஅன்றி இல்லை! நினைத்திடுங்கால்
வினை என்று ஒருமுதல், நின்னை அல்லாது விளைவதுண்டோ?
தனையும் தெளிந்து, உன்னைச் சார்ந்தோர்கள் உள்ளச்
செந்தாமரைஆம்
மனையும், பொன்மன்றமும் நின்றாடும் ஜோதி மணிவிளக்கே!
(பாயப்.39)

எத்தனை இனிய பாட்டு! அவன் அப்படி ஆடும் திருவடி இருக்கிறதே. அது

உலகு ஈன்ற அன்னை வள்ளம் (கிண்ணம்போல்) பொருந்தும் திருவடி
(மேலது.41)

என்பதால் பிறவிக் கடல் கடக்கும் கருணைத் தோணியாம் என்பர்.

காற்றுள்ளபோதே தூற்றிக் கொள்ளும் ஞானம் தான் இது! வாய்த்திருப்பது மானுடப் பிறவி!

கன்றாகிக் கதறினார்க்குச்
சேதா ஆகிக் கடிதினில் வந்து
அருள் கூரும்
கருணை விண்ணே! (சிதம்பர.6)

என்பதற்கு இணங்கத் தாய்ப்பசுவாய்க் கன்று அணைப்பவன் அல்லவா அவன்? மரணம் வரும் முன்னே சரணம் என்றால் ஒரு விமல வாழ்வு (மேலது.4) சித்திக்கும். மனிதம் உய்யும்.

தேகமோ நழுவி, நானுமோ நழுவின்
பின்னை உய்யும் வகை உள்ளதோ? (சிற்சுகோதயம்.5)

எனும் பாட்டில் இதனைத் தெளிவாக்குகிறார்.

இன்றைக்கு இருந்தார்
நாளைக்கு இருப்பரோ? (சச்சி.5)

அத்தகைய அநித்தியம்; செத்துப் போய்விடும் அவலம்! சுகவாரி முழுவதும் அநித்திய வாழ்வினை அலசுகிறார். பக்தியால் உருகுகிறார்.

என்பெலாம் நெக்குடைய, ரோமம் சிலிர்ப்ப
உடல் இளக, மனது அழலின் மெழுகாய்
இடையறாது உருக, வருமழைபோல் இரங்கியே
இருவிழிகள் நீர் இறைப்ப

அன்பினால் மூர்ச்சித்த அன்பருக்கு, அங்ஙனே
அமிர்த சஞ்சீவிபோல் வந்து
ஆனந்தமழை பொழிவை!
உலகநடை ஒரு சொப்பனத்திலும் வேண்டிலேன்
சுத்த நிர்க்குணமான பரதெய்வமே!
பரம்சோதியே! சுகவாரியே! (4)

தன்னை அவனிடம் தலைப்படுத்துகிறபோது அவன் ஆனந்த மழை பொழிகிறான். மானுடத்தை வகுத்த அவனே, சுகர் போன்ற ஞானியர்க்கு-தொல்நீர்மையாளர்க்கு நித்தியம் அருளுகிறான்.

மானுடம் வகுத்த அருள்துணை என்று நம்புகிறேன்.
(மேலது.சுகவாரி.5)

என்று பாடும் போது, மானுடத்திற்கு ஆன நித்தியம் அவனது அருளே! என்று பாடுவதில் புலனாகும்.

நித்தியத்திற்கு மரணமிலாப் பெருவாழ்வுக்கு தானே மானுடத்தின் இத்தனைப் போராட்டங்கள், அழிவற்ற ஆனந்தம் - பூரணம் - அமைதி-சுகவாரி - தேஜோமயானந்தம் அகண்டாகாரப் பெருவாழ்வினைப் பெறும் விமலவாழ்வு பெற வேண்டும்! அதற்கும் அந்தப் பெரும்பதியின் அருள் வேண்டுமே! என்றுதான் தாயுமானவர் துடிக்கிறார்; அவரது தாயுமானவ வெள்ளத்தில் அவர் சிந்திய கண்ணீரும் ஓடுகிறது. தன்னை ஒன்றுக்கும் போதாதவனாக நினைந்து நினைந்து பாடுகிறார்.

பாகத்தினால் கவிதை பாடிப் படிக்கவோ
பக்திநெறி இல்லை; வேத பாராயணப் பனுவல்
மூவர் செய்பனுவலது பகரவோ இசையும் இல்லை!
யோகத்திலே சிறிதுமுயல என்றால் தேகம்
ஒவ்வாது! இவ்ஊண் வெறுத்தால் உயிர் வெறுத்திடல்
ஒக்கும்; அல்லது கிரியைகள் உபாயத்தினால் - செய்யவோ
மோகத்திலே சிறிதும் ஒழிய இலை; மெய்ஞ்ஞான
மோனத்தில் நிற்க என்றால் முற்றாது; பரிபாகசக்திகள்
அநேகம்; நின் மூதறிவிலே எழுந்த
தாகத்திலே வாய்க்கும் அமிர்தப் பிரவாகமே
தன்னம் தனிப் பெருமையே! சர்வ பரிபூரண
அகண்ட தத்துவமான சச்சிதானந்த சிவமே! (3)

என்று இது தாயுமானவத்தின் உயிர்மூச்சுக் கவிதையாய் இருந்தாலும் இதில் மானுடத்தின் உயிர்படும் பாடு நமக்காகவும் சேர்த்துப் பேசப் பட்டுள்ளது. அநியாயமாக இந்த உடலை யமனுக்குத் தந்துவிடக்கூடாது (மேலது.5). பிறகு அழிவற்ற நித்தியத்துக்கு, சித்திநிலை, முத்தி நிலைவிளையும் ஒரு பூமியைத் தேடுகிறார்.

இவ்வுடல் இறவாதிருப்ப மூலத்து எழும் அங்கி
அமிர்து ஒழுகும் மதிமண்டலத்தில் உற
என்அம்மை குண்டலினிபால்
பின்னம் பிறக்காது சேய்என வளர்த்திடப்
பேயேனை நல்க வேண்டும்! (மேலது.9)

என்று யோக சித்திக்கும் வேண்டுகிறார். இதற்கு நிட்டை கூட வேண்டும்; தான், தனது அற வேண்டும்; பேசானுபூதியில், தான் அதுவாகும், அழியாத அமர நிலை கிட்டும். அதுவேண்டும் நிலைக்குத்தான் இவ்வளவும் பாடுகிறார். நித்திய வாழ்வுதான் விமல வாழ்வு! பேரின்ப வாழ்வு!

நமது தலைமுறையின், மிகப்பெரிய ஞானி, ஞானியார் சுவாமிகள் என்று அழைக்கப்பெறும் திருக்கோவலூர் ஆதினத்தின் திருப்பாதிரிப்புலியூர் (கடலூர்) ஸ்ரீலஸ்ரீ சிவசண்முக மெய்ஞ்ஞான சிவாச்சாரியார் ஆவர். சைவ சித்தாந்த மகா சமாஜத்தைத் தோற்றுவித்த அருளாளர். சைவ உலகின் ஞாயிறாகப் போற்றப்பெறுபவர். சென்னையில் 1937-இல், அவர் தாயுமானவர் பற்றி ஆற்றிய பேருரை, ஞானியார்அடிகள் நினைவு மலராக 1958இல் வெளிவந்துள்ள மலரில் வெளியிடப் பெற்றுள்ளது. அந்தப் பொழிவுக்கட்டுரையில் தாயுமானவர் பற்றி அற்புதமாக ஆராய்ந்து பேசியுள்ளார். இங்கு அந்தப் பேருரையின் சில கருத்துக்களை முக்கியமாக அறியவேண்டும்.

“தாயுமான சுவாமிகளின் சரித்திரத்தில் நாம் அறிய வேண்டிய உண்மை என்ன என்பதை விசாரிக்க வேண்டியது அவசியம். கடவுள் உடலையும், உலகத்தையும் கொடுத்தது உயிர் கடைஏறுவதற்காகும். இவ்வுடல் நல்ல நிலையிருக்கும் போதே உயிரைப் பற்றி விசாரிக்க வேண்டியது நமது கடமை. இதற்கு ஞான நூல்களைக் கற்க வேண்டும். அதன் பயனாகத் துன்பத்தைப் போக்கி இன்பத்தை அடைய வேண்டும். இந்த உலகம் ஒரு கர்மபூமி! சுவர்க்கத்தில் போகம் அனுபவிக்கின்றவர்களும், நரகத்தில் துன்பம் அனுபவிக்கின்றவர் களும் இக்கர்ம பூமியில் வந்து பிறந்தால் ஒழிய வீடுபேறு அடைய வழியில்லை, இக்கர்ம பூமியில் உள்ள பிறவிகளில் தலைசிறந்தது மனிதப்பிறவி!...”

உலக நடையைச் சிந்தித்த தாயுமானவர், பொய்திகழும் உலக நடையை என் சொல்கேன் என்று பலமுறை கூறியுள்ளார். ஞானநெறி முக்கியம்; அதனால் புருஷார்த்தங்களை அறிய வேண்டும். இந்நிலையில் தாயுமானவர் முதலில் தன்னைப் பார்த்தார்; பின் பிறரைப் பார்த்தார்; அதன்பின் உலகத்தைப் பார்த்தார். ஈசன் அருள் இல்லாத காலத்தில்; தன் நிலையையும், அது தோன்றிய காலத்துத் தன்னிலையையும்,

புருஷர் வடிவெடுத்தும் புருஷார்த்தம் இல்லாததினால் தன்னைப் போன்ற பேதை, இந்த உலகத்தில் பிறர் இல்லை என்பதையும், உலகமோ பொய்யான நடை உடையது; உண்டு உடுத்து உறங்குவதே இன்ப நிலை என்று இருக்கிறது என்பதையும் அறிந்தார். சைவ சமயத்தன் வழி, பாசம் நீங்கி, மனம் ஒடுங்கும்படியான ஞானத்தைக் கற்க வேண்டும் என்றும், மனம் ஒடுங்கினால் மட்டுமே வீட்டுநெறி கிடைக்கும் என்றும் கூறினார் என்பர். (தாயுமானவர் - பொழிவுக்கட்டுரை, ஞானியார் சுவாமிகள் நினைவு மலர், பக்.94-96 சுருக்கம், 1995, சென்னை - 4.

இவ்வாறு உலகின் பொய்நடை ஒழுக்கங்களைக் கண்டு வேதனையுற்றுப் பாடிய தாயுமானவர், தன்னை மிகவும் நொந்து கொண்டு,

கல்லாதேன் ஆனாலும் கற்றுணர்ந்த மெய்யடியார்
சொல்லாலே நின்னைத் தொடர்ந்தேன்   (பராபர.383)

என்றும், வாசக ஞானத்தால் வருமோ சுகம் என்றும் பொங்கு விஷம் அனைய பொய் நூல்களால் என்ன பயன் என்றும், சின்னஞ் சிறியவர்கள் ஆக்கிடும் மணற் சோறு போன்றதே கலைஞான மார்க்கங்கள் என்றும், கற்றதெல்லாம் மூடம் என்றும், என்போல் உடம்பெல்லாம் வாயாகப் பிதற்றுவோர் யார்? என்றும்,

பக்தியாய் நெடிது நம்பும் என்னை
ஒரு மையல் தந்து அகிலமாயையைப்
பாரு! பாரு! என நடத்த வந்தது, எனப்
பாரதத்திலும் இது உளதோ?   (சிற்சுகோ.9)

என்றும், அருளை நம்பியவர்கள் பெறும்பேறு இவைகள்தாமா? என்றும் பல படிகளில் பாடி வருந்தியிருக்கிறார். இவ்வளவும் எதற்காக?

பாசக் கடற்குள்ளே வீழாமல், மனது அற்ற
     பரிசுத்த நிலையைப் பெற வேண்டியே! தம்மை ஒரு ஞான மத்தகஜம்
ஆக்க வேண்டியே! வேதாகமத் துணிபு இரண்டில்லை ஒன்று எனும் ஞானத்தினைப் பெற்று, "என்று நீ! அன்று நான் உன் அடிமை" என்று பாடுவதற்காகவே!

சதாகால நிட்டை, சகச நிலை காட்டினை
     சுகாதீத நிலையம்காட்ட நாள் செல்லுமோ   (சுகவாரி.8)

என்று வேண்டத்தான், ஒரு சுத்த நிர்க்குணமான பர தெய்வக் கொள்கையினராகத் தாயுமானவர் காணப்படுகிறார். சுகவாரியின் ஒரு பாட்டு, தாயுமானவர் கண்ட சுத்த நிர்க்குண நிலைகளை அருமையாகப்

பெற்றிருக்கிறது. புராணக் கூறுகளைத் தவிர்த்த மெய்கண்ட காட்சிப் புனைவுகளாக அவைகள் திகழ்கின்றன. ஒரு பாட்டுவெள்ளம் கரை புரளுகிறது.

அண்டமுடி தன்னிலோ? பகிரண்டம் அதனிலோ?
  அலரி மண்டல நடுவிலோ?
அனல் நடுவிலோ? அமிர்தமதி நடுவிலோ?
  அன்பர்அகம்உருகி மலர்கள் தூவி

தெண்டமிடவரும் மூர்த்த நிலையிலோ? திக்குத்
  திகந்தத்திலோ? வெளியிலோ?
திகழ்விந்து நாத நிலைதன்னிலோ? வேதாந்த
  சித்தாந்த நிலை தன்னிலோ?
கண்டபல பொருளிலோ? காணாத நிலை எனக்
  கண்ட சூனியம் அதனிலோ
காலம்ஒரு மூன்றிலோ? பிறவிநிலை தன்னிலோ?
  கருவிகரணங்கள் ஓய்ந்த
தொண்டர்கள் இடத்திலோ? நீ வீற்றிருப்பது
  தொழும்பனேற்கு உளவுபுகலாய்!
சுத்தநிர்க்குணமான பரதெய்வமே!
  பரஞ்சோதியே! சுகவாரியே! (10)

இங்கு நிர்க்குணத்தைச் சித்தாந்த நெறி நின்று செதுக்கிச் சுத்த நிர்க்குணம் ஆக்குவார். சுத்த நிர்க்குணத்தை இப்படியும் செதுக்கிச் செதுக்கிப் பாடமுடியுமா என்பது அதிசயம் தான்! அயற்சொல்லான அத்துவிதத்தை இப்படித்தான் செதுக்கிப் புனித அத்துவிதம் (சுத்தாத்து விதம்) என்பார். வெளி, பாழ் எல்லாவற்றையும் தாயுமானவம் செதுக்கிச் செதுக்கி உள்ளே கொண்டு வந்து நிறுத்தி, உள்ளேயும் உள்ளொளியையும் கூடச் செதுக்கி நிட்டைக்குள் நிலை நிறுத்துகிறது! யோகத்தமிழோ, இல்லை தத்துவத் தமிழோ முத்தமிழோடு நான்காம் தமிழ் கண்ட தாயுமானவர் போலப் பக்தி இலக்கியப் பாரம்பரியத்தில், நிட்டையின் மோனத்தையும் செதுக்கிய ஒரு மகாகவி வேறு யாருமே இல்லை. இது உண்மை! வெறும் புகழ்ச்சி இல்லை, எத்தனை அநாயசமான சொற்பெருக்கு? வீறு நடை? சிவத்தை ஏந்திய தமிழ்! என்றால் அது தாயுமானவரின் தமிழ்தான்!

கைத்தலம் விளங்கும் ஒரு நெல்லி அம்கனி எனக்
  கண்ட வேதாகமத்தின்
காட்சி புருஷார்த்தம் அதில் மாட்சிபெறும் முக்தி, அது
  கருதின் அனுமானம் ஆதியுக்தி பலவாம்

நிர்விகற்பம் மேல் இல்லையால் ஒன்றோடு இரண்டு என்னவே
உரையும் இல்லை; நீயும் இல்லை; நானும் இல்லை என்பதும்
உபாயம்! நீ உண்டு, நானும்
சித்தம் உளன்! நான் இல்லை எனும் வசனம் நீ அறிவை!
தெரியார்கள் தெரிய வசமோ?
செப்பு கேவலநீதி ஒப்பு உவமை அல்லவோ?
சின்முத்திராங்க மரபில்
சத்தம்அற எனை ஆண்ட குருமௌனி கையினால்
தமியனேற்கு உதவுபொருளே!
சர்வ பரிபூரண அகண்ட தத்துவம் ஆன
சச்சிதானந்த சிவமே! (சச்சிதானந்த.7)

என்பதில் அறம், பொருள், இன்பம், வீடு எனும் நான்கு புருஷார்த்தங்களில் வீடுதான் உயிரின் குறிக்கோள்! அது பற்றிய ஆராய்ச்சிகட்கு முடிவே இல்லை; நிர்விகற்ப சமாதி பற்றிய எந்த ஆராய்ச்சியாலும் பயன் இல்லை; ஆய்வுகளால் சோதிக்க முடியாத உரை கடந்த அந்த வீடுபேறு முழுவதும் மோன நிலைக்குரியது; அதனை ஆய்வுகளுக்குட்படுத்த முடியாது. நிர்விகற்பம் நிட்டை - பேசா அனுபூதி, சும்மா இருக்கும் சொல்லற்ற நிலை - எல்லாம் இதுதான்! அதில் நீயும் நானும் என்கிற பேதமில்லை! அது இரண்டு என்னும் உரையுமில்லை, அது நீ! நீ அது! சிவ - சீவ ஐக்கியம் என்பதும் அதுதான்! ஜீவன் முக்தியும் அதுதான்!

‘தேகம் யாதேனும் ஒரு சித்திபெற ஜீவன்முக்தி
ஆகும் நெறி நல்ல நெறி’ (பரா.357)

‘இன்ப நிர்விகற்பம் இன்றே தா (பரா.352)

ஜென்மம் அற முக்திநெறி கேட்டல் முறை’ (பரா.267)

‘இம்மாநிலத்தில் இருந்தபடியே இருந்து
சும்மா அருளைத் தொடரும் நாள் எந்நாளோ’ (நின்றநிலை.18)

‘கற்றதும் கேட்டதும் தானே ஏதுக்காகக்
கடபடம் என்று உருட்டுதற்கோ? கல்லால் எம்மான்
குற்றம் அறக் கைகாட்டும் கருத்தைக் கண்டு
குணம்குறி அற்று இன்பநிட்டை கூட அன்றோ?’
(நின்றநிலை.3)

என்பதில் எல்லாம் தாயுமானவரின் நெஞ்சோட்டம் தெரியும்! அவர் விரும்பியது வேண்டியது எல்லாமும் பேரின்ப நிட்டை தான்; அவர் கற்றது கேட்டது கண்டது எல்லாமும் இன்ப நிட்டை தான்! கல்லாலடிக்

கல்வி என்பதும் இதுதான்; சித்தாந்தச் செல்நெறியின் நிறைவும் இதுதான்! சுகநிட்டை என்பது அவரது உயிர்மூச்சு! சுகநிட்டை இல்லை எனிலோ அவர் விடும் பெருமூச்சு - மரணம்தான் - உயிர் பிரியும் போது விடும் தனஞ்செயன் எனும் காற்றுத்தான் (பாயப்புலி.20) என்று சொல்லி, பதியும் பசுவும் பரிவர்த்தனை செய்து கொள்ளும் போது 'நீயே நான்' என வேறுபாடற்ற சமத்தை (மண்டலத்.5; பாயப்புலி.58) நிலை வாய்க்கிறது. உடல் பொய் உறவு 83 - பாடல்களிலும் மோனம் தான் ஓடிவரும் சுருதி!

மெய்யான நிட்டையினை மேவினவர்க்கு அன்றேதான்
பொய்யாம் பிறப்பு இறப்புப் போம்   (உடல்.8) என்பர்.

சாகாத அமரநிலை சன்மார்க்கத்தின் உயிர்ப்பு: சன்மார்க்கிக்குச் சாவில்லை, பிறப்பில்லை. எனவே பேரின்ப நிட்டை வாழ்வை பூரணமாக்குகிறது. துவைதம் அத்வைதமாவதே நிர்விகற்பத்தின் சூட்சமம்! (உடல்.16) இவை எல்லாம் தாயுமானவரின் பாடல்கள்; கற்றுத்தரும் மோனத்து ஞானங்கள்!

தெய்வீகம் பேசும் பக்தி இலக்கியங்களில் தமிழின் காதலைப்பேசும் அகம் புகுந்து பேரின்ப விளையாட்டை நடத்துகிறது. தமிழ் இலக்கியத்தின் ஒரு ஜீவ மரபு இது. காதல் உயிருக்கு மட்டும்தானா? பக்திக்கும் அதுவே துணை! திருவாசகம் பாடியவர் திருக்கோவை பாடுகிறார். வள்ளலார் இங்கிதமாலை பாடுகிறார். தாயுமானவரும் நாயகி பாவத்தில் இந்தப் பேரின்ப நிட்டையை - ஜீவன் முக்தி நிலையைப் பாடுகிறார். பைங்கிளிக் கண்ணிகளில் தாயுமானவரின் அகப்பாட்டு முத்திரைகள் அதிகம். மண்ணின்மரபு - பெண்ணின் மனதில் காதலாய்ப் பக்தியாய் மலர்கிறது. காதலில் மட்டும் பூசனை இல்லை! பக்தியிலும் அது பரிணமிக்கிறது. உயிரின் ஒரு ரசவாதம் தெய்வீகம் ஆகிறது.

ஆகத்தை நீக்கும் முன்னே ஆவித் துணைவரை நான்
தாகத்தின் வண்ணம் தழுவுவதே பைங்கிளியே!   (56)

இந்தப் பைங்கிளிக் கண்ணியில் தாயுமானவர் கன்னி ஆகிவிடுகிறார். அவரது பக்தி காதலில் சுடர் விடுகிறது. கண் உறங்காக் காதலி ஆகிவிடுகிறார் தாயுமானவர்.

மண்உறங்கும்! விண்உறங்கும் மற்றுள எல்லாம் உறங்கும்
கண்உறங்கேன் எம் இறைவர் காதலால் பைங்கிளியே!   (44)

எத்தனை அருமையான பாட்டு! காதல் - பக்தி எல்லைகளைத் தாயுமானவர் கவிதையின் சாயுச்சியம் காட்டி இன்புறுத்துகிறது. புல்லாமல் புல்லுவது, தாகத்தில் தழுவுவது எல்லாம் நிட்டை

வீட்டிலும் தொடர்கின்றன. சிவம் - சீவனைத் தழுவுகிறதா? ஜீவன் சிவனைத் தழுவுகிறதா என்பது நிட்டையின் புதிர்! இது நிட்டைக்குள் நடக்கும் கூடல்; பக்தி உலகிலும் தழுவல் முத்திரைகளை ஞானியர்கள் விடமுடியாத அளவுக்குத் தமிழ்அகம் பெற்றிருக்கிறது. பெண்ணை வெறுத்தார்கள் ஆனால் தம் உயிரையே பெண்ணாக்கிச் சிவனை - நாதன் ஆக்கிப் பாடுவதைத் தவிர்க்க முடியவில்லை. பக்தியும் கூடப்புரிய வேண்டுமானால் ஒரு காதல் மொழியில் பேசினால் மட்டுமே புரிகிறது?

நாய்க்கும் கடையானேன் நாதா! நின் இன்பமயம்
வாய்க்கும்படி இனி ஒரு மந்திரம்தான் இல்லையோ!
(இல்லையோ.ககண்ணி.4)

என்று தாயுமானவர் கூட இந்த மொழியில் தான் பாடுகிறார். இன்னோரிடத்திலும் இதுபோலவே,

பாராதி விண்அனைத்தும் நீயாச் சிந்தை
பரிய, மடலாய் எழுதிப் பார்த்துப் பார்த்து
வாராயோ? என்பிராண நாதா! என்பேன் (ஆகார.24 புவனம்)

என்று பாடுவார்.

நிட்டைக் கூடலில் ஒரு பேரின்ப எல்லையைக் காணத்தான் இவ்வாறு எல்லாம் பாட நேரிடுகிறது. இதனை அவர்கள் ஒரு யோக போகமாகவே நினைத்தனர். சன்னியாசம், வானப்பிரஸ்தம் என்ற நிலையில் போனாலும் அவர்களுக்கு அகத்துறை மொழி தேவைப்படுகிறது.

மருவளர்ச் சோலைசெறி நன்னீழல், மலைபாதி
மன்று முனிவர்க்கு ஏவலாய்
மந்த்ர மாளிகை சொல்லும் இயம, நியமாதியாம்
மார்க்கத்தில் நின்றுகொண்டு
கருமருவு காயத்தை நிர்மலமது ஆகவே
கமலாசானாதி சேர்த்துக்
காலைப்பிடித்து, அனலை அம்மை குண்டலி, அடிக்
கலை மதியினூடு தாக்கி
உருகி வரும் அமிர்தத்தை உண்டு, உண்டு, உறங்காமல்
உணர்வான விழியை நாடி
ஒன்றோடு இரண்டு எனாச்சமரச சொரூபசுகம்
உற்றிட, என் மனதின் வண்ணம்
திருவருள் முடிக்க இத்தேகமொடு காண்பனோ?
தேடரிய சத்தாகி என்
சித்தமிசை குடிகொண்ட அறிவான தெய்வமே!
தேஜோ மயானந்தமே! (1)

அற்புதமான இந்தப் பாட்டில் யோக நெறி பற்றி, நிர்விகற்ப நிலை பெற்றுச் சிவ - சீவ ஐக்கிய இன்பத்தை அடையும் தெவிட்டாத பேரின்ப அனுபவம் விளக்கப்படுகிறது. திருவருள் முடிக்க வேண்டுமானால், பிறவி அடைந்து அதனால் உடம்பினைப் பெறும் நிலை, நிர்மலம் ஆக வேண்டுமானால், தேகமொடு காணும் ஜீவன் முக்தி நிலை பெற வேண்டும் என்று தமது மனம் விழையும் விருப்பத்தை எல்லாம் பாடியுள்ளார். நிட்டையின் நோக்கே இதற்காகத் தான்! இந்த

இன்ப நிலையம் பெற்றாரே
பிறவாமை பெற்றார் (நினைவு ஒன்று.1)

என்று வேறோரிடத்திலும் இதனை வெளிப்படுத்துவார். மோனத்தினால் இந்த முக்தியைச் சாதிக்கலாம். *(பாயப்புலி.16)* என்றும் தெளிவு படுத்துவார்.

போகத்தின் இன்ப நிலையத்தையும் தாயுமானவர் பாடியுள்ளார். தமிழின்பம் அந்தப் பாடல்களில் பட்டுத் தெறிக்கும்! காளிதாசன் போலப் பாடி விடுகிறார்.

முத்தனைய மூரலும் பவளவாயில் இன்சொலும்
முகத்து இலகு பசுமஞ்சளும்
மூர்ச்சிக்க, விரக சன்னதம் ஏற்ற, இருகும்ப
முலையின் மணிமாலை நால
வைத்து எமை மயக்கி, இருகண்வலையை வீசியே
மாயா விலாச மோக
வாரிதியில் ஆழ்த்திடும், பாழான சிற்றிடை
மடந்தையர்கள் சிற்றின்பமோ?
புத்தமிர்த போகம், புசித்து வழிஇமையாத
பொன்நாட்டும் வந்தது என்றால்
போராட்டம் அல்லவோ? பேரின்பமுக்தி
இப்பூமியில் இருந்து காண
எத்தனை விகாரம் வரும்? என்று சுகர் சென்றநெறி
இவ்வுலகம் அறியாததோ? (எங்கும் நிறை.10)

பொன்னுலகிலும் (சொர்க்கம்) இந்தப் புத்தமிர்த போகம் வந்தது என்றால் அது எத்தகைய விபரீதங்களை ஏற்படுத்தும்? பேரின்ப முக்திக்கு - இந்தப் பூமியில் அந்தப்போகம் பெரும் தடை - போராட்டம். எனவே சுகர் போன நெறியில் யானும் போகிறேன்; சுகர் ஒரு நித்தியர்! நித்தியம் தேடுபவனுக்கு மாதர் போகம் தடை என்பதை இந்தப் பாட்டு

அற்புதமாக விளக்கும்! ஜீவன் முக்தனுக்குப் போக இன்பநிலையம் வேண்டுவதில்லை! பேரின்ப யோக நிலையமே இன்ப நிலையம் என்று சாதிக்கிறார். பட்டினத்தார் ஒரு கரும்பை வைத்திருப்பது போல, தாயுமானவரும் ஒரு முக்திக் கரும்பினை ஏந்தியிருக்கிறார்.

முக்திக்கு வித்தான மோனக் கரும்புவழி
தித்தித்திட விளைந்த தேனே! பராபரமே! (385)

என்று பாடும் போது இதனைப் பார்க்க முடியும்!

அரச சபையில் அமைச்சராய் இருந்து, இராஜரீகம் எனும் நிலையில் சிற்றிடையார் தரும் சிற்றின்ப வாழ்வின் போக்கை எல்லாம் அனுபவித்தவர்களின் அரசபோக வாழ்க்கையைப் பார்த்துப் பார்த்து வெறுத்துத்தானே அவர் துறவியானார்! அந்த அவர்களின் வாழ்க்கையைக் கேளிக்கை இன்பத்தினை எல்லாம் தான் மேற்கண்ட பாடலில் பாடியுள்ளார். இன்னொரு பாட்டில்,

மத்தமத கரிமுகில் குலம் என்ன நின்றிலகு
வாயிலுடன், மதி அகடு தோய்
மாட கூடச் சிகரம் மொய்த்த சந்திரகாந்த
மணிமேடை உச்சி மீது
முத்தமிழ் முழக்கமுடன் முத்தநகை யார்களோடு
முத்து முத்தாய்க் குலாவி
மோகத்து இருந்தும் என்? யோகத்தின் நிலைநின்று
மூச்சைப் பிடித்தடைத்துக்
கைத்தல நகப்படை விரித்தபுலி சிங்கமொடு
கரடி நுழை நூழைகொண்ட
கானகமலை உச்சியில் குகையூடு இருந்தும் என்?
கரதல ஆமலகம் என்னச்
சத்தம் அற மோனநிலை பெற்றவர்கள் உய்வர் காண்!
சனகாதி துணிவு இது அன்றோ! (சச்சிதான.6)

என்பர். எத்தவத்தைச் செய்தாலும் ஏது அவத்தைப் பட்டாலும் முத்தர் மனம் இருக்கும் மோனத்தே! (பட்டினத்தார்) என்றபடிச் சிற்றின்பப் போகத்தால் பயன் பெற்றவரும் இல்லை; கடும் யோகத்தாலும் யோகியர்க்கும் பயன் இல்லை; தூய மனதால் பரிசுத்த நிலைபெற்ற பரஞானம் பெற்றவர்களே உய்தி பெற்றவர்கள். சனகாதி முனிவர்களின் துணிபுதான் இது! என்று கல்லாலடி ஞானத்தைக் கொண்டவரே காலனை வென்றவர்கள்; பேசானுபூதி பெற்றவரே கையில் நெல்லிக்கனி பெற்றவர்களைப்போல முக்தியைப் பெற்றவர்கள் என்கிறார்.

இங்குச் சிற்றின்ப வெற்றிக்கு தாயுமானவர் முக்தி நெறியையே ஒரு மூல நெறி ஆக்குகிறார்.

இந்த மண்ணும் - மனித உறவுகளும் குறிப்பாகத் தமிழின் அகம்சார்ந்த காதல் உறவுகளில், மானுட ஆற்றல் அதிகம். இதன் தாக்குரவு என்னதான் சிற்றின்ப வெற்றிக்கு முக்தியை நாடுங்கள் என்று சமய ஞானிகள் பாடியிருந்தாலும், அவர்களின் உயிர்என்னவோ தம்மை நாயகியாக ஆக்கி, நாயகனாக இறைவனை ஆக்கிப் பாடும் போதுதான், கற்புறு சிந்தை பிறனை நாடாதது போல, ஏக இறைவனைத் தமது மணாளனாக வரித்துப் பாடிப் பக்தி இலக்கியத்தில் ஒரு கற்பு நெறியினைப் புகுத்திவிடுகின்றனர். நாயன்மார் - ஆழ்வார் பாடல்களில் இப்படித்தான் அகப்பாட்டு நெறி அதன் தாக்குரவினை ஏற்படுத்தியது. நாயக - நாயகி பாவத்தில் தாயுமானவர் பல இடங்களில் அற்புதமான கவிதைச் செறிவோடு பாடியிருக்கிறார். ஆகார புவனம் என்பதே சிதம்பர ரகசியம் என்று பாடுகிறார். உலகம் இன்பக்கேணி என்று பாரதி பாடுவதுபோல தாயுமானவர்,

ஆகார புவனம் இன்ப ஆகரம் (1)

இன்பத்தின் வடிவம் - இன்பத்தின் இடம் என்று பாடுகிறார். அந்தப் பகுதியில் ஒரு பாட்டில்,

ஓதரிய சுகர் போல ஏன் ஏன் என்ன
ஒருவர் இலையோ எனவும் உரைப்பேன்!
பேதம் அபேதம் கெடவும் ஒரு பேசாமை
பிறவாதோ? ஆல் அடியில் பெரியமோன
நாதன், ஒரு தரம் உலகம் பார்க்க இச்சை
நண்ணானோ என்று என்றே நானா ஆகிக்
காதல்மிகும் அணி இழையார் என வாடுற்றேன்!
கருத்தறிந்து புரப்பது உன்மேல் கடன்! முக்காலும்!

(ஆகார.38)

என்று ஒருமை மகளிரே போன்று, கற்புடைய மனைவி காதலனைக் காணும் ஏக்கத்தில் தாயுமானவர் வாடுகின்றார்; இல்லை - இல்லை பாடுகின்றார். இனிய அழகான பாட்டு! அன்பினைப் பாடும் போது காதற்பாட்டு! பேரின்பத்துக்கான பேசாமை - நிர்விகற்ப நிட்டையைப் பாடும் போது ஞானப்பாட்டு. சிவ - ஜீவ வேறுபாடுகளை இதில் - இங்குக் காணமுடியாதது போலப் போகமும் யோகமும் கலந்து ஒன்றான நிலையில் ஞானப்பாட்டா, உயிரின் காதற்பாட்டா என்று பேதம் அபேதம் கடந்தும் விளங்குகிறது. இதுதான் தாயுமானவத்தின் வெற்றி!

தமிழியம் மணக்கும் தாயுமானவத்தில் அகம் - ஞானமாய் ரசவாதம் பெற்ற ஒரு பாட்டு.

பன்மாலைத் திரள்இருக்கத் தமை உணர்ந்தோர்
பாமாலைக்கே நீதான் பக்ஷமென்று
நன்மாலையா எடுத்துச் சொன்னார் நல்லோர்!
நலம் அறிந்து கல்லாத நானும் சொன்னேன்!
சொன்மாலை மாலையாக் கண்ணீர் சோரத்
தொண்டனேன் எந்நாளும் துதித்து நிற்பேன்;
என்மாலை அறிந்திங்கே வா! வா! என்றே
எனைக் கலப்பாய்! திருக்கருணை எம்பிரானே!

(பன்மாலை.1)

ஆண்டாளைப்போல இங்குத் தாயுமானவர் மாறிவிடுகிறார். மாலைசூட ஒரு மணப்பெண்ணாய்க் காத்திருக்கிறார். தன் மாலை அறிந்து, வா! வா! தனைக் கலக்க வா! வா! என்று அழைக்கிறார். கருணைக் கடவுள் அதற்காகத் தானே காத்திருக்கிறான்; பன்மாலையின் பாட்டு மாலைகளில் எல்லாம் கவிதை உச்சத்திற்குச் சென்று ஒளிகூட்டும்! இன்ப நிட்டை கொடுப்பது எந்த நாள்? (9) மெத்த அலைகின்றேன்; உன்னை மறவா இன்பத்தாலே வாழ்கின்றேன் (10) வா! வா! எனை வந்து கலப்பாய்! என்னும் போது ஓர் உயிரின் காதல், பத்தியாய் ரசவாதம் பெற்று விடுகிறது.

வடிவலா வடிவாய், மனநினைவு அணுகா
மார்க்கமாய்! நீக்கரும் சுகமாய்
முடிவிலா வீட்டின் வாழ்க்கை வேண்டினர்க்கு, உன்
மோனம் அல்லால் வழியுண்டோ?
படிஇருள் அகலச் சின்மயம் பூத்த
பசுங்கொம்பை அடக்கியோர், கல்லால்
அடியிலே இருந்த ஆனந்த அரசே!
அன்பரைப் பருகும் ஆரமுதே! (ஆரணம்.10)

இதுபோல, நிர்க்குணம், நிட்டை, பேசாஅனுபூதி, ஆன்ம ஐக்கியத்துக்குச் சொல்லற்ற சொரூபத்திற்குத் தாயுமானவர் போலத் தமிழில் பாட்டெழுதியவர்களைப் பார்க்க முடியாது. ஏன் எனில் நிர்க்குண சொரூபத்திலேயே கடவுட் காட்சிகளைத் தாயுமானவம் முழுவதிலும் பாடியிருக்கிறார். எளிவந்த நிலையில் - கற்றறிந்த ஞானியாய் இருந்தும் கல்லாதவனாய் நினைத்துத் தன்னை - தனது ஆணவக் கருவறையை எல்லாம் - போக்கிக் கொண்டு வாழ்ந்தவர், கீழ் - மேல் அறியாதவர், எவ்வுயிர்த் திரளையும் உலகில் தன்னுயிர்த் திரளில் கண்டவர்;

சொந்தமாய் எழுதப் படித்தது யார்? மெய்ஞ்ஞான
சுகநிஷ்டை சேராமலே!
சோற்றுத் துருத்தியைச் சதமெனவும் உண்டு, உண்டு
தூங்க வைத்தவர் யார்? (பரிபூர.7)

எனும் மெய்ஞ்ஞானக் கேள்விகளில் திளைத்த ஆத்ம விசார ஞானி அவர். இது என் உலகம்; இது என் வாழ்வு; இவள் என் மனைவி; இவர் என் மக்கள்; இவர் என் சுற்றம் என்று அறியாத தான் தனதற்ற,

பார் ஆதி அறியாத மோனத்தை
இடைவிடாமல் பற்றி (பரிபூரணம்.8) வாழ்ந்தவர்.

சுகநிஷ்டை தந்தது மோனம்; மோனம் தந்தது இத்தனை ஞானங்களையும் அன்பால் கரைந்து கரைந்து கண்ணீர் ஆறு கண்ட புண்ணியர் (பரா.95) அருளால் அனைத்தையும் பார்த்தவர். (ஆனந்த.13) போக்குவரவற்று இருக்கும் சுத்தபூரண நிலைக்கு எட்டியவர் (ஆனந்த.18). இவரது தனித்தன்மைகளை எல்லாம் வியந்து வியந்து, அருளையர் அகவல் (232) அடிகளில் பாடியிருக்கிறது; பாரதியைப் பாவேந்தன் பாடியது போல அருளையர் தாயுமானவ அண்ணலை பாடிப் பரவியுள்ளார். தாயுமானவர் தம் சுயதரிசனத்தில்,

யான் எனல் காணேன், பூரண நிறைவில் (சிவன் செயல்.10)

என்பார். இதுதான் அவர் அவரது நிட்டையில் பெற்ற ஞானம். தான் அற்ற தாயுமானவர்

எல்லாரும் இன்புற்று இருக்க நினைப்பதுவே
அல்லாமல் வேறு ஒன்று அறியேன் பராபரமே! (221)

என்று பாடியிருப்பதில், தாயுமானவர் தான் - தனது சுவடுகள் அற்ற ஒரு மனிதனைத் - தாயுமானவராக அடையாளம் காட்டுகிறார். பூரண ஞானம் பொலிந்தவர்கள் மொழியும் மொழிகள் இவை! பேசாத மோனநிலை பெற்றவர்கள் மொழியும் ஞானவரிகள்; சின் முத்திரை ஞானம் பெற்றதால், பன்முத்திரைச் சமய ஞானங்களும் கெட்டுச் சன்மார்க்க ஞானம் பெற்றவர்களே மொழியும் மொழிகள்! கல்லால் அடிக்கு முன்னே எல்லா அண்டங்களையும் நிறுத்தி சமஞானம் பெற்றவர்களே பேசும் மொழிகள். அகண்டாகார ஆன்மீக சோசலிசம் தான் தாயுமானவருடையது! எங்கும் சிவமயம்; எல்லாரும் சிவமயம்; எல்லாவற்றுக்குள்ளும் சிவமயம் கண்டு மானுடத்தை இந்த வகையில் தெய்வீகமாக்கினவர் தாயுமானவர்!.

பரிபூரணானந்தத்தில் பற்றுவைத்து, மனதற்ற பரிசுத்த நிலை - பற்றற்ற நிலையைத் தாயுமானவர் வற்புறுத்தியதைக் கொண்டு

தாயுமானவரை விமர்சிப்பவர்களும் உண்டு. பற்றற்ற துறவுநிலைதான் உயர்ந்தது என்றால், பந்த பாசங்கள் அற்று ஒரு சமுதாயமே அதன் எல்லாத் துறைகளிலும் வறுமை அடைந்துவிடும். உலக வாழ்க்கையைச் சோக நாடகமாக நோக்கிய ஞானிகளின் ஒரு கோணப் பார்வை இது. மனதற்ற நிலை இந்துக்களின் இலட்சியங்களில் ஒன்று என்று கருதப்படும் அளவுக்கு முக்கியத்துவம் பெறுவது விரும்பத்தக்கதா? என்று டாக்டர் ஆ.வேலுப்பிள்ளை வினவுவார். (ஆ.வேலுப்பிள்ளை, தமிழர் சமய வரலாறு, ப.183, 1985). சமூகத்தின் வறுமைகட்குப் பல்வேறு அரசியல் பொருளியல் காரணங்கள் இருக்கும். மனதற்ற நிலை பரிசுத்த நிலை ஒரு சமூக வீழ்ச்சிக்குக் காரணமாகி விடாதா என்று வினவுவது அத்துணை பொருந்துமா? பல்வேறு பிரிவினைகளைச் சமயச் சமூகம் மேல், கீழ் என்றும் வருணப்பாகுபாடு என்றும், பிரித்துப் பிரித்துப் பேதாபேதங்களை வளர்த்துச் சமூகத்தைச் சீரழிக்கிறபோது ஒரு நாடும், சமூகமும் கெட்டுப்போகின்றனவே. எனவே ஆன்ம வளர்ச்சி ஒரு சமூக வளர்ச்சிக்கு முக்கியம். துறவு குறித்து அறத்துப்பாலில் வள்ளுவன் அதிகம் பாடியிருக்கிறான். துறவறவியலில் அருள் உடைமையில் தொடங்கிய அவனது பார்வை விரிந்து விரிந்து, அவா அறுத்தல் எனும் அதிகாரம் வரை 13 அதிகாரங்களில் நீண்டிருக்கிறது. அருட்செல்வம் செல்வத்துள் செல்வம் (241) என்கிறவன்.

> **ஆரா இயற்கை அவா நீப்பின், அந்நிலையே**
> **பேரா இயற்கை தரும்** (370)

என்று நினைவு செய்கிற வரை, மனித மனத்தின் போக்குகளை எல்லாம் பாடியிருக்கிறான். வஞ்சமனத்தின் படிற்றொழுக்கங்களை அணு அணுவாக ஆராய்ந்திருக்கிறான். தனிமனிதப் பண்பு, சமூகத்துக்கு வேண்டிய பண்புகளை எல்லாம் நுணுகி நோக்கியிருக்கிறான். மெய்யுணர்தல் ஒரு நாட்டின் ஆன்மீய விழுமியத்துக்கான ஞானம் அல்லவா? இந்தச் சமூக ஆன்மீய ஞானம் வளராத போது தேசமே - சமூகமே பாழ்பட்டுப் போகிறதல்லவா? ஆரா இயற்கை அவா, சமூகத்துக்குத் தலைமை தாங்குகிறவனிடமே இருந்தால் சமூகம் - அரசியல் - பொருளாதாரச் சீர்கேடுகள் எத்தனை எத்தனை நிலையில் பாழ்பட்டுப் போய்விடுகின்றன. அளவுக்கு மேல் பொருள் குவிப்பது திருட்டு அல்லவா? மதங்களும் அரசியலோடு கைகோக்கிற போது, ஆட்சி அதிகாரங்களில் சமூகம் நசுக்கப்படுவது எல்லாம் இன்று நித்தம் நித்தம் நடக்கும் சமூகக் கூத்துகளாக உள்ளனவே? மேல் மேலாகிறது; கீழ் அதள பாதாளத்துக்குப் போய்விடுகிறது. சமநிலை கனவாகவே இருக்கிறதே! எனவேதான் மனம் பண்படும் களங்களைத் தீர விசாரிக்கிறான் திருவள்ளுவன். துறந்தார் பெருமையைப் பாடுகிறான்.

மனத்துக்கண் மாசு இல்லாதவனை அறத்துக்கானவன் - அந்தணன் என்கிறான். செந்தண்மை ஒரு சமூகத்துக்கு வேண்டப்படும் போது, மனதற்ற பரிசுத்த நிலையை இந்த வகையில் தெய்வீகமாக்குகிறார் தாயுமானவர். குறளியம் தாயுமானவமாக கி.பி.17-18 ஆம் நூற்றாண்டில் மலர்கிறது. இந்த வகையிலும், ஆன்மீயம் செழிக்கும் சமூகத்தில் மானுடம், மானுட முழுமை சமயம் சாராத நிலையில் பார்க்கப்பட வேண்டிய முக்கியத்துவம் பெறுகிறது. ஒரு சமயச் சார்பற்ற சமூகம் தேவைப்படுகிறது! அதுதான் சன்மார்க்க சமூகம்!

எனவே சமயங்களைக் கடந்த சன்மார்க்க ஞானிக்கு - அதுவும் சுத்த சன்மார்க்கிக்குச் சித்த நிர்விகற்பம் எனும் நிலை வாய்க்கிறது. சித்த நிர்விகற்பத்திற்கு அவா அறுத்தல் முக்கியம். அவா அறுக்கும் போது மெய்ப்பொருள் காணும் நிலை வாய்க்கிறது. பிறப்பு இறப்பு எனும் வேற்றுமைகளை உணரும் ஞானம் வாய்க்கிறது. காம, வெகுளி, மயக்கங்களை அதாவது சித்தாந்தங்கள் பேசும் பாசப்பிடிப்புகளை நீத்துவிடும், ஆன்ம வளர்ச்சி ஏற்படுகிறது. எனவே தான் தூய்மை என்பது அவா இன்மை (குறள்.364) என்கிறார் வள்ளுவர். சித்தாந்திகள் இதனைப் பரிசுத்த நிலை என்கிறார்கள். பாச நீக்கத்தில் பசு, பதியைச் சேர்கிறது. பிறப்பீனும் வித்து தகர்க்கப்படுகிறது. சாகாத அமரநிலை ஒரு ஜீவன் முத்திநிலை பக்குவப்பட்ட ஞானிக்குக் கிடைக்கிறது.

சமய நெறிச் சுற்றுக்குள் சுழலும் நிலையை அல்லல் (துன்ப) நிலை
(பரா.305)

என்கிறார் தாயுமானவர். சமயநெறி காணாத ஞானிக்கு அத்துவிதமான அய்க்கிய அனுபவம் கிடைக்கிறது. அதனைச் சுத்த நிலை என்கிறார் (பரா.293) இத்தகைய சுத்தநிலை, ஆன்ம சொரூபம் சித்திக்கப் பெற்றவனால் மட்டுமே,

எவ்வுயிர்த்திரளும் உலகில்
என்னுயிர் (சிற்சுகோ.8)

என்றிட முடியும். இதுதான் மெய்கண்டார் காணும் காட்சி.

எனக்குள் நீ என்று இயற்கையாய்ப் பின்னும்
உனக்குள் நான் என்ற உறுதிகொள்ளும் (எந்நாள்.13)

நிலையில் தான் எவ்வுயிரும் தம்முயிர் போல் எண்ணும் அருள்நிலை வாய்க்கும். கனிந்த அன்பே பூஜை (பைங்கிளி.14) என்கிறவனுக்கு மட்டுமே இது கூடும். மதம் ஆறும் காணாத சாகரத்தை - மௌன வாழ்வை (மண்டல.3) இந்தப் பேரானந்த நிலையை எட்டியவர் தாயுமானவர். முக்தி நிலையில் தேகம் மிசை மூவித சித்தி (பரா.209) கூடுகிறது

என்னும் அரிய நிலைக்கான உண்மைகளை எல்லாம் தாயுமானவர் கூறுகிறார்.

அருவசித்தி, உருவசித்தி, அருஉருவசித்தி என்று இந்த மூன்று பெருநிலைகள் கிடைக்கின்றனவாம். பசுத்துவம் - பதித்துவம் ஆகும்கால் நேரும் இந்நிலைகளில் உடல், தீபம் வைத்த கர்ப்பூரம் போல் விளங்குகிறதாம். ஒளியுடம்பு வாய்த்திடும் இந்நிலையை,

சித்த நிர்விகற்பம் சேர்ந்தார் உடல், தீபம்
வைத்த கர்ப்பூரம் போல் வயங்கும் (பரா.245)

என்று பாடுகிறார். பசுத்துவம் - பதித்துவமாய் உயரும் நிலையில் ஆன்ம சொரூபம் மட்டும் அன்றி, அவர்தம் உடலிலும் கூட ஒளியுடம்பு (கர்ப்பூரம் போல) ஆகும் பரிணாம வளர்ச்சியினைத் தாயுமானவர் பாடுகிறார். தன்னை - அவனாக - அவன் அருளால் ஆக்கும் போது இது திகழ்கிறது. நிற்கும் நிலை என்று அவர் பாடுவது ஒரு நித்திய நிலையை! துரிய நிலை அனுபவங்களைத் தாம் அனுபவித்த இந்த "நிற்கும் நிலை"யை முடிவான நிலையை அருள்வயத்தில்,

தீது அணையார் கற்பூர தீபம் என, நான் அகண்ட
சோதியுள், தோன்றித் துரிசறுவது எந்நாளோ (நிற்கும்.9)

என்று பாடும் போதும் உணரலாம். பிண்டத்துக்குள் அகண்டாகார அயிக்கியம் பெற்ற தாயுமானவர்க்கு, உலகம் அண்டம் - உயிர்த்திரள்கள் யாவற்றிலும் ஓர் ஒருமைக்காட்சி, ஒளிக்காட்சி, தெய்வீகக்காட்சி தெரிகிறது. அத்துவித நிலை பெற்று விட்டாலும் கூட அதைச் செய்ய ஒரு துவித நிலை வேண்டப்படுகிறது. மனிதன் தெய்வீகமாக மாறுவதை மானுடம்பாடியாகவும் கருத வேண்டும். தாயுமானவத்தில் மானுடம் - மானுட உயர்ச்சி - சிந்தனையை முற்றவும் செலுத்தி, தெய்வீகமாகப் பாடப் பெற்றிருப்பதை அறியலாம். மானுடமும் தெய்வீகமும் பரிவர்த்தனை செய்து கொள்ளுகிற நீ என நான் என வேறில்லை (பாயப்புலி.58) என்னும் மாறிப்புக்கும் பேரொளிக் கலப்பினைத் தாயுமானவத்தின் சிறப்பான குரல் எனலாம்.

மானுடத்தின் தலைசிறந்த விழுமியமாக இந்த அயிக்கிய நிலையைத் தரிசித்ததனால் தான் தத்துவத்தமிழின் தலைசிறந்த இராஜயோகியாகத் தாயுமானவர் மதிக்கப்படுகிறார். வானுறையும் தெய்வத்துள் வைக்கப்படும் என்ற வள்ளுவத்தின் குறிக்கோள் பார்வையைத் தாயுமானவரின் யோகத்தமிழ் தமது மெய்கண்ட ஞான அனுபவங்களால் செயல் வடிவினால் சாதித்துக் காட்டியிருக்கிறது.

எவ்வுயிர்த் திரளிலும் உலகில்
என்னுயிர் (சிற்சுகோ.8)

என்று உயிர்த்திரள்களில் சமநிலை கண்ட தாயுமானவர், மானுடத்தின் பரிவர்த்தனையில் தெய்வீகத்தை மீட்டி மீட்டித் தெய்வீகத்தில் கர்ப்பூரம் போலக் கலந்துவிட்ட மானுடத்திலும் ஒரு சமநிலையைக் கண்டுள்ளார். தாயுமானவத்தின் மெய்ஞ்ஞானப் பிழிரசம்; கட்டிபட்ட கரும்பு, மோனத்தில் வார்த்தை மூச்சு என்றே கூட சொல்லிவிடலாம் இதனை,

தன்னை அறிந்தவர் தம்மைத்
தான் ஆகச் செய்தருளும் சமத்தை (மண்டல.5)

என்று தாயுமானவர் தமிழ் அர்ச்சிக்கிறது!

நான் யார்? என் உள்ளமார்? என் ஞானங்கள்ஆர்

என்று தாயுமானவரும் கேட்டுக் கொண்டபோது தான், தான் யார் என்பதைப் பூமிக்கு விளக்குகிறார்; தமது முகரிவயைத் தேடுபவர்க்கு

எல்லாரும் இன்புற்று இருக்க நினைப்பதுவே
அல்லாமல் வேறு ஒன்று அறியேன் பராபரமே! (221)

என்று கூறியிருப்பதில் காணலாம். தான் பெற்ற நிட்டைப் பேரின்ப நிலையை - உலகின் உயிர்த்திரள்கள் யாவும், மானுடம் முழுமையும், எல்லாரும் இன்புற்றுப் பெற்று இருத்தலிலேயே இருக்கிறது என்று சொல்லித் தாயுமானவம் பூரணமாகிப் பொலிகிறது.

நான் பெற்ற இன்பம் பெறுக இவ்வையகம் (திருமந்.85) என்று திருமூலம் பாடுகிறது. மனம் பண்படும் போது, தான் தனது அறுகிற போது எல்லோர்க்கும் கொடுமதி (புறம்) என்று எல்லோரையும் நினைக்கிறது. மூலன் தமிழை மூலன் மரபில் வந்த தாயுமானவரும் பல நூற்றாண்டுக்குப் பிறகு, பின்பற்றிப் பாடுகிறார். மூலனிடம் யோகத் தமிழ் கற்ற சீடர் தாயுமானவர். பொருள் உலகப் பகிர்வு குறித்த ஞானம், அருள் உலகில் தன்னையே உலகுக்குத் தந்து விடுகிறது. இந்த ஞானத்தில் ஆன்மீகம் கலந்து உருப்பெறுகிறது. மனமும், உயிரும் தினம் தினம் வளரும் போதுதான் உலகும் வளர்கிறது. ஞானமும் காதலைப் போல, நிலத்தினும் பெரிதாகிறது; வானினும் உயர்ந்ததாகிறது; கடலினும் ஆழமாகி விடுகிறது. நேற்றைவிட; இன்றை விட; நாளையை விடவும் கூட! ஆன்மா வளரும் போதுதான் மெய்ஞானம் வளர்கிறது. பக்தி இலக்கியங்களும் நமது தத்துவ இலக்கியங்களும், குறிப்பாகச் சைவ சித்தாந்தமும் பசுவைப் பற்றி, பாசத்தைப் பற்றி, பதியைப் பற்றிய முப்பால் இலக்கியங்களாகவும் தத்துவ இலக்கியங்களாகவும் திகழ்கின்றன. பசு, பாச, பதிகளைப் பற்றி இவ்வளவு விரிவாக வேறு யாரும் நினைக்கவில்லை என்பதும் ஓர் உண்மை!

நினைக்கும் தன்னைப் பற்றிய ஞானம் பசுஞானம்; உலகைப் பற்றிய ஞானம் பாச ஞானம்; இறையைப் பற்றியது பதிஞானம். தன்னில் இந்த எல்லாவற்றையும் இணைத்து நினைக்கும் ஞானம் மெய் காணும் ஞானம்! மெய்ஞானம் பொய்மையில் வாழ்ந்து, பொய் நடை உலகில் வாழ்பவர்க்குத் தன்னலக்காரர்களுக்கு இந்த ஞானம் தெரியாது; புரியாது! அன்புதான் பிறரை நினைக்கிறது; பிறர்க்காக வாழ்கிறது.

அன்பினைப் போதிப்பது தமிழ்! இதனை ஒரு ஞானமாக வள்ளுவன் அன்பின் வழியது உயிர் நிலை (80) என்பான்.

அன்பிலார் எல்லாம் தமக்குரியர்; அன்புடையார்
என்பும் உரியர் பிறர்க்கு   (72)

என்பான். அன்பிற்காக ஓர் அதிகாரமே பாடுவான்; இல்லற இயலில் அன்புடைமையை (8) எட்டாவது அதிகாரமாகப் பாடுகிறவன், துறவறவியலில் அருள் உடைமையை 25-ஆவது அதிகாரமாகப் பாடுகிறவன், அன்பையும் அருளையும் இணைத்து, பொருட்பாலின் 76-வது அதிகாரத்தில் பொருள் செயல் வகையைப் பாடும்போது,

அருள் எனும் அன்பின் குழவி; பொருள் என்னும்
செல்வச் செவிலியால் உண்டு   (757)

என்று அறம், பொருள் பற்றிய சமூக நினைவுகளில் நினைத்தும், இணைத்தும் பாடுகிறான். அன்பின் வழியது உயிர் என்றான்; அந்த அன்புத்தாய் பெற்றெடுக்கும் குழந்தை அருள் என்றான்; இந்த அருட்குழந்தையை வளர்ப்பவளோ பொருள் என்னும் செவிலித்தாய் என்கிறான். வள்ளுவன் ஆன்மஞானத்தையும் பொருள் ஞானத்தையும் இணைக்கும் ஒரு சமூக இரட்டைஞானி. ஒன்றுக்கு ஒன்று சார்பு என்கிறவன்; அன்பில்லாதவர்களைச் சுயநலக்காரன் என்று திட்டி, அன்புடையவர்க்குக் குறளால் ஒரு கோயில் கட்டிப் போற்றுகிறார். என்பும் உரியர் பிறர்க்கு என்று பாடும் போது கண்ணப்பன் ஒப்பதோர் அன்பினையும் சிபியினை ஒப்பதோர் அன்பினையும், அன்பாகவே பார்க்கிறோம். பசு உள்ளத்தில் பதிஞானம் குவிந்தால்தான் தன்னைப் பிறர்க்குத் தரமுடியும். தன்னைப் பிறர்க்கு அர்ப்பணித்துக் கொள்கிறவனை ஊடுருவித் தேடுகிறது பதி!

தன்னையே தமர்க்கு நல்கும்
ஒரு தனிப்பெரும் பதத்தை
                              (கம்பன், கிட்கிந்தை, வாலிவதை.79)

என்று இராமபிரானாகப் பார்க்கும் கம்பன், அவனையே (கொடுக்கக் கற்றவன்) என்றும் பாடுவார். பதி பசுவிற்காகத் தன்னை வழங்கக் காலம்

பார்த்துப் பக்குவம் பார்த்துத் துடித்துக் கொண்டிருக்கிறது. பதி, பசுக்களுக்கான அன்புறவுகள் அப்படி! இந்தப் பதி, பசுத் தழுவல்களைச் சித்தாந்தம் உயிர்ச் சித்திரமாக்குகிறது. சிவஞானபோதம் 12 நூற்பாக்களைக் (சூத்திரங்களைக்) கொண்டது.

சிறப்பு அதிகாரம்

1. பதியுண்மை
2. பாச உண்மை
3. பசு உண்மை

பொது அதிகாரம்

4. பசு இலக்கணம்
5. பாச இலக்கணம்
6. பதி இலக்கணம்
7. ஆன்மாவின் சிறப்பிலக்கணம்
8. ஞானத்தை உணரும் முறை
9. ஆன்ம சுத்தி (சாதிக்கும் முறை)

பயனியல்

10. பாச நீக்கம்
11. சிவப்பேறு
12. அணைந்தோர் தன்மை

என்று போதம் பேசிய அடிப்படைகளிலேயே பின்வந்த சித்தாந்த வழி நூல்களும் பேசும். இங்கு நோக்கரிய நோக்குகளில் ஆழமாகவும் விரிவாகவும் பதி, பசு, பாசங்களைப் பேசியுள்ளார்கள். இந்தத் தத்துவச் சுருதிகளின் இழைகளில் ஒரு வானகமே நெய்யப்படுகிறது. கண்ணன் சேலையாய் அவற்றிற்கு உரைகள் நீண்டு வளர்ந்துள்ளன. ஒரு மனித உயிரின் உண்மை, அதற்கான இலக்கணங்கள், அந்த உயிரைப் பிடித்த பிசாசுகள். மும்மலங்கள் அவற்றின் உண்மை, அவற்றுக்கான இலக்கணங்கள், உயிரை நேசிக்கும் பதியின் உண்மை, இலக்கணங்கள் எல்லாம் விரிவாகப் பேசப்பெற்று ஞானத்தால் ஆன்மசுத்தி பெற்றுப் பாசங்களின் நீங்கிய உயிர் பதியினை அடையப் பெறும் சிவப்பேறு, அவ்வாறு பதியினை அணைந்த உயிர்களோடு அணைந்து, அவர்களிடமே ஆலயத்தையும், அரனையும் (சிவன்) கண்டுகொள்ளும் உயிரின் நேர்த்தியைப் போதமும், பின்னைய சித்தாந்தங்களும் பேசுகின்றன. இவை யாவும் தமிழுக்கே உரிய தமிழிய

மெய்ஞானங்கள்; உயிருக்கும் இறைக்கும் இடையில் சேர விடாதபடித் தடுக்கும் பாசக்கொடுமைகளை உதறிப் பதியோடு இணையும் உயிரின் நிலைகளைப் பதியின் நிலைகளை உயர்நிலைத் தத்துவங்களாக்கிப் பாடும் செழுமை ஞானங்கள் இவை.

இந்தச் சித்தாந்தங்களில் சிந்தை பறிகொடுத்த தாயுமானவர் தமது கல்வி, ஞானம், தெளிவுகட்கு எல்லாம், இந்தச் சிந்தனைகளை மோனத்தால் வாரித் தந்த மூல மூர்த்தமாகக் கல்லால் அடித்தேவனையே (சிவபிரானை - தென்முகக் கடவுளை) நினைந்து நினைந்து, கல்லேன், மலரேன் கனிந்த அன்பே பூஜை (பைங்கிளி.14) என்று பூஜித்துக் களி பொருந்த, கல்லால்அடி ஞானங்களையே தாம் கற்ற கல்வி என்று இறும்பூது எய்துகிறார்.

வெளியில் நின்ற வெளியாய் விளங்கிய
ஒளியில்நின்ற ஒளிஆம்! உன் தன்னை நான்
தெளிவுதந்த கல்லால்அடித்தே! என்று
களிபொருந்த அன்றோ கற்ற கல்வியே!   (கல்லால்.46)

எனும் போது இதனை உணரலாம். அத்தகைய தாயுமானவர் கனிவு தந்த அன்பின் விளைவாய் விளைந்த கவிதை இது. சித்தாந்தப் பேரொளி, சிதாகாச வெளி, ஒரு துரியம், அதில் உயிர், அதில் ஒப்பற்ற பதி, பசு - பதி ஆம் பேரின்ப நிலை, மோனம் தந்த ஞானம் - முக்தி எல்லாம் இதில் சைவ சித்தாந்த மூர்த்தமே கோலம் கொண்டிருப்பது போல விளங்குகிறது. சித்தாந்த ஞானங்களையே பரசிவ வணக்கம் முதல் ஆனந்தக்களிப்பு வரை பன்மாலைகள் ஆக்கிப் பாடுகிறார். தோத்திரத்துக்குத் தோத்திரப் பாடல்களா, சாத்திரத்துக்குச் சாத்திரக் கவிதைகளாய்க் கல்லால் அடி ஞானக் கவிதைகளாய்ப் பாடித் துதிக்கிறார். பரசிவ வணக்கம் மூன்று பாடல்களைக் கொண்டது. பதி, பசு, பாசங்களை எல்லாம் நிர்க்குண நிலைகளில் பாடுவது.

பேர் அனந்தம் பேசி மறை அனந்தங்கள் சொல்லும் பல்வேறு அனந்தங்களையும் சுட்டியும், தொகுத்தும் பாடிக்

கடவுளைத் துரிய வடிவைப் - பெரிய
மௌனத்தின் வைப்பை   (பரசிவ.2)

கல்லால் அடித்தேவனது, சித்தாந்தம் போற்றும் துரியப் பேராளியை, மோன மூர்த்தத்தைப் போற்றும் தொடக்கமாகத் தெரிகிறது! இப்பகுதி தாயுமானவத்துக்குத் தாயுமானவரே பாடிய பாயிரப் பாடல்களாய்த் திகழ்பவை! தாயுமானவத்துக்குள் ஒரு கயிலைச் சிகரமாய், தென்முகக் கடவுளின் முக்கண் போன்றதாய், முப்பாடல் தாயுமானவத்தின்

பிழிவுகளை எல்லாம்ஏந்தி, மதச்சம்பிரதாயங்களை எல்லாம் நீத்த, சித்தம் அறியாதபடிச் சித்தத்தில் விளங்கும் சித்தாந்த தேஜோமய ஆனந்த மயமான, குறிகள் அற்ற தெய்வத்தைப் பரசிவமாகப் புனையப் பெற்றுள்ள தத்துவச் செறிவுகளைக் கொண்ட கவிதைகள் ஆகும். ஒருபுறம் தாயுமானவத்தைப் பார்க்கும் போது கல்லால் அடித்தேவனது உச்சி முதல் பாதங்கள் வரை உள்ள பாட்டுப்படிமமாகவும், மறுபுறம் சித்தாந்தங்கள் பேசும் செழுமிய பன்னிரண்டு சூத்திர ஞானங்களை மோனமுத்திரைகளாகக் கொண்டிருப்பது போலவும் ஆழ்ந்து நோக்கும் போது தெரிகிறது. தனக்குத் தன் மனமே கல்லால மரம் என்று வாழ்ந்த மெய்ஞ்ஞானி அல்லவா அவர்!

மனதே! கல்லால் எனக்கு அன்றோ? தெய்வ
மவுன குரு ஆகி வந்து கை காட்டி
எனது ஆம் பணி அறமாற்றி அவன்
இன்னருள் வெள்ளத்தில் இருத்தி
வைத்தாண்டி!.... (சங்கர.சம்பு.12)

என்று ஆனந்தக் களிப்பில் மிதந்து பாடியவர் அவர்.

சைவம் முதலா அளவில் சமயம் வகுத்து
மேற் சமயம் கடந்த மோன
சமரசம் வகுத்த நீ (சின்மயா.4)

என்று பாடியவர். தமது திருப்பாடல்களையும் அந்த வகையில் வகுத்துப் பன்மாலைகள் ஆக 56 பிரிவுகளில் பாடியவராகத் திகழ்கிறார்.

பாகமோ பெற உனைப் பாட அறியேன் (மலை வளர்.6) என்று எளிவந்த தன்மையுடன் பாட முயன்றவர்; தத்துவக் கயிலையின் சிகரங்களைத் தமிழில் வடித்த யோகத் தமிழாளிதான் தாயுமானவர் என்பதில் எந்த ஐயமும் இல்லை! பணியுமாம் என்றும் பெருமை (குறள்.978) என்பது அவரது பெருமை!

கன்னல் அமுது எனவும் முக்கனி எனவும் வாய் ஊறு
கண்டு எனவும் அடி எடுத்துக்
கடவுளர்கள் தந்தது அல! அழுது அழுது பேய்போல
கருத்தில் எழுகின்ற எல்லாம்
என்னது அறியாமை, அறிவு என்னும் இருபகுதியால்
ஈட்டு தமிழ்! என் தமிழினுக்கு
இன்னல் பகராது உலகம்! ஆராமை மேலிட்டு
இருத்தலால், இத்தமிழையே
சொன்னவன் யாவன் அவன்? முத்தி சித்திகள் எலாம்
தோய்ந்த நெறியே, படித்தீர்!

சொல்லும் என, அவர், நீங்கள் சொன்ன அவையில் சிறிது
  தோய்ந்த குணசாந்தன் எனவே
மின்னல் பெறவே சொல்ல, அச்சொல் கேட்டு
  அடிமை மனம் விகசிப்பது எந்நாளோ?   (சித்தர் கணம்.8)

என்பதில் தமது தமிழை - தமிழ் பாடிய தம் திறத்தை அவையடக்கத் தோடு தமிழ் கூறு நல்லுலகில் பகிர்ந்து கொண்ட ஒப்பற்ற ஞானி!

கல்லாதேன் ஆனாலும் கற்றுணர்ந்த மெய்யடியார்
சொல்லாலே நினைத் தொடர்ந்தேன் பராபரமே   (383)

என்று பரம்பொருளை மட்டுமல்ல, தமிழையும் தொடர்ந்த ஞானிதான் தாயுமானவர்!

கன்று மனத்துடன் ஆடு தின்னும் தழைபோல்
கல்வியும் கேள்வியுமாகிக் கலக்குற்றேன்   (பன்மாலை.-6)

என்று இதைவிடத்தம்மைத் தாழ்ந்து பணிந்து சுய விமர்சனம் செய்து கொண்ட தமிழ்க் கவிகள் யாருமிலர்! இவர்தான் சைவத்தை - சமயம் கடந்த மோன சமரசத்தைச் - சித்தாந்தப் பின்புலத்தில் - புதிய சன்மார்க்கத்தைப் பாடித் தமது திருப்பாடல்களை எல்லாம் மனம் (பாசநோக்கில்) மனிதன் (பசுநோக்கில்) கடவுள் (பதி நோக்கில்) எனும் மூன்று நிலைகளில் பாடிப் பாச நீக்கம் பெற்று மனமாதிகளை நீத்த பசு (மனிதன்) பதியைச் சேரும் (கடவுளை) திறங்களைப் பாடியவர்!

மனம் உயிருக்கு ஆசைமூட்டி ஆணவம், கன்மம், மாயைகளை அதிகரித்துப் பாசவலைகளில் கட்டிப் போடுகிறது. பாசவலைகளின் கட்டுக்கள் முடிவில் பதிஅருளால் உணர்ந்து, அறுத்தெரிந்துவிட்ட உயிர் (பசு-மனிதன்) பதியைச் (இறைவனைச்) சேருகிறது; இவ்வாறு பதி, பசு, பாச உண்மைகளை - இலக்கணங்களைச் சித்தாந்த வழியில் தாயுமானவம், அரிய தத்துவச் செறிவுகளுடன், அழகிய, உணர்வுமயமான யோகக் கவிதைகளில் தனது உள்ளடக்கமாக - உள்ளடக்கங்களின் உயிர்ப்பாகப் பாடியுள்ளது. ஆகாரபுவன சிதம்பர ரகசியப் பகுதியில் (8-20) இதனை விளக்கமுறக் காணலாம். எனவே இந்நூலின் நோக்கமும் மனம், மனிதன், தெய்வம் எனும் நோக்குகளிலேயே சிறப்பாகத் தாயுமானவத்தை அணுகியுள்ளது. பதி, பசு, பாசங்களைத் தாயுமானவர் இந்தவகையில் அணுகியிருப்பதை ஒரு தனி இலக்கில் தனித்த நோக்கில் பார்த்துள்ளது.

தன்னிலே தானாக நினைந்து, கனிந்து
  அவிழ்ந்து, சகசமாதி ஆகிப்
பொன்னிலே பணிபோலும் மாயைதரு
  மனமே! உன் புரைகள் தீர்ந்தாய்

என்னினோ, யான் பிழைப்பேன், எனக்கினியார்
உன்போல்வார் இல்லை! இல்லை!
உன்னிலோ, திருவருளுக்கு ஒப்பாவாய்!
என்உயிர்க்கோர் உறவும் ஆவாய்! (மண்டல.8)

என்பதில் புரை தீர்ந்த மனம், மனிதன் நோக்கப்பட்ட விதம் தெரியும். பண்பட்ட மனம், பண்பட்ட (உயிரை) மனிதனை ஆக்குகிறது. பண்பட்ட மனிதம் தெய்வீகம் ஆகிறது. மனம் கனிந்துருகித் தான் தனதற்ற ஆகும் நிலையைத் தாயுமானவர் இப்பாட்டில் கனிந்து, அவிழ்ந்து சகசமாதி ஆகித் தெய்வமாய் மாறும் வித்தகமான ஒரு பூரண நிலையைத் தெளிவுபடுத்துவார்.

இந்தப் பூரண நிலைபெறுவதை ஆண்டவனிடம் விட்டு விடுவதையே தனது முடிவான கருத்தாகக் கொண்டவர் தாயுமானவர்.

வேண்டத் தக்கது அறிவோய் நீ!
வேண்ட முழுதும் தருவோய் நீ...
வேண்டும் பரிசு ஒன்று உண்டென்னில்
அதுவும் உன்றன் விருப்பன்றே! (திருவாச.குழைத்த.6)

என்று மணிவாசகர் இறைவனிடமே விட்டு விடுவதைப் போன்றது இது, முழு ஒப்படைப்பு என்பது இது!

எனக்கெனச் செயல் வேறிலை! யாவும் இங்கொரு, நின்
தனக்கெனத் தகும் உடல், பொருள். ஆவியும் தந்தேன்
மனத்தகத்து உள அழுக்கெலாம் மாற்றி, எம்பிரான்நீ
நினைத்தது எப்படி அப்படி அருளுதல் நீதம்! என்பதில்,
(எனக்கென.1)

என் செயலோ, என் விருப்பமோ எனக்கு என்று எதுவும் ஒன்றும் இல்லை; உன்னிடம் எனது உடல், பொருள், ஆவி எல்லாமும் தந்துவிட்டேன்; நான் அற்றேன்; என் மனத்து அழுக்கு எல்லாம் (பாசங்கள் அனைத்தையும்) மாற்றி, எம்பிரான் ஆனநீ, நீ நினைத்தது எப்படியோ அப்படி அருளுக! அதுவே முறை என்று முறையிடும் தாயுமானவரிடம் மனிதம் தெய்வமாக மாற வேண்டும் என்னும் குறிப்பு மட்டும் தெரிகிறது தானே! பதித்துவத்தில் - பசுத்துவம் காண விரும்பும் ஒப்பற்ற அனுபூதி வேண்டலுக்கான ஒரு வேண்டுதல் குறிப்பும் தெரிகிறது தானே! அதுவும் சிவன் தன் விருப்பம் என்று கூறியிருப்பதும் புலனாகிறது தானே! நிர்விகற்பச் சுகத்தில்,

வாரிக் கொண்டு எனைவாய் மடுத்து இன்பமாய்ப்
பாரில் கண்டவை யாவும் பருகினை (பொன்னை.30)

என்று தாயுமானவர் பாடும் போது, மானுடம் பருகும் தெய்வீகத்தின் அருளித் திறத்தினைத் தித்திக்கப் பாடுவார். இது ஊமன் கனவாய், பேசாப் பெருமையாய் இருத்தலையும் சுட்டுவார்.

மானிடத்துக்கும் தெய்வீகத்துக்குமான இந்தப் பரிமாறிக் கொள்ளுகிற (பரிவர்த்தனை) பசியை மிக அற்புதமாகப் பாடியிருப்பதில் தாயுமானவர்க்கு என்று ஒரு தனியிடம் உண்டு!

உண்டவர்க்கு அன்றி உட்பசி ஓயுமோ?
கண்டவர்க்கு அன்றிக் காதல் அடங்குமோ?
தொண்டருக்கு எளியான் என்று தோன்றுவான்!
வண்டமிழ்க்கு இசைவாக மதிக்கவே! (பொன்னை.70)

என்னும் பாட்டு தாயுமானவரின் தமிழ் தழீஇய வேண்டுதலைப் பக்தி வலையில் படுகின்ற பரம்பொருள் சிறப்பினை, வண்டமிழ்க்குள்ள மகிமையினை எல்லாம் காட்டும். தாயுமானவரின் தத்துவத் தமிழுக்குத் தலைப்படும் தெய்வீகத்தை இங்கு அறிகிறோம். நரி பரி ஆவது, இரும்பு பொன் ஆவது போல, ஒரு ரசவாதம் மானுடத்தில் நிகழ்த்திக் காட்டும் பெரிய சித்தன் கடவுள் என்று அள்ளூறிப் பாடுகிறார்.

ஆரா அமிர்தம் விரும்பினர்கள் அறிய
விடத்தை அமிர்த மாக்கும்
பேரானந்தச் சித்தன்! எனும் பெரியோய்!
என் ஆவிக்கு உரியோய்! கேள்! என்பர். (தன்னை ஒருவர்.9)

பசுத்துவம் பதித்துவம் ஆக்கப்படும்போது விடம் அமுதாக்கும் வித்தகம் நேர்கிறது. அழியும் தன்மைத்தான மானுடம், அமரத்துவம்பெறும் சாகாப்பெருநிலையை எட்டுகிறது. இதனைச் செய்பவன் தான் இறைவன் எனும் பேரானந்தச் சித்தன்! நமது ஆவிக்கு உரியவன்! எத்தனை பெரிய இன்பம்? எத்தனை பெரிய உண்மை! தாயுமானவத்தின் உட்கிடக்கையே இதுதான்! பக்குவம் பெற்ற மானுடத்தில் பழுத்திருக்கும் தெய்வீகம்! இதனைத்தான்,

நீ என நான் என வேறில்லை (பாயப்புலி.58)

என்றும், இந்நினைவுச் செழுமைக்குப் பக்குவத்திற்குச் செம்மை நலத்துக்கு

.... மவுனா? இனிநான்
சாத்திரம் சொன்னபடி இயமாதியும் சாதிப்பனே! (பாயப்புலி.59)

என்பர்.

இதனையே எடுத்த தேகம் (2) எனும் பகுதியின் இரண்டாம் பாட்டிலும் புலப்படுத்துவர்! மூலன் மரபின் வழி வந்த தாயுமானவர்,

சைவத்தையும் - சித்தாந்த நெறிகளின் - மெய்கண்ட சாத்திரங்களின் அடிப்படையில் புதிய சன்மார்க்கத்தின் வழியில், நீ என, நான் என வேறில்லை என்னும் சமநிலையைச் சாதிப்பனே என்றும் முழக்குகிறார். மோனம் முழங்குமோ? என்றால் சாத்திர ஞானங்களால் முழங்குவதையே இங்குக் கேட்கிறோம்.

பெற்றோம் பிறவாமை! பேசாமையாய் இருக்கக்
கற்றோம் (உடல் பொய்.42)

இது ஒரு முழக்கம்!

நீ அற்ற அந்நிலையே நிட்டை (உடல்.53)
இது ஒரு முழக்கம்!
மனம் அற்ற மௌனம் - செறிந்திடவே
நாட்டினான்! ஆனந்த நாட்டில்
குடிவாழ்க்கை! (உடல்.76)

இது ஒரு முழக்கம்!

சித்தும் சடமும் சிவத்தை விட வேறில்லை என்ற
நித்தன்! பரமகுரு நேசத்தால் - சுத்தநிலை
பெற்றோமே! (உடல்.83)

இது ஒரு முழக்கம்! பக்குவம் பெற்ற மானுடத்தின் - முழுமை பெற்ற மானுடத்தின் சுத்தநிலை எட்டிய மானுடத்தின் முழக்கங்கள் இவை. உயிரின் இறும்பூது அடைந்திருக்கும் இன்பநிலையில் நிகழ்பவை! எல்லோரும் இன்புற்று வாழ்வதையே மானுடத்துக்கான மலை இலக்காகக் கொண்ட தாயுமானவர் உலகத்துயிர்களைக் காடும் கரையும் எனும் பாடல்களில் கூவி அழைத்தார்.

ஓ வென்ற சுத்தவெளி ஒன்றே நின்றிங்கு
உயிரை எலாம் வம்மின் என உவட்டா இன்பத்
தே! என்ற நீ கலந்து, கலந்து முத்தி சேர்த்தனையேல்
குறைவாமோ? செகவிலாசம் (தந்தை.தாய்.5)

என்னுமிடத்தில் கூவியழைப்பதிலும் அவரது சன்மார்க்க நெஞ்சம் தெரியும்! அவரது சைவ அகண்டாகாரப் பேருள்ளம் புரியும். அவர் கண்ட தெய்வீகம் தெரியும்.

தாயுமானவர் கண்ட மனம், மனிதன், தெய்வம் என்று நாம் நோக்கும் போது, மனத்தைப் பரிசுத்த நிலைக்கு உயர்த்தி, அதனையே இறைவன் திருவருளாய்ப் பார்க்கும் தாயுமானவரை நுணுகி நோக்குகிறோம்; மனிதனை உயர்த்துவது என்பது, தான், தனதற்ற சுயநலத்தன்மைகளை

வெறுத்தும் போக்கியும், பந்தபாசங்களின் நீங்கி, உலகத்து உயிர்களைத் தன்னுயிராகப் பார்க்கும், உள்ளத்தனையது உயர்வு கொண்டு ஒரு மனிதனைத் தெய்வீகமானவனாகப் பார்க்கும் போதும், தெய்வத்தை உயர்த்துவது என்பது, ஈயைக் கருட நிலை ஏற்றுவாய் என்று பாரதி பாடியது போலச் சுத்தநிலை பெற்ற உயிர்களைக் கடவுள் நிலைக்கு- அதாவது தன்னிலைக்குச் சமமாக ஆக்கிப் பார்க்கும் பெரிய சித்தனாய் ஆகும் அவனை எளிவந்த நிலையில் (சௌலப்பியம்) காணும் போதும் தாயுமானவர் உச்சத்துக்குப் போய் விடுகிறார். பள்ளத்தை இமயமாக்குவது என்பது எத்தனைப் பெரிய பார்வை! இறைச்சித்து என்பது இதுதானே? மனத்தில் சமநிலைப் பார்வையை வளர்த்துக் கொண்டவனால் மட்டும்தான், அந்தப் பண்பாட்டை உயிர் மூச்சாகக் கொண்டவனால் மட்டும்தான் அரசியல், பொருளியல் உலகிலும் ஒரு சமநிலை நோக்குகள் உடையவனாக மாற முடியும். சும்மா வந்தே மாதிரம் என்று சொல்பவர்களைப் போல, சும்மா எல்லோரும் ஓர் குலம், எல்லோரும் ஓர் நிறை என்று சொல்வதும் போலி முழக்கம் ஆகும். மெய்யான சமநிலை என்பது ஆன்மிய தரிசனம் மட்டும் அன்று அது மெய்ஞ்ஞானம் கொண்ட ஒரு சமூக ஞானமும் ஆகும். எத்துணையும் பேதமுறாது என்று பார்க்கும் வள்ளலார், பிறப்பொக்கும் என்ற வள்ளுவர், எல்லோரும் ஓர் குலம் என்ற திருமூலர் ஆழ்வார் நாயன்மார்கள் என்று வாழையடி வாழையாக இந்த ஞானம் வளர்ந்திருக்கிறது. இருந்தும் நடப்பு உலகம் பொய் நடை உலகமாகவே காணப்படுகிறது. தாயுமானவரின் மலை இலக்கு என்பது, அணுவில் பிரமாண்டம் உருவாக்குவதாகக் காணப்படுகிறது. ஓரிடத்தில் மிக அற்புதமான இந்தச் சிந்தனையை வெளிப்படுத்துகிறார். இந்த வகையில் தான் அவரது கடவுட்காட்சி மாட்சி உடையதாகப் பொலிகிறது.

> செகத்தை எல்லாம் அணுவளவும் சிதறா வண்ணம்
> சேர்த்து அணுவில் வைப்பை! அணுத்திரளை எல்லாம்
> மகத்துவமாய்ப் பிரமாண்டமாகச் செய்யும்
> வல்லவா! நீ நினைந்தவாறே! எல்லாம்! (தந்தை தாய்.6)

என்பதில் ஒட்டுமொத்த தாயுமானவத்தின் உயிர்ப்பை - ஒளியை நாம் தரிசிக்க முடியும். அணுவினைப் பிரமாண்டமாகச் செய்கிறவன் தான் நீ! இருந்தாலும் நீ நினைத்தவாறே செய்! என்று அந்தப் பரம்பொருளின் நெஞ்சில் கை வைத்து நீ நினை! நீ நினை! நீ கலந்து கலந்து உயிர்த்திரளில் தெய்வீகம் செய்! என்று பரம்பொருளுக்கும் அந்த நினைவு வரப் பாட்டிலே செய்திருக்கும் ஒரு புரட்சியைக் கூர்மையாகக் காணலாம். இது தாயுமானவரின் பாட்டுத்திறன்! உயர்ந்த மனம் -

உயர்ந்த மானுடம் உயர்ந்த தெய்வீகம் எனும் அறாத உறவுகளைச் சொல்லிச் சொல்லிக் கொண்டே அவரது பாட்டு நதி ஓடிக்கொண்டு இருக்கிறது.

வெறுமனே வேதாந்தம், சித்தாந்தம் என்று பகுத்துப் பகுத்துப் பார்ப்பதில் சமயப்பூசல்களும் சச்சரவுகளும் ஏற்பட்டுச் சமரச உணர்வு-ஆன்ம ஒருமை காணுவதற்குத் தடைகள் இருப்பதை அறிந்தே ஒரு சன்மார்க்கி ஆகிய நிலையில் பேதங்களை எல்லாம் போக்க நினைக்கிறான் மெய்யான மெய் கண்ட சித்தன். இந்தப் பேத ஒழிப்புக்கு ஞானப்பிதா திருமூலர் தான்.

வேதாந்த சித்தாந்தம் வேறிலா முத்திரை *(2386)* என்று அவரே முதற்குரல் கொடுக்கிறார். மோனத்து முத்திரைக்கு அவரே வழி காட்டுகிறார். எதற்கு இந்த மோனமுத்திரை, போதாந்த ஞானம், யோகம் எல்லாம் என்றால், சமயங்கடந்த ஒருமை, மோனம் - நிட்டையில் தான் அத்துவிதம் வாய்க்கிறது. சீவன் சிவத்துக்குள் அடங்கத்தான் இது சித்திக்கும்; பரமாகும் மெய்ஞ்ஞானச் சோதி *(91)* அப்போது தான் வாய்க்கும். முத்தமிழ் வேதம் இதற்காகத்தான் சதாசிவத் தத்துவத்தை *(76)* முழங்கி நிற்கிறது.

சிவமாதல் தான் வேதாந்த சித்தாந்தமாகும் *(2393)* என்பது இந்த மானுட முழுத்துவத்தின் பேரொளி நிலைக்குத்தான்! வேதாந்த சித்தாந்த சமரசநிலை எனும் கண்டுபிடிப்பையே இதற்காகத்தான் முக்கியமாகத் தொடங்கி வைக்கிறார் திருமூலர். ஆன்மீயச் சிந்தனையில் இது புரட்சிகரமானது. வேதாந்த சித்தாந்தங்களுக்குள்ளேயும் இதனால் ஓர் அத்துவிதப் பிணைப்பு நிலை - ஐக்கியம் கிடைக்கிறது. மதங்களை நீத்த யோக ஞானத்தில் சித்தம் சிவமாகிறது. சீவ துரியம் சிதாகாசத்தில்; இது பரதுரியத்துக்கு உயர்த்துகிறது. பரதுரியத்தையும் தாண்டிய ஓர் அப்பாலை நிலைக்கு சிவ துரியத்துக்கு இது இட்டுச் செல்கிறது. இதைத்தான் தாயுமானவர் பற்றிக் கொள்ளுகிறார்; பாடி மகிழ்கிறார்!

அத்வைத வஸ்துவைச் சொல்பிரகாசத் தனியை
  அருமறைகள் முரசு அறையவே
அறிவினுக்கு அறிவாகி, ஆனந்த மயமான ஆதியை
  அநாதி - ஏகத்
தத்துவச் சொரூபத்தை, மதசம்மதம் பெறாச்
  சாலம்ப ரகிதம் (பற்றுக் கோடு அற்றது) ஆன (பரிபூர.3)

சாசுவதத்தை என்று, சதாசிவத் தத்துவநிலையை - ஒரு முத்தமிழ் ஓசையை - முத்தமிழ் முழக்கத்தை (சிவதுரியநிலை) மதங்களைக்

கடந்த ஒரு மவுனத்தின் வைப்பாக (இருப்பாக) ஓர் உச்சத்தின் உச்சியில் கண்டு பாடுகிறார். அவர் கண்ட வேதாந்த சித்தாந்த மரபின் சமரசம் (பரிபூரண.8) இதுதான். இதனைத்தான்,

வாதம்இடும் சமயநெறிக்கு அரியதாகி
மவுனத்தோர் பால்வெளியாய், வயங்காநின்ற
ஜோதியை, என் உயிர்த்துணையைத்...
தொழுதல் செய்வாம் (பொருள் வணக்கம்.11)

என்கிறார்.

சொல்லும் சமயநெறிச் சுற்றுக்குள்ளே சுழலும்
அல்லல் ஒழிவது என்றைக்கு ஐயா! பராபரமே! (பராபர.305)

என்று வேண்டுகிறார்.

முற்ற முடிந்த இந்த முடிபான இந்தநிலையில் தான்,
சைவ முதலாம் அளவில் சமயமும் வகுத்து, மேல்
சமயம் கடந்த மோன சமரசம்
வகுத்த நீ! (சின்மயானந்த.4)

என்று முத்தாய்ப்பாகத் தாயுமானவர் பாடுகிறார். மத ஐக்கியங்களைத் தாண்டியதான சமயங்களை நீத்தபோதே சிவதுரியம் சித்திக்கும் என்பதைச் சீவன் - சிவமாதல் நிகழும் என்பதை அற்புதமாகப் பாடுகிறார். தூய சன்மார்க்கத்துக்கு 18 ஆம் நூற்றாண்டில், வள்ளலார் பெருமானுக்கு முன்பே அடி எடுத்துக் கொடுத்த நிலையில் இது அமைகிறது. சிவதுரிய நிலையில் ஓர் அகண்டாகார ஐக்கியம் (ஒன்றல்-கலத்தல் - தூய அத்துவிதமாதல்) நேர்கிறது. கடவுளர் அடி எடுத்துக் கொடுத்து வந்ததல்ல இந்த என்தமிழ்; தனது அறியாமை, அறிவு எனும் இருபகுதியால் ஈட்டிய தமிழ்; என் தமிழினுக்கு இன்னல் பகராது உலகம்! (சித்தர் கணப்பாட்டு:8) என்று தனது யோக - ஞான- சித்தாந்தத் தமிழின் அடையாளத்தையும் இங்குத் தெளிவுபடுத்துவர். திருமூலர் வழிவந்த ஒரு ஞானப்பாதையை 18 ஆம் நூற்றாண்டில் தமிழ் தந்த ஞானமாக உலகுக்குக் காட்டுகிறார். தாயுமானவரின் கவிதைத்தடம் இது; கட்டறுத்த மனம், கட்டறுத்த மானுடம், தூய சிவத்தில் கலப்பது குறித்த இந்த யோகத்தமிழ், ஓர் ஒளிமிக்க பாதையை, ஒளிசெய் மானுடத்துக்குத் தடம் காட்டுகிறது.

ஒளிசெய் மானுடம் என்பர் மணிவாசகர். மானுட வெற்றி என்பது தெய்வீகத்தின் சங்கமத்தில் உள்ளது. இறையருள் கூட்டுவிக்கவே இந்தக் கூடல் நிகழும்; பாசங்களால் மானுட வீழ்ச்சி, பாச நீக்கங்களால் மானுட மாட்சி; மனித்தப்பிறவி இதற்காகவே வேண்டப்படுகிறது; அப்பர் பெருமான் மனிதப் பிறவியை மதித்திடுமின்! என்றார்.

மனித்தப் பிறவியை முழுமைப்படுத்துவதற்கு தெய்வீகமாக்குவதற்கு மனிதப் பிறவியே கைகொடுக்கிறது. எனவேதான் இதனை மதித்திடு மின் என்றார்கள்.

தாயுமானவர்,

எண்ணரிய பிறவிதனில் மானிடப் பிறவிதான்
யாதினும் அரிது அரிது காண்!
இப்பிறவி தப்பினால் எப்பிறவி வாய்க்குமோ?
ஏது வருமோ? அறிகிலேன்
கண்ணகல் நிலத்துநான் உள்ளபொழுதே அருள்
ககன வட்டத்தில் நின்று
கால்ஊன்றி நின்றுபொழி ஆனந்த முகிலொடு
கலந்து மதிஅவசம் உறவே
பண்ணுவது நன்மை! இந்நிலை பதியுமட்டும்
பதியாய் இருந்த தேகப்
பவுரிகுலையாமலே கெளரி, குண்டலி, ஆயி
பண்ணவி, தண்ணருளினாலே
விண்ணிலவு மதி அமுதம் ஒழியாது பொழியவே
வேண்டுவேன்! உமது அடிமை நான்! (சித்தர் கணம்.4)

எனும் இப்பாட்டில் மனிதப்பிறவி குறித்த தமது மதிப்புமிகு பார்வை களைப் பதிவு செய்துள்ளார். மேலும் குண்டலினி யோகசித்தியால், அம்பிகை அருள்மூலம், சகஸ்ரகாரத்தில் உள்ள மதி அமுதம் பருகி நித்தியத்தை எட்டி (சாகாநிலை) வாழ்வேன். இது தேகம் இருத்தலால் அல்லவோ? மானுடப்பிறவி வாய்த்ததால் அல்லவோ? எனும் கருத்தில் பாடிய பாட்டு, இதே போல இன்னொரு இடத்திலும் மானுடம் குறித்த பார்வையைச் சுகர் முனிவர் மீது வைத்து, நித்திய வாழ்வுக்கான அருட்டுணை குறித்துப் பாடியுள்ளார்.

உடல், உடன் கூடி வாழும் இந்த வாழ்க்கையை எண்ணி நான் எப்போதும் அஞ்சிப் பயப்படுகிறவன்; வெந்நீர் பட்டுவிட்டால் கூட அச்சம்; முள்குத்தினால் கூடப்பயம்; இறைவா! என்னைக் கைவிட்டு விடாதே! உன் அருளால் நான் வாழ்கிறவன்! உடல் எடுத்தால், மரணம் எப்போது வரும்? இந்த உடல் எப்போது விழும்? இதற்கான ஒரு தீர்ப்பு நிச்சயம் உண்டு! என்பதை எல்லாம் அறிவேன்; இருந்தாலும்,

இறைஞ்சு சுகர் ஆதியான தொல் நீர்மையாளர்க்கு
மானுடம் வகுத்த அருள்துணை என்று நம்புகிறேன்.
(சுகவாரி.5)

என்னுமிடத்தில் சுகமுனிவர் முதலான தொல் நெறியாளர்க்குத் திருவருளே துணையிருந்து சாகாத நித்தியத்தை வழங்கியிருப்பதையும் அறிவேன் என்று பாடியிருப்பதை நோக்கும் போது என்றென்றும் வாழும் சாகாத அமர நிலையை இந்தத் தேகத்தை வைத்தே, யோக சித்தியால் எட்டமுடியும்; சன்மார்க்கிக்குச் சாவேது? என்னும் கருத்துப் படப் பாடியுள்ளமையை அறியலாம். உயிர் அகண்டாகார நிலையை (சிவதுரியத்தை) அடைகிறபோது இந்த அமரத்துவம் (பசுத்துவம் நீங்கிய பதித்துவம்) வாய்க்கிறது; உடல் உடன் கூடிய மனித வாழ்வு இதற்குத் தேவை!

சத்தமற மோனநில் பெற்றவர்கள்
உயர்வர் காண்!
சனகாதி துணிவு இது அன்றோ? (சச்சி.6)

எனும் இடத்தில் சனகாதித் தொன்னெறியாளர்களை வைத்துக் கல்லாலியப் பேற்றினை விளக்கியவர். அழியாத நித்தியத்துவத்தை மொழிவர்.

உள்ளம் பெருங்கோவில்! ஊன்உடம்பு ஆலயமாம்
வள்ளல் பிரானார்க்கு வாய் மணிக் கோபுரவாசல்
தெள்ளத் தெளிந்தார்க்குச் சீவன் சிவலிங்கம் - அப்பர்

மானுடர் யாக்கை வடிவு சிவலிங்கம்!
மானுடர் யாக்கை வடிவு சிதம்பரம்!
மானுடர் யாக்கை வடிவு சதாசிவம்!
மானுடர் யாக்கை வடிவு திருக்கூத்தே! (திருமந்.1726)

உடம்பை யோகி பதம் செய்து கொள்ளுகிறான்; மரணம் இலாப் பெருவாழ்வைக் கற்பூர தீபம் போன்ற பொன்னுடம்பால் ஆக்கிக் கொள்ளுகிறான். அப்போது பசு பதி ஆகிறது; பதி பசு ஆகிறது. தத்துவமசி புனித அத்துவிதம் எல்லாம் இந்நிகழ்வின் உயர் பேறுகளே! சிவதுரியத்தை மானுடம் எட்டுவதிலும், மானுடத்துக்குள் சிவதுரியம் கலப்பதிலும், ஒன்றுக்குள் ஒன்று வென்று நிற்பதைச் சன்மார்க்கம், சாட்சியாகத் தாயுமானவர் கண்ட கல்லாலியப் போதம் விளக்கி விளங்குகிறது. திருமூலர் மொழிந்த,

சீவன் எனச்சிவன் என்னவேறு இல்லை
சீவனார் சிவனாரை அறிகிலர்
சீவனார் சிவனாரை அறிந்தபின்
சீவனார் சிவனா யிட்டு இருப்பரே! (2017)

எனும் இத்திருப்பாட்டு அவர் மொழிந்த சிவமாதல் சித்தாந்த வேதாந்தம் எனும் சன்மார்க்கக் குரலில் மொழிந்ததற்கான அரிய வித்தக விளக்கம் ஆகும்! உயர்வற உயர்ந்த மானுடத்துக்கு இத்தகு ஆற்றல் உண்டு; வரம் உண்டு; தெய்வீக வாழ்வுண்டு. தாயுமானவத்தில் அநேக இடங்கள் இத்தத்துவத்தை விளக்கி நிற்கின்றன.

எங்கும் சிவன்! இரண்டற்று நிற்கின்றேன் (உடல் பொய் உறவு.66)
யான் எனல் காணேன்! பூரண நிறைவில் (சிவன் செயல்.10)
உன் நிலையும் என்நிலையும் ஒருநிலை (எங்கும் நிறை.11)
என்னைத் சேர்ந்து கலந்த
மெய்ஞ்ஞானத் தெய்வத்தை (பொன்னை.23)

நான் எனவும் நீ எனவும்
இருதன்மை நாடாமல் (ஆசை எனும்.32)

எனக்குள் நீ என்று
இயற்கையாய் (எந்நாட்.13)

நீயே நானென்று வந்து நிற்பேன்
பராபரமே! (பரா.107)

விளக்கும் தகளியையும் வேறு என்னார்; நின்னைத்
துளக்கம்அறச் சீவன் என்று சொல்வார் பராபரமே! (103)

பிறியாது உயிர்க்குயிராய்ப் பின்னம்அற ஓங்கும்
செறிவே அறிவே! சிவமே பராபரமே! (பரா.339)

நீயே நானென்று நினைப்பும் மறப்பும் அற (பரா.377)

ஆவிக்குள் ஆவி எனும் அற்புதனார் சிற்சுகம்தான்(பைங்கிளி.3)

மெய்யிற் சிவம் பிறக்க மேவும் இன்பம் (எந்நாட்.15)

தான்அவனாம் தன்மை எய்தித் தண்டமென அண்டமெங்கும்
ஞானமத யானை நடத்தும் நாள் எந்நாளோ? (எந்.14)

என்றும், இவை போன்ற இடங்களில் எல்லாம் சிவமாதல் சித்தாந்த வேதாந்தம் எனும் பூரண நிலையினைத் தாயுமானவர் மிகச்சிறப்பாக, எளிவந்த நிலையில் பாடியுள்ளார். ஜீவன் - சிவமான நிலையில்தான் பெரியபுராணத்தில், கண்ணப்பன் கண்ணைச் சிவனுக்கு அப்புகிறான். பசு பதி ஆன வரலாற்றில் அங்கே கண் அப்பும் பரிவர்த்தனை நடந்தேறுகிறது.

மானுடர் யாக்கை வடிவு சிவலிங்கம் (திருமந்.1726) ஆகும் போதுதான், சிவகோசரிக்கும் சிவபிரான் கண்ணப்பனைப் பற்றிச் சொல்லும் போது,

அவனுடைய வடிவெல்லாம் நம்பக்கல் அன்பு

என்றாங்குப் பாடிக் கண்ணப்பன் ஒப்பதோர் அன்பின்மையைச் சேக்கிழார் விரிவாக விளக்குவர். அகண்டாகார ஐக்கியத்தில், சிவதுரியத்தில், ஜீவ துரியம் சிவமாகும் பேற்றினைச் சேக்கிழார் மிக நுட்பமாக்கிப் பாடுவார். ஆக மானுடத்தின் நேர்த்தியில், சதாசிவக் கலப்பு ஒரு பரிபூரண நிலையைப் பெற்றுத் தருகிறது. ஒளிசெய் மானுடம் என்று மணிவாசகர் சூட்டிய மகுடமொழி சைவ சித்தாந்தத்தின் அடிநாதமாக ஒலிக்கிறது. மத்த மதகஜமாய் மானுடம் வீறுநடை போடுவதைத் தாயுமானவம் அரிய சித்திரமாக்கியுள்ளது.

5. ஒளிசெய் மானுடம்

வானத்தைக் கிள்ளிப் பதியம் போட முடியாது. அப்படிக் கிள்ளிப் பதியம் போட்டாலும் கூட ஒவ்வொரு பதியமும் வானாகி வளரும். அதுபோலத்தான் ஞானத்தைக் கிள்ளிப் பதியம் போடும் போதும் தத்துவ உலகமும் ஞானத்தால் விரிந்து விரிந்து அகண்டாகாரமாகி விடுகிறது. கடவுளுக்கு மட்டும் ஆதி அந்தம் இல்லை என்பார்கள். இது தத்துவ உலகுக்கும் பொருந்தும்! சிந்தனைகளுக்கு ஏது ஆதி, அந்தங்கள்! தத்துவ தீபங்களை எழுத்து, சொல், பொருள் என்று தமது கவிதைகளில் ஒவ்வொன்றிலும் ஏற்றி வைத்துக் கவிபாடுவதில் வல்லவர் தாயுமானவர். தமிழின் பக்தி இலக்கிய மரபிலும் சரி, தமிழுக்கான தத்துவ உலகிலும் சரி தனக்குவமை இல்லாத வகையில் செழுமைகளைத் தேடித்தேடிச் சேர்த்தவர் தாயுமானவர். செவ்விய மானுடம், செவ்விய ஆன்மீகம், செவ்விய தெய்வீகம் என்று பாடிப் பாடி, மானுட முழுமைக்கும் பற்பல அர்த்தமுள்ள கவிதைகளைச் செய்து தந்த வித்தகக்கவி, தத்துவச்சுடர் தாயுமானவர் என்பதில் இங்கு யாருக்கும் கருத்து வேறுபாடுகள் இருக்க முடியாது.

வாழ்ந்து வாழ்ந்து, நினைந்து நினைந்து வாழ்வுக்கான தேடலில் ஓர் உயர்ந்த மனிதனையும் கண்டு ஒப்பற்ற தெய்வத்தையும் உணர்ந்து, ஒவ்வொன்றின் பூரணத்துக்கும் சாயுச்சியம் கண்டவர்கள் தமிழர்கள். திணை நிலைச் சமூக அமைப்பில் தொல் பழங்காலம், சங்க காலம் இவற்றில் இயல்பான உலகியல் வாழ்வின் சிகரங்களைத் தொட்டுத் தொட்டு உயர்வானவற்றை எல்லாம் நினைந்து நினைந்து ஒப்பற்ற பண்பாட்டுவாழ்வு வாழ்ந்து வாழ்வின் அகத்தையும், புறத்தையும் விடாது ஆய்ந்து ஆய்ந்து, அகம் பாடிற்றே, புறம் பாடிற்றே, அறம் பாடிற்றே என்று ஒவ்வொன்றுக்கும் இலக்கிய இலக்கணங்கள் கண்டவர்கள் தமிழர்கள். அவர்தம் சிந்தனைத் தோற்றங்களை இந்த நீண்ட நாடே அறிந்தது, கற்றது; வாழ்வின் விழுமியங்களை எல்லாம் அவர்கள் வித்தும் கனியுமாகப் பெற்று வளர்த்தனர். இவற்றை வடமொழியில் புருஷாகாரங்கள் என்று போற்றினர். உறுதிப்பொருள்கள் என்று இவற்றைத் தமிழில் வழங்கினர்.

இன்பமும் பொருளும் அறனும் என்றாங்கு
அன்பொடு புணர்ந்த ஐந்திணை மருங்கில்
(தொல்.பொருள்.களவு.1)

என்று தம் அகத்தின் வாழ்வில், அன்பொடு புணர்ந்த ஐந்திணைக் களத்தில் கண்ட விழுமியங்களை மூன்றாகப் பகுத்துணர்ந்தனர். இன்பம், பொருள், அறம் என்ற முத்திற விழுமியங்கள், பண்டு முத்தமிழ் விழுமியங்களாக மொழியப் பெற்றன. தொல்காப்பியர் காலத்திலேயே பா வகைவிரி நான்கு *1.* ஆசிரியம், *2.* வஞ்சி, *3.* வெண்பா, *4.* கலிப்பா என்று சொல்லியவர் அடுத்து,

அந்நிலை மழுங்கின் அறம் முதல் ஆகிய
மும்முதற் பொருட்கும் உரிய என்ப

(தொல்.பொருள்.செய்யு.102)

என்றும் பாடி, அறம், பொருள், இன்பம் ஆகிய மூன்று பொருள்களும் இவ்வகை யாப்பினுள் அடங்கித் திகழும் என்று பாடியுள்ளார். களவியலில் இன்பமும், பொருளும், அறனும் என்று சொல்லிய மும்முதற் பொருளையும், செய்யுளியலில் வேறொரு சொல்லிய முறையால் அறம், பொருள், இன்பம் என்று மொழிந்துள்ளார். அகம், புறம் இரண்டும் கற்றுத்தந்த மூன்று விழுமியங்கள் தாம் பிறகு, அறம், பொருள் இன்பங்கள் ஆயின. இந்த மூன்றும் பிறகு காலப்போக்கில் வளர்ந்து கலந்து ஆன்மியத் தாக்குரவின் காரணங்களால் இலக்கியங்களில் வீடு (முக்தி - மோட்சம்) என்ற சிந்தனை விழுமியத்தையும் சேர்த்து நான்காகப் பேசின. ஒரு முழுமையான வாழ்வின் நான்கு விழுமியங்களாக இவை கருதப்பட்டுப் பின்னர்

அறம், பொருள், இன்பம், வீடு அடைதல்
நூற்பயனே! **(நன்னூல். பொதுப்பாயிரம்.10)**

என்று நூலினால் அடையும் பயன்கள் ஆக மொழியப் பெற்றன. தொல்காப்பியர் காலத்தின் இந்த மூன்று விழுமியங்கள் சங்க இலக்கியங்களிலும் *(புறம்.28;31; 141)* மூன்றாகப் பேணப் பெற்று, மொழியப் பெற்றதை அறிகிறோம். கால வளர்ச்சியில் புருஷார்த்தம், சதுர் வர்க்கம் ஆகப் பரிணமித்து விட்டது. சமய இலக்கியம் - காப்பிய இலக்கியங்களில் முக்தி என்பது பெரிதும் வற்புறுத்தப்பட்டது.

பல்லவர் காலத்து நேர்ந்த அரசியல் சமூக மாறுதல்கள், அக்காலத்தில் நேர்ந்த பண்பாட்டுக் கலப்புகள், வைதீகத்தின் தாக்குரவுகள் எல்லாம் மூன்றன் பகுதியாகத் தமிழில் வழங்கிய அறம், பொருள், இன்பம் ஆகியவற்றை நான்கு திறத்தனவாக வளர்ச்சி அடையச் செய்து விட்டன. தொல்காப்பியம், சங்க இலக்கியம், திருக்குறள் ஆகிய காலங்களில் எல்லாம் முத்திற உறுதிப்பொருள்களே முன்னைப் பழம் விழுமியங்களாய் வழங்கின. தமிழ்நாட்டில் வைதீக

சைவம் வைதீக வைணவங்கள் என்று மாறி வளர்ந்த சமயச் சூழலில் மோட்சமும் (வீடும்) மூன்றன் உறுதிப்பொருள்களோடு சேர்ந்து நான்காக வளர்ச்சி பெற்றுவிட்டது.

சைவவேடம்தான் நினைத்து ஐம்புலனும் அழிந்த சிந்தை
அந்தணாளர்க்கு
அறம் பொருள் இன்பம் வீடு
மொழிந்த வாயான் முக்கணாதி
                    (சம்பந்தர் : திருமுதுகுன்றத் தேவாரம்.575)

ஏரிசையும் வடவாலின் கீழ் இருந்து, அங்கு ஈர் இருவர்க்கு இரங்கி நின்று நேரிய நான்மறைப் பொருளை உரைத்து ஒளிசேர் நெறி அளித்தோன் நின்றகோவில்   (சம்பந்தர் திருவீழி.1416)

ஆலதன் கீழிருந்து நால்வர்க்கு
அறம் பொருள் வீடு இன்பம் ஆறங்கம்
வேதம் தெரித்தானை   (அப்பர் தேவாரம்.6905)

அன்று ஆலின் கீழ்
அறம் நால்வர்க்கு
அருள் புரிந்து   (சுந்தரர் தேவா.திருக்கடவூர்ப்பதிகம்)

கோதில் மாதவர் குழுவுடன் கேட்பக்
    கோல ஆலநிழல் கீழ் அறம்பகர
ஏதம் செய்தார் எய்திய இன்பம்
    யானும் கேட்டு நின் இணையடி அடைந்தேன்
            (சுந்தரர் தேவாரம் : திருநின்றியூர்ப் பதிகம்.6)

நன்றாக நால்வர்க்கும் நான்மறையின் உட்பொருளை
அன்றாலின் கீழிருந்து அங்கு
அறமுரைத்தான் காணேடி   (மணிவாசகர் : திருவாசகம்.270)

அருந்தவர்க்கு ஆலின் கீழ் அறம் முதல் நான்கினையும்
இருந்தவருக்கு அருளுமது, எனக்கறிய இயம்பேடி!
அருந்தவருக்கு அறமுதல் நான்கு அன்று அருளிச் செய்திலனேல்
திருந்தவருக்கு உலகியற்கை தெரியாகாண் சாழலோ!
                    (மணிவாசகர் திருவாசகம்.274)

என்றும், வைணவ இலக்கியங்களில் திவ்யப் பிரபந்தத்தில்

ஆலமர நீழல் அறம் நால்வர்க்கு அன்றுரைத்த
ஆலமர் கண்டத்து அரன்...
            (பொய்கை ஆழ்வார்.முதல் திருவந்தாதி.4)

முன்னம் திசைமுகனைத் தான்படைக்க - மற்றவனும்
முன்னம் படைத்தனன் நான்மறைகள் - அம்மறைதான்
மன்னும் அறம்பொருள் இன்பம் வீடென்று - உலகில்
நன்னெறி மேம்பட்டன நான்கு என்றே!

(திருமங்கை: பெரிய திருமடல்.10-11)

என்றும் புருஷார்த்தங்கள் பாடப்பெற்றுள்ளன. தமிழில் திரிவர்க்கம், சதுர்வர்க்கம் ஆன வளர்ச்சி பெற்ற வரலாறுகளை விரிவாகப் பல பேரறிஞர்கள் ஆராய்ந்துள்ளனர். சிறப்பாகப் பேராசிரியர் முனைவர் தி.முருகரத்தினம் தமது குறள் நெறி *(1979.பக்70-88)* என்னும் நூலிலும், பேரா. முனைவர் சோ.ந.கந்தசாமி தமது திருக்குறள் கூறும் உறுதிப்பொருள் *(2002: பக்.36-79)* எனும் நூலிலும் உறுதிப்பொருள்கள் எனும் நோக்கில் ஆராய்ந்துள்ளனர். திரிவர்க்கக் கோட்பாடே பழந்தமிழர் கொள்கையாகும். அதுவும் முறை வைப்பில் *1.* இன்பம், *2.* பொருள், *3.* அறம் எனும் முறைவைப்பினை விட உகந்தது அறம், பொருள், இன்பம் எனும் பால் வைப்பு முறையே என்று அரிய நுண்பொருள் ஆய்வினைத் திருக்குறளை வைத்து - அதன் பால் வைப்பு முறை குறித்து ஆராய்ந்துள்ளார் பேராசிரியர் மு.அண்ணாமலை. *(காண்க. வள்ளுவர் தனித்தன்மை 1979 பக்.26-36)* சுவையான - தமிழ்நெறிக்கேற்ற விதத்தில் இவரது ஆய்வு திகழ்கிறது. திருக்குறள் திரிவர்க்கக் கோட்பாட்டில் முகிழ்த்த முப்பால் நூல்; குறளுக்குப் பின்னைய தமிழ் இலக்கியத்தின் செல்நெறிகளில் ஆதிக்கம் செலுத்துவதில் வள்ளுவம் சிறப்பிடம் பெறும் நூல் ஆகும். முப்பாலுக்குள் நாற்பாலை (வீட்டையும் சேர்த்து) யும் சேர்த்து நுண்மையாகப்பாடியவர் வள்ளுவர் என்பது பரிமேலழகர் கருத்து. பல்லவர் காலத்துப் பண்பாட்டுக் கலப்பில்- வைதீகத் தாக்குரவில், வீடு பற்றிய கோட்பாடு தமிழ்நாட்டில் தனியான புதுச்சிந்தனை வளர்ச்சிக்கு வித்திட்டது. காப்பியங்கள், இலக்கணங்கள், உரைகள், பக்தி இலக்கியங்கள் என்று சதுர்வர்க்கச் சிந்தனை பலவாறும் பரவியது. சிந்தையும் மொழியும் செல்லா நிலைமைத்தாகிய வீடு பற்றிய சிந்தனை, துறவறம் பற்றிய நோக்கில் பேசப்பட்டது. மெய்ப்பொருள் காண்பவர்களின் ஓர் இலட்சிய தரிசனம் இது. ஞானத்தின் எல்லை!

அறம், பொருள், இன்பம் என்னும்போது நச்சினார்க்கினியர் கூறுமாறு அறத்தினால் பொருளீட்டி, அந்தப் பொருளினால் இன்பம் நுகர்வது சிறப்பு. இது இல்லறத்தில் நேரும் இன்பம். தொல்காப்பியர் இதனால் இன்பத்தை முதலில் கூறினார். அறனும் இன்பமும் பொருளால் பெறப்படுவது பற்றி நடுவில் வைத்துக் கூறினார். இதில் வாழ்வியல் குறித்த பார்வை இழையோடும். எல்லா உயிர்க்கும் இன்பம் என்பது தான் அமர்ந்து வரும் தன்மையுடையது என்பது தொல்காப்பியரின்

அடிப்படைக் கருத்து. அகம் சார்ந்த இந்த இன்பம், பக்தி இலக்கியங்களில் ஓர் இரசவாதம் பெற்று விடுகிறது. புறத்திற்குள் அறமும் பொருளும் அடங்கி விடுகிறது. அகம் சார்ந்த இன்பம் பேரின்ப மயமாதலில், உலகப்பற்று நீங்கியவனுக்கு மட்டும் வீடு - பேரின்பம் - மோட்சம் கிடைக்கிறது. அகம் - புறம் எனும் பகுப்புகளில் வாழ்வினை நடத்தியவர்கள் தமது காமம் சான்ற கடைக்கோள் நாட்களில் இல்லற இன்பங்களைத் துய்த்துக் களைந்து, நீத்த போது சிறந்தது பயிற்றல் - இந்த வாழ்வின் முழுமைக்குரிய விழுமியம் ஆகிறது. மனிதனுக்கான அந்த அடுத்து கட்டத்தின் நகர்வினைத் தொல்காப்பியர் தமிழியவழியில்,

காமஞ் சான்ற கடைக்கோட் காலை
ஏமம் சான்ற மக்களொடு துவன்றி
அறம்புரி சுற்றமொடு கிழவனும் கிழத்தியும்
சிறந்தது பயிற்றல் இறந்ததன் பயனே!

(தொல்.பொருள்.கற்பியல்.51)

என்று பாடியுள்ளார். வாழ்வின் முழுமையில் தென்படும் இந்த விழுயம் தான் பிறகு வீடு பேறாகப் பரிணமிக்கிறது. சிந்தனையின் நிறைவும், வாழ்வின் நிறைவும் இங்கே சங்கமிக்கின்றன. இதுதான் உலகத்து இயற்கை. மணிவாசகர் தமது திருவாசகத்தில் (274) அறம், பொருள், இன்பம், வீடு பற்றி மொழியும் போது தமிழிய இயல்பு-தமிழிய வாழ்வு சார்ந்த நோக்கிலேயே இதனை உலகியற்கை என்கிறார். மணிவாசகரின் அருமையான இந்த மதிப்பீடு, வாழ்வில் மானுடத்தின் முழுத்துவம் அல்லது பூரணம் குறித்த மதிப்பீடு! சிலப்பதிகாரத்தின் முடிவில் கூட இளங்கோ அடிகள் செல்லும் தேயத்துக்கு உறுதுணை தேடுமின்! என்று ஞானத்தின் நிறைவினுக்கு வீட்டினை ஆற்றுப்படுத்துகிறார். தமிழர் கண்ட மெய்யியல் தரிசனத்தில் வான் ஒரு குறியீடாகப் பின்னர் மெய்யியல் தத்துவச் சிந்தனைகளின் ஆதிக்கத்தில் கண்ட துரியம், துரியாதீதம், சாயுச்சியம் எல்லாமும் கூட சிறந்தது பயிற்றலுக்கான ஒரு படிமம் ஆகக் கருதப்பெற்ற சூழல் தோன்றுகிறது. மனித முழுமைக்கான ஓர் அடையாளம் தானோ அது, என்றும் நினைக்கத் தோன்றுகிறது.

சரியை, கிரியை, யோகம், ஞானம் என்று சித்தாந்தம் பேசும் செல் நெறிகள் கூட வாழ்வின் பூரணத்துக்கான படிநிலைகளே. சோபான முறைகளே! ஞானம் - ஞானத்தின் ஞானம் சிந்தை நிறைவடையவில்லை. இன்னும், அதையும் தாண்டுகிறது; துரியம்! தரிசனமாகிறது. அதையும் கடக்கிறது ஞானம் - அறிவு. ஜீவதுரியம், சிவதுரியம், பரதுரியம் என்று தாவித்தாவிப் பறக்கிறது. அந்த எல்லைக்கு அந்த வான் தாண்டிய வானுக்கு - சிந்தையும்மொழியும் செல்லா எல்லைக்கு மனிதனை நகர்த்துகிறது. மனிதமும் விரிகிறது. நீள்கிறது; உயர்கிறது;

வாமனம் திரிவிக்கிரம நிலைக்கு! தெய்வத்துக்கு மட்டுமா திரிவிக்கிரம நிலை ; மனிதனுக்கு அது! என்று நிச்சயிக்கும் போதுதான் வீடு அல்லது மோட்சம் பற்றிய தரிசனம் முழுமைபெறும். இகம் நிறையப் பரம் தொடுகின்ற இலட்சிய வாழ்வு; அதில் அடக்கமோ? அதுதானோ வீடு! அகத்தின் இல்லறம்; பரத்தில் ஒரு வீடாகிறதோ? என்றெல்லாம் எண்ணலாம்.

ஆகமம் ஒன்றில் இருந்து வருவது என்பர். அதாவது ஆண்டவனே மொழிந்து நமக்கு வந்து கிடைத்தது என்பர். அதுபோலவே தான் அறம், பொருள், இன்பம், வீடு எனும் விழுமியங்களை முக்கணான் (சிவன்) மொழிந்தான் என்கிறார் திருஞானசம்பந்தர். கல்லாலின் கீழிருந்து சிவபிரான் ஜனகாதி நால்வர்க்குப் புருஷார்த்தங்களையும், வேதம் அதன் ஆறு அங்கங்களையும் தெளிவித்தான் என்கிறார் அப்பர். சுந்தரர், மணிவாசகர் போன்றவர்களும் அப்படியே பாடியுள்ளார்கள். வைணவத்தில் பொய்கை ஆழ்வாரும் இதே கருத்தில் சிவன் மொழிந்ததாகவே பாடுகிறார். ஆனால் திருமங்கை மன்னன் மட்டும் சற்று வித்தியாசமாக நாரணன் நான்முகனைப் படைத்தான்; அந்த நான்முகன்தான் நான்மறைகளைப் படைத்தான்; அந்த நான்மறைகள் தாம் நமக்கு புருஷார்த்தங்கள் என்கிறார்.

மனித வாழ்வில் பண்பட்டுப் பண்பட்டு வாழ்வில் கண்ட இயல்பான ஞானங்கள் (அறிவு) அறம், பொருள், இன்பங்கள்! காலப்போக்கில் சமயஞானம் மிக்கபோது வீடும் (மோட்சமும்) சேர்ந்து நான்கு விழுமியங்கள் ஆயின, அறம், பொருள், இன்பம், வீடு (அல்லது) சரியை, கிரியை, யோகம் ஞானங்களால் பெற்ற அறம் உள்ளிட்ட நான்கு விழுமியங்களும் நான்மறைகள் அலலது நான்மறையின் உட்பொருள்கள் என்றும் இவற்றைக் கல்லாலின் கீழ்ப்போதித்தான் சிவன் என்றும், அவை உலகியற்கை என்றும், மணிவாசகரால் தெளிவு படுத்தப்பட்டுள்ளது. இதனை வைத்தே தமிழின் நான்மறைகள்-இந்தப் புருஷார்த்தங்கள் என்றும் மறைமலை அடிகள், கா.சு.பிள்ளை போன்றவர்கள் கருத்துரைத்துள்ளார்கள். அப்பரும் இதனை நுண்மையாகக் கூறியுள்ளார். அறம், பொருள், இன்பம், வீடு பற்றியும், வேதம், ஆறு அங்கங்கள் பற்றியும் தெரிவித்தான் சிவன் என்று விதந்து கூறியிருப்பதிலிருந்து இதனை அறியலாம். கல்லால் அடியில் உரைக்கப் பெற்ற உறுதிப் பொருள்கள் (நான்மறைகள் - மறைகளின் உட்பொருள்கள்) என்றதால் தென்முகக் கடவுள் குறிப்பும் இருப்பதால் இவை தமிழ்தந்த ஞானங்கள் அதாவது தென்னக உயிர்ப்புடையவை என்பதும் தெரியவரும்.

பண்பாட்டுச் சிந்தனைகளின் சிகரங்களான இந்தப் புருஷார்த்தம் எனப்படும் அறம், பொருள், இன்பம், வீடு எனும் நான்கும் மனித வாழ்வின் முக்கியப் பகுதிகள் ஆகி, இலக்கியங்களில் பேசப்பெறும் நூற்பயன் எனும் அளவுக்கு முக்கியத்துவம் பெற்றுவிட்டன. பாட்டுக்குப் பண்போல, இலக்கியங்களுக்கு இவை பாடுபொருள் அடிப்படைகள் ஆகிவிட்டன. சமய உலகில் இறைவனின் திருவருட் பயன் ஆகவே வீடு (மோட்சம்) கருதப்பெற்றது. அவன் அருள் எது எனில், அது வீடு என்னும் அளவிற்குப் புருஷார்த்தங்களின் உச்சி ஆகியது மோட்சம் பற்றிய சிந்தனை ஆக்கம்! பிறகு இந்து மதத்திற்கே இது ஒரு பொதுவான சிந்தனையாகி இந்த வீடுபற்றிய சிந்தனை ஆக்கம் பரவியது எனலாம். சைவ, வைணவங்கள் பெரிதாக இவற்றைப் பேணிக் கொண்டன.

> வீடுமின் முற்றவும்
> வீடு செய்து, உம் உயிர்
> வீடுடையான் இடை
> வீடு செய்ம்மினே! (நம்மாழ்.திருவாய்.1:2:1)

> பிணக்கற அறுவகைச் சமயமும் நெறி உள்ளி உரைத்த
> கணக்கறு நலத்தனன்; அந்தமில் ஆதி அம் பகவன்!
> வணக்குடைத் தவநெறி வழிநின்று, புறநெறி களைகட்டு
> உணக்குமின் பசையற! அவன்உடை உணர்வு கொண்டுணர்ந்தே!
> (நம்மாழ்.திருவாய்.1:3:5)

எனும் பாசுரங்களில் எல்லாம் நம்மாழ்வார். வீடுமின் முற்றவும், உணக்குமின் பசையற என்றெல்லாம் சொல்லி வீடு பற்றிய ஞானத்தினை அடைய வழி கூறுவார்; எல்லாம் வள்ளுவன் காட்டிய வழியில்தான்:

> பற்றுக பற்றற்றான் பற்றினை; அப்பற்றைப்
> பற்றுக பற்று விடற்கு (திருக்குறள்.350)

> தலைப்பட்டவர் தீரத்துறந்தார் (திருக்.348)

தீரத்துறந்தார் இது எத்தகைய நெடிய சிந்தனை! நம்மாழ்வாரின் வீடுமின் முற்றவும் இது குறளுக்கான ஒரு விரிவுரை அல்லவா? உணக்குமின் பசையற என்று நம்மாழ்வார் பற்று அறுதலுக்கான ஒரு வழி கூறுகிறார். பொதுவாக இல்லற சுகம் இனியது. அதை மடைமாற்றம் செய்தால் பெருஞ்சுகம்! துறவறம் எத்தனைக் கடுமையுடையது! உணக்குமின் பசையற என்பது துறவு; சுகங்களை இந்த இருவகையிலும் நீக்கும் போது பேரின்பம் - வீடு, மோட்சம்

எல்லாம் கிடைக்கிறது என்று சொல்லுகிறது ஒரு ஞானம்! உலகியலை விட்டு விட்டு - அதனின் அதனின் நீங்கி, ஐயங்களை எல்லாம் துறந்து-நீத்து வருகிற ஒருவனுக்கு மேல் உலகு - வான் - வீடு என்று சொல்லுகிற ஒன்று கையருகே கிடைக்கும் கனியாகி விடுகிறது. இன்பங்களைக் கடந்து கடந்து வருகிற ஒருவனுக்கு இறுதியில் உளதாகிறது ஓர் இன்பம்; மெய்யுணர்தல் என்பதே இதுதான் போலும்!

ஐயத்தின் நீங்கித் தெளிந்தார்க்கு வையத்தின்
வானம் நணியது உடைத்து (திருமந்.354)

எனும் குறள் தீட்டும் இந்த ஞானம் ஒப்பற்ற மாசறு காட்சியாகும்! இதுதான் செம்பொருள் காணும் அறிவு *(358)* என்கிறார் வள்ளுவர். மாணாப்பிறப்பு *(351)* இழிந்தது; மாண்புடைய பிறப்பு என்பது செம்பொருள் காணும் அறிவில் உளது என்கிறது வள்ளுவம். அறத்தாற்றின் இல்வாழ்க்கை ஆற்றிக் காமஞ்சான்ற கடைக்கோட் காலையில் புரிந்து கொள்ளுகிற ஞானமாக இந்த வீடு பற்றிய சிந்தனை திகழ்கிறது. தமது முப்பாலுக்குள்ளேயே ஓர் அப்பாலுக்கு அப்பாலான இந்தச் சிந்தனையைத் தேக்கி வைத்தவர் வள்ளுவர்.

ஆரா இயற்கை அவாநீப்பின் அந்நிலையே
பேரா இயற்கை தரும் (திருக்.370)

என்று எத்தனை அழகாக வள்ளுவன் இந்தப் பேரா இயற்கையை (வீட்டை பேரின்பத்தை) பேசி விடுகிறான். இதனைத்தான் பின்னர் உலகியற்கை (திருவாசகம்.274) என்கிறார் மணிவாசகர். மெய்ஞ்ஞானம் உலகியல் வீட்டைத் துறக்கச் சொல்லுகிறது; மோட்ச வீட்டை விடமுடியாத வீடு என்கிறது.

✧ ஆதிசங்கரரை ஒத்த முற்றிய ஞானிகள் வீட்டினைப் (மோட்சத்தை) பெரிதினும் பெரிதாகப் பேசுகின்றனர்.

எத்தவத்தாலோ கிடைத்தற்கரிய மனுஷ்யதேகம் பெற்றுச்
சுருதியின் அர்த்தங்களை அறிவதற்கு ஏதுவான
புருஷத்துவ மடைந்தும் அசத்தான தேகாதிகளில் அபிமானத்தால்
தன்மயமான சாசுவத மோட்சத்தை அடைதற்கு எத்தனம்
செய்யாத மூடன் ஆத்மஹத்தி (தற்கொலை) செய்தவன் ஆவான்;
தன் இதத்தை நாடாத அவனினும் மூடாத்மா எவன் இருக்கின்றனன்
ஈசுவரானுக்கிரக காரணமாய் அருமையான மனுஷ்யத்துவம்,
முமுட்சுத்துவம், மகாத்மாக்களின் சங்கம் என்னும் இம்மூன்றும்
கிடைக்கின் மோட்சமடைய இதுவே போதும்
(சங்கரரின் விவேக சூடாமணி, இரமண மகரிஷி மொழிகளில், ப.7, 1931)

எனும் ஆதிசங்கரரின் கருத்துக்களைத் தமக்கே உரிய மொழிகளில் இரமண மகரிஷி இங்கு மொழிந்திருப்பதில் மோட்சத்தைத் தேடாதவன் மூடன்; அத்தகையவன் தற்கொலை செய்து கொள்ளுகிறான்; முமுட்சுத்துவம், மனுஷ்யத்துவம், மகாத்மாக்களின் சங்கமம் இம்மூன்றன் சிறப்பினை மோட்சத்தால் அடையும் போது எட்டும் பூரணத்துவத்தைப் பெறுவதே சிறப்பு என்பதை இதனால் அறியலாம்.

தாயுமானவர் தம் கவிதை இலக்குகளில் இந்த மானுட முழுத்துவத்துக்கே முக்கியம் தருகிறார். அங்கு இங்கு எனாதபடி அவர் கவிதைகளில் இந்த முழுத்துவத்திற்கான குரல்களே ஒலிக்கின்றன. கல்ஆலின் நிழலில் இந்த முழுத்துவம் எல்லாமும் ஒலிக்கின்றன. கல் ஆலின் நிழலில் இந்த முழுத்துவம் எல்லாமும் நிறைந்திருப்பதை ஒருபடிமம் போலப் பாடியுள்ளார். மானுடமும் தெய்வீகமும் மாறிப் புகுந்து ஒவ்வொன்றும் நிறைவெய்தும் முழுத்துவம் பெறும் பேரின்பத்தைப் பேரா இயற்கையைக் கல்லால் நிழலில் காட்டிட அருளுகிறார்; ஒரு சின்முத்திரையில் தமது கவிமுத்திரையைப் பதித்திருக்கிறார். ஓர் அகண்டாகாரப் பள்ளியினை அதில் தரிசிக்கலாம்.

கல்லாத அறிவும் மேல் கேளாத கேள்வியும்
    கருணை சிறிதும் ஏதுமிலாக்
காட்சியும், கொலை களவுகள் காமம் மாட்சியாக்
    காதலித்திடும் நெஞ்சமும்
பொல்லாத பொய்மொழியும் அல்லாது நன்மைகள்
    பொருந்து குணம் ஏதும் அறியேன்
புருஷர் வடிவு ஆனதே அல்லாது கனவிலும்
    புருஷார்த்தம் ஏதும் இல்லேன்
எல்லாம் அறிந்தநீ அறியாதது அன்று ; எனக்கு
    எவ்வண்ணம் உய்வண்ணமோ?
இருளை இருள் என்றவர்க்கு ஒளிதாரகம்! பெறும்
    எனக்கு நின் அருள்தாரகம்!
வல்லான் எனும் பெயர் உனக்கு உள்ளதே! இந்த
    வஞ்சகனை ஆள நினையாய்!
மந்த்ர குருவே! யோக தந்த்ர குருவே! மூலன்
    மரபில்வரு மௌன குருவே! (6)

எனும் பாட்டில், தான் புருஷ வடிவம் பெற்றுள்ளேனே தவிர, கனவிலும் கூட புருஷார்த்தம் ஏதும் இலேன் என்று தன்னைக் கல்லாதவன், பொல்லாதவன், வஞ்சகன், கருணை சிறிதும் இல்லாதவன், கொலை, களவு, கள்காமம் பெரிதாக நினைந்து இச்சித்த சிறியேன், தன்னை எப்படியும் நீ ஆட்கொள்ள வேண்டும் என்றும் தனக்கு அவன்அருளே

தாரகம் என்றும் இருளுக்கு ஒளிதாரகம் (குறிக்கோள்) போல நினைக்கின்றேன் என்றும் தன்னை எப்படியும் ஆட்கொள்ளவேண்டும் என்றும் மூலன் மரபில் வருமெனன குருவிடம் (கல்லால் நிழலில் அருளும் யோக குரு) வேண்டுகிறார் தாயுமானவர். இஃது ஓர் அரிய பாட்டு, உயிர் கூவும் முறையீடு இதில் தெரியும்.

எத்தனை பெரிய வித்தகக் கவிஞன், எத்தனை பெரிய தத்துவத்திலகன், தமது கவிதைகளில் எல்லாம் ஒளியினைக் குவித்து வைத்திருக்கும் அருளாளன், தம்மை மிகவும் தாழ்த்திக் கொண்டு வாழ்வின் விழுமியங்களை, உறுதிப்பொருள்களைப் புருஷார்த்தங்களை ஏதும் அறியாதவன் என்று கூறிக்கொண்டு, தனக்கு எவ்வண்ணம் உய்வண்ணமோ? என்று ஏங்குகிறார் என்றால் புருஷார்த்தச் சிந்தனைகளைப் பற்றி எந்த அளவுக்கு அவர் உயர்வாக உணர்ந்தவர் என்று நினைக்க வேண்டும்! தன்னை ஆட்கொண்டவனிடம் (மோனகுரு) தனக்கான உய்வண்ணத்திற்கு ஏங்கி முறையிடுகின்ற அழுகை, கூவல், விம்மல்களை எல்லாம் கொட்டி வைத்திருக்கிற பாட்டு இது. இருளுக்கு ஒளிதாரகம்! தனக்கு அவன் அருளே தாரகம் என்று அழுத்தம் தந்து பாடிய பாட்டு, எல்லாம் உயிர்களுக்கும் கூட இஃது ஒரு பொதுப்பாட்டு,

எல்லாரும் இன்புற்று இருக்க நினைப்பதுவே
அல்லாமல் வேறு ஒன்று
அறியாதவர் (பராபரக்.221)

தாயுமானவர். இது தாயுமானவர்க்கான தனித்த அடையாளம் காட்டும் பராபரக் கண்ணி! எல்லோரும் இன்புற்று இருக்கவே தாயுமானவம் நம்மைக் கல்லால் அடிக்கீழ் கொண்டு நிறுத்துகிறது. மோன முத்திரையால் ஞானமும் - வானமும் காட்டும் தென்பால் உகந்த தென்முகக் கடவுளின் முன்னர் இந்த மானுடத்தை நிறுத்தி, மானுடத்தின் உய்வண்ணத்துக்கு ஆக, அவனது அருளே தாரகம் என்று வேண்டும்போது பெறும் தெய்வீகச் சங்கமம், அந்தக் கல்லால் அடிக்கீழ்தான் திகழ்கிறது என்பதையே தாயுமானவரின் தாரகங்கள் எனலாம். அந்த வகையில் தான் உயிர்களின் உய்வண்ணத்திற்கு ஆகக் **குருவருள் பேற்றில்** வீடுபேறு வேண்டும் தாயுமானவரைத் தரிசிக்க முடிகிறது; கட்டறுத்த உயிர், முற்றவும் நீத்த உயிர், கல்லால் அடியைத் தன்னை ஒத்த அணைந்தவர்களோடு அணைகிற நிலை(திருக்கூட்டத்தில்) காட்டப்பெறுகிறது. சித்தாந்தத்தின் முக்தி முதலோடு ஜீவன் சேர்கிறது. ஒளியின் தாரகத்தில் உயிர் அணைகிறது. அரிய தத்துவச் சார்பு இதில் விளங்குகிறது. மாசில் வீணை, மாலை மதியம், வீசு தென்றல், வீங்கிள வேனில் எல்லாமும், கல்லால் அடி ஈசன் இணையடி நீழலில் சங்கமித்துக்

கிடக்கின்றன. சிறுமான் ஏந்தி தன் சேவடிக்கீழ் இறுமாந்து கிடக்கும் உயிர்த்தொகுதிகளைக் கல்லால்அடிப் புனைவு எதிர் ஒலிக்கிறது.

என்னது யான் என்னல் அற்றோர்
எங்கிருந்து பார்க்கினும் நின்
சன்னதி ஆம்!
நீ பெரிய சாமி பராபரமே!			(216)

என்னும் பாட்டுக் குறிப்பில் காணும் சன்னிதிதான் கல்லால்அடி! அதில் பொலியும் பூரணம் தான் தென்முகக்கடவுள் பெரியசாமி! ஏன் அவன் பெரியசாமி? எல்லா உயிர்க்கும் பேரின்பம் வழங்குகிறானே அதனால்தான்! யோகமும் ஞானமும் ஒன்றிய மூர்த்தி! தென்பால் கண்ட தென்முகக் கடவுள்! இவ்வளவு விரிவான சிந்தனைகளின் அறிவாலயம் தான் - அகண்டாகாரப் பள்ளிதான் கல்லால் அடி. இந்தப் படிமத்தின் உயிர்ப்புச் சுருதி தாயுமானவம் முழுவதிலும் ஒலிக்கிறது; கல்லால் அடியில் தென்பாலியம் தத்துவ உயிர்ப்பாய்ச் சுடர் விடுகிறது.

கல்லால் சிவத்தைத் தேவார மூவர்கள், மணிவாசகப் பெருந்தகை எல்லோரும் பாடியுள்ளார்கள். நால்வகை உறுதிப் பொருள்களையும் நால்வர்க்கு உணர்த்திய சிவபிரான் என்ற போற்றி மொழிகளாக மட்டும் அவை இருப்பதாக நினைத்து விடக்கூடாது. இறைவன் வாலறிவன் என்று அறிவுநிலையில் தொழப்படுகிறவன் (குறள்.2) வினையின் நீங்கி விளங்கிய அறிவன் என்பார் தொல்காப்பியர் (தொல்.மரபியல் 96). சுத்த அறிவே சிவம் என்று கூறும் சுருதிகள் என்பான் பாரதி. பண்பாட்டு முதிர்ச்சியினைக் கண்ட ஒரு சமூகத்தின் இறை பற்றிய இந்தப் பார்வை கல்லால் அடிச் சிவனுருவின் மூலம் சிறப்பாகக் காணப்பெற்றுள்ளது. சரியை, கிரியை, யோக, ஞானங்களால் அப்பாலுக்கு அப்பாலாய் அவனைத் தேடுவதிலும், அகநோக்கில், உள்ளத்துக்குள்ளேயே யோகச் செவ்வியால், ஞானத்தால் தேடும்போது உள்ளுக்குள், ஒரு துரியம், துரியாதீதத்தை உயர்வுள்ளிய மானுடம் கண்டு கொள்கிறது. அறம், பொருள், இன்பம், வீடு என்னும் நான்கு புருஷார்த்தங்களையும், நான்மறையின் உட்பொருள்களாகக் (தமிழ் மறைகள்) கருதி அதனைச் சின்முத்திரையாய்ப், பேசா அனுபூதி நிலையில் இவற்றைச் சொல்லாமல் சொல்லி உணர்த்துகிறான் என்றனர்; ஒரு ஞானம் தேடுகிறது. இன்னொரு பெரிய ஞானம் தன் அருளை வழங்கும் விதத்தில் அதனோடு கூடுகிறது. இந்த ஒன்றல் - ஐக்கியம் - பெரும்பேறு கல்லால்அடிச் சிவ தரிசனத்தில் சித்திக்கிறது. இந்த அறிவுக் கலப்பில் அருள் - புணர்ப்பில் ஓர் ஒளிசேர் நெறி கைகூடுகிறது. இது வெறும் ஒரு தொன்மம் அல்லது ஞானப்படிமம் என்று வெறுமனே பார்க்காமல், தொன்மத்துக்குள் உறைந்திருக்கும் ஆழ்ந்த உட்பொருளை நேரிய மறைபொருளாக நோக்கும் போது தெளிவுபெறும்.

திருமுதுகுன்றப் பதிகத்தில் திருஞானசம்பந்தர்,

சுழிந்த கங்கை தோய்ந்த திங்கள் தொல்அரா
நல்லிதழி,
சழிந்த சென்னிச் சைவ வேடம்தான் நினைத்து,
ஐம்புலனும்,
அழிந்த சிந்தை அந்தணாளர்க்கு அறம், பொருள், இன்பம்
வீடு,
மொழிந்த வாயான் முக்கணாதி, மேயது
முதுகுன்றே! (தேவாரம்.575)

என்று பாடியிருப்பதில் புருடார்த்தங்களை ஓதிய வாயான், முக்கண்ணாதி என்று பாடுவதோடு அவனது சைவவேடம் நினைந்து, ஐந்து புலன்களையும் அழித்துக் கொண்ட சிந்தனையாளர், அந்தணாளர் என்று பிரம்மாவின் மக்கள் ஜனகாதி நால்வரைப் பாடிய திறம் ஆழ்ந்து சிந்திப்பதற்குரியது. சைவ வேடப் பொலிவழகு திருநெறிய தமிழ்நெறி போற்றும் அறிவுத்திருக்கோலம்! கல்லாலடிக்கே உரிய சித்தாந்த முத்தி முதலின் கோலம். இதனைத் தமது நோக்கரிய நோக்கால், நுண்ணறிவால் முதுகுன்றப் பதிகத்தில் பாடியவர், திருவீழிமிழலையில்,

ஏரிசையும் வடவாலின் கீழ் இருந்து அங்கு
ஈர் இருவர்க்கு இரங்கி நின்று
நேரிய நான்மறைப் பொருளை உரைத்து ஒளிசேர்
நெறிஅளித்தோன் நின்ற கோயில்...
மிழலையாமே! (தேவாரம்.1416)

என்று பாடுவார். இதனால் நேரிய நான்மறைப் பொருளை (அறம், பொருள், இன்பம், வீடு) உரைத்து ஒளிசேர் நெறி அளித்தோன் என்று பாடும் போது சைவநெறி - திருநெறி - தேடும் ஒளிசேர்நெறி என்னும் உன்னத நிலையை அற்புதமாக அளிக்கும் கல்லால் அடிக்கோலத்தை மொழிந்துள்ளார். கனியும் ஞானசம்பந்தரின் இந்தப்பாட்டில் கனிந்த அவர் திருமொழி இந்த உட்குறிப்பைத் தெளிவுபடுத்தும்.

திருவாசகத்தில், மணிவாசகர் பாடும் போது

நன்றாக நால்வர்க்கும் நான்மறையின் உட்பொருளை
அன்றாலின் கீழ் இருந்து அங்கு அறமுரைத்தான் காணேடி
(திருவாச.270)

என்று பொதுவாகச் சுட்டியவர், நான்மறைச் சுட்டுக்கு விளக்கம் தருவார் போல,

அருந்தவருக்கு ஆலின்கீழ் அறம் முதலா நான்கினையும்
இருந்தவர்க்கு அருளுமது எனக்கறிய இயம்பேடி!
(திருவாசகம்.274)

என்று பாடி, எனக்கறிய இயம்பு என்று வேண்டுபவர், உலகுக்கு அறிய இயம்பு என்பது போல் பாடிவிட்டு அதனை உலகியற்கை என்று தெளிவுபடுத்துகிறார். நால்வர்க்கான இந்த ஞானக்கல்வியினைத் திருப்பெருந்துறையில் குதிரை வாங்கப்போன தன்னை இடைமறித்துத் தெருவில் ஊர், உலகம் எலாம் அறியத் தடுத்தாண்டு, தன்னையே தந்த அருட்டிறத்தைத் திருவாசகத்தில் பற்பல இடங்களில் எல்லாம் உயிர் உருகப் பாடியுள்ளார்.

கேட்டாயோ தோழி! கிறிசெய்த வாறு ஒருவன்
தீட்டார் மதில்புடைசூழ் தென்னன் பெருந்துறையான்
காட்டாதென எல்லாம் காட்டிச் சிவம் காட்டித்
தாள் தாமரை காட்டித் தன் கருணைத் தேன்காட்டி
நாட்டார் நகை செய்ய, நாம்மேலை வீடு எய்த
ஆள்தான் கொண்டாண்டவா! பாடுதும் காண் அம்மானாய்!

(திருவாசகம்.180)

எனும் இந்த அம்மானைப் பாட்டில் காட்டாதன எல்லாம் காட்டிச் சிவம் காட்டி என்று பாடியிருப்பதன் ஆழம் - நுட்பம் - அகலம் எல்லாம் சிந்திப்பதற்குரியன. சம்பந்தர் பாட்டில் சைவ வேடம் நினைந்த நால்வர்க்குச் சிவவேடப் பொலிவுகாட்டி, ஆட்கொண்ட கல்லாலடிச் சிவக்கோலம் தெரியவரும். இங்கும் மணிவாசகர் தமது பாட்டில் காட்டாதன எல்லாம் காட்டிச் சிவம் காட்டும் தரிசன நுட்பத்தைப் பாடியருளியுள்ளார். சிவம் காட்டும் தரிசனத்தில் உள்ள நுட்பத்தை எல்லாம் மணிவாசகர் தம் மணிவாக்கால்,

நாட்டார்கள் விழித்திருப்ப, ஞாலத்துள்ளே
நாயினுக்குத் தவிசிட்டு, நாயினேற்கே
காட்டாதன எல்லாம் காட்டிப் பின்னும்
கேளாதன எல்லாம் கேட்பித்து என்னை
மீட்டேயும் பிறவாமல் காத்தாட் கொண்டான்!
எம்பெருமான் செய்திட்ட விச்சை தானே

(திருவாசகம்.32)

என்று பாடி விட்டு, அந்த விச்சைதான் (வித்தை) எது என்பதையும் பின்வருமாறு பாடுவார்.

விச்சைதான் இது ஒப்பது உண்டோ? கேட்கின்
மிகுகாதல் அடியார்தம் அடியனாக்கி
அச்சம் தீர்த்து ஆட்கொண்டான், அமுதம் ஊறி
அகம் நெகவே புகுந்தாண்டான் அன்புகூர! (திருவாச.33)

தேவர்கோன் அறியாத தேவதேவன்
 செழும்பொழில்கள் பயந்து காத்து அழிக்கும் மற்றை
மூவர்கோனாய்நின்ற முதல்வன்! மூர்த்தி
 மூதாதை மாதாளும் பாகத்து எந்தை
யாவர்கோன் என்னையும் வந்து ஆண்டு கொண்டான்
 யாமார்க்கும் குடி அல்லோம்! யாதும் அஞ்சோம்
மேவினோம் அவன் அடியார் அடியாரோடும்!

(திருவாசகம்.34)

என்று சைவ சித்தாந்தத்தின் முடிந்த முடிவு நோக்கான அணைந்தோர் தன்மையைப்பாடும் மெய்கண்டாரின் பன்னிரண்டாம் நூற்பாவுக்கு ஆன சிந்தனை முதலை, மணிவாசகரே சிறப்பாக இங்கு வழங்கியுள்ளார். கல்லாலடி வழங்கும் ஞான போதங்களைப் பெருந்துறை வீதியிலேயே தனித்த மணிவாசகர் பொருட்டு அருளிய கருணைத்திறம் வேறு நாயன்மார் வரலாறுகளில் காணக்கிடைக்காது; எனக்கறிய இயம்பேடி என்று கேட்டவர்க்குச் சிவம் காட்டிக் காட்டாதன காட்டி, தான் காட்டி, கேட்காதன எல்லாம் கேட்பிக்க வைத்த, வித்தைதான். அந்த ஞானவித்தை! சைவத்தின் அறிவு வித்தை! கல்லால வித்தை! எல்லையிலாத சிவபிரானின் கருணை வித்தை! அஞ்செழுத்தின் புணை பிடித்துக் கிடப்பவர்க்குக் கிடைக்கும் வித்தை! அடியவரை ஆட்கொண்டு அவர் உள்ளே புகுந்து கலக்கும் விச்சை மால் அமுதப் பெருங்கடல் வித்தை அல்லவா அது!

மாறிலாத மாக்கருணை வெள்ளமே!
 வந்து முந்தி நின்மலர் கொள் தாள்இணை
வேறிலாப் பதப்பரிசு பெற்ற நின்
 மெய்மை அன்பர் உன்மெய்மை மேவினார்
ஈறிலாத நீ எளியை யாகி வந்து
 ஒளிசெய் மானுடமாக நோக்கியும்
கீறிலாத நெஞ்சுடைய நாயினேன்
 கடையனாயினேன்! பட்ட கீழ்மையே! (திருவாசகம்.95)

என்னும் இத்திருச்சதகப் பாட்டு அற்புதமான பாட்டு. எளிவந்து தன் பதப்பரிசை (திருவடிப்பரிசை : சிவபோதப்பதத்தை) அருளித் தன்னை ஒளிசெய் மானுடமாக்கிய அந்த உத்தமனே நான் நினைக்குமாறு நினைக்கவில்லை. மெய்மை அடியவர்கள் எல்லோரும் சிவனது மெய்மையினை மேவினார்கள்; (சித்தம் சிவமாகி) நானோ கீழ் அடியேனாய்க் கிடக்கிறேன் என்று நொந்து கொள்ளும் பாட்டில் அந்தச் சிவவிச்சை (வித்தை) மானுடத்தை ஒளிசெய் மானுடமாக்குகிறது என்று உணர்த்திப் போயுள்ளார். சம்பந்தரும் இதனை ஒளிசேர் நெறி

என்றார். மானுடமும் சிவமும் ஒரு முழுத்துவத்திற்காகத் தம்மைப் பரிமாறிக் கொள்ளும் சங்கமவித்தை இது. தென்முகக் கடவுளின் திருக்குறிப்பு ஞானம், **பதப்பரிசு.** இதுபோல மணிவாசகர்க்குப் பிறகு (900 ஆண்டுகளுக்குப்பிறகு) தாயுமானவர்க்கு மட்டுமே கிடைக்கிறது. மூலன் மரபில் வரும் மோனகுரு அருள்தான் அதுவும்; அந்த **மூலன் மரபு** அருளையே கல்லாலடிப் பதப்பரிசாகத் தாயுமானவம் செம்மையுறப் பாடியிருக்கிறது! ஒரு திருவாசக நீர்மை தாயுமானவத்தின் உள்ளே பாயும் ஒரு சிவகங்கையாய் ஓடி விளங்குகிறது. சித்தாந்த முத்திமுதலின் செழுமைப்பனுவல்தான் தாயுமானவம் என்பதில் எள்ளளவும் ஐயமில்லை!

இன்னம் பிறப்பதற்கு இடம் என்னின்
இவ்வுடலம் இறவாது இருப்ப மூலத்து
எழும் அங்கி, அமிர்து ஒழுகும் மதி மண்டலத்தில் உற
என் அம்மை குண்டலினிபால்
பின்னம் பிறக்காது சேய் என வளர்த்திடப்
பேயேனை நல்க வேண்டும்!
பிறவாத நெறி எனக்கு உண்டு என்னின் இம்மையே
பேசு கற்பூர தீபம்
மின்னும் படிக்கு அகண்டாகார அன்னைபால்
வினையேனை ஒப்புவித்து
வீட்டுநெறி கூட்டிடுதல் மிகவும் நன்று! இவையன்றி
விவகாரம் உண்டு என்னிலோ
தன்னம் தனிச் சிறியேன் ஆற்றிலேன்; போற்றி வளர்
சன்மார்க்க முத்தி முதலே!
சர்வ பரிபூரண அகண்ட தத்துவம் ஆன
சச்சிதானந்த சிவமே! (9)

எனும் அற்புதமான பாட்டில் தமது உள்ளத்துணர்ச்சிகளை எல்லாம் கொட்டிப் புலப்படுத்தியுள்ளார். முடிவான புருஷார்த்தத்தை - வீடு பேற்றை அடைவதற்கான வேட்கையினைத் தெளிவாக வெளிப் படுத்தியுள்ளார். குண்டலினி யோகத்தால் இறவாத உடலம் பெற வேண்டும்; மதி மண்டலத்தின் அமிர்தத்தைப் பருகிட வேண்டும் பேயான தன்னைச் சேய்போல வளர்க்க வேண்டும்; பிறவாத நெறி வேண்டும்; இப்பிறப்பிலேயே கற்பூரதீபம் போல் மின்னும் ஒளியுடம்பு வேண்டும்; அகண்டாகார அன்னையிடம் பாழும் வினைகள் உடையவனை ஒப்புவித்து வீட்டுநெறி கூட்டிட வேண்டும்; பந்த பாசங்கள் எனும் விவகாரங்கள் உண்டென்றால், தன்னம் தனியான யான் என்செய்வேன்; ஆற்றிட மாட்டேன்; சன்மார்க்க முத்திமுதலே! சச்சிதானந்த சிவமே! என்று முறையிடும் பாட்டாகும் இது. மேலும்,

கைத்தலம் விளங்கும் ஒரு நெல்லிஅம் கனி எனக்
கண்ட வேதாகமத்தின் காட்சி புருஷார்த்தம்!
அதில் மாட்சி பெறும் முக்தி! **(சச்சிதான்.7)**

என்று முக்திக்கும், புருஷார்த்தத்திற்கும் அரிய விளக்கம் தருவார் தாயுமானவர். புருஷார்த்தங்களில் வீடுபேறு தான் தலையாது; வீடு பேறோ சொல் கடந்த மோனநிலை; சமாதி நிலைகளால் எல்லாம் கூடும் நிலை! ஆராய்ச்சிகளால் எந்தப் பலனும் இல்லை; மோனம் யுக்திக்கும் ஆராய்ச்சிகளுக்கும் அப்பாற்பட்டது; சந்தை நூல் ஆராய்ச்சிகள் இதற்கு உதவா; நூலேணி கொண்டுவிண் ஏற முடியுமா? வாசக ஞானங்களால் எல்லாம் வராது சுகம்! ஆடு தின்னும் தழைபோலக் கற்றகல்வியும், கேட்ட ஞானமும். இதற்கு உதவாது என்றெல்லாம் பல இடங்களில் தாயுமானவர் பாடியுள்ளார். முடிவான மோனத்துக்குத் தென்முகக் கடவுளையே நாடுகிறார் *(சிற்சுகோதயம்.10)* ஆகார புவனம் - சிதம்பர ரகசியப் பாட்டுப்பகுதியில் தாயுமானவத்தின் இந்த ரகசியம் பேசப்பட்டுள்ளது. மோன குரு உணர்த்திய ஞானங்கள் யாவும் கூறப்பெற்றுள்ளன. *(ஆகார.17;18;19;20)* பாட்டின் தத்துவக் கொடுமுடிகளை வித்தாரமாகப் பேசுகிற பகுதி அது. பேசாமையைப் பேசுகிற பகுதி. அனுபூதிகளை அம்பலம் ஆக்கிப் பாடுகிறபகுதி; நிர்க்குணம், நிட்டை, பேசாமை, இன்னும் மவுனங்களின் சன்னிதியாய் விளங்கும் பகுதி; அது ஆனால் அது ஆவர் (தத்துவமசி) அதுவே சொல்லும் அற்புதப் பாடல்களின் அலங்கல்! ஆல் அடியின் பரமகுருவை அமர வைத்துப் பாடும் அழகு, அகண்டிதாகார ஐக்கியத்தைப் பாடும் நேர்த்தி, எல்லாம் இப்பகுதியின் சொல் வண்ணங்களாய்ச் சுடர்கின்றன. மானுடம் கல்லால் அடியில் சங்கமிக்கும் உன்னதமான - உயரிய ஐக்கியத்தினை இந்தப் பகுதியில் தரிசிக்க முடியும்! தாயுமானவத்தின் உயிர்ப்பே இதுதான்! கல்லாலியத்தின் ஞானபீடமே இதுதான்! தென்பாலியத்தின் சின்முத்திரைப் பள்ளியும் இதுதான்!

குருவடிவ மூர்த்தம் அறிவின் மூர்த்தமாகும்! மணிவாசகர்க்குக் கிட்டியது போன்றே தாயுமானவர்க்கும் இந்த அருட்பேறு கிடைக்கிறது. தாயுமானவத்தின் பெரும்பாலான பாடல்களிலும் குருவடிவச் சித்திரமே - கல்லால்அடிக் கடவுட்காட்சியே புனையப் பெற்றுள்ளது. அறிவு வடிவில் ஆண்டவன் சித்திரம் என்பது நிர்க்குண வயப்பட்டது. தாயுமானவர் மெய்யான சன்மார்க்கியாகப் பாடும் போது இறை பற்றிய நிர்க்குணப் புனைவுகளே அவர்க்கு இயல்பாகி உள்ளன. புனைய இயலாத புனைவுகளாக அவரிடம் இவை திகழ்கின்றன. உயிரின் ஐக்கியம் இறையோடு என்பதுதான் அவரது பாட்டுச் சுருதி. கல்லால் அடிக்கடவுட் காட்சியில் தத்துவமசி,

அத்துவிதம் - சுத்தாத்துவிதம் பற்றிய தத்துவச் சிந்தனைகள் ஒளியுடன் முழுமை பெறுகின்றன. யோகமும், ஞானமும் கூடிய அந்தப் பெரிய பதி மூர்த்தத்தில் பேசா அனுபூதிச் சின்மயம்; சும்மா இரு சொல்லற நிற்றல், நீ - நான் அற்ற நிட்டை நிலை, எல்லாம் கூடிய அற்புதமான இறை - உயிர்க்கூடல்கள் எல்லாம் ஒருசேர வாய்த்து விடுகின்றன. உயிரின் யோகம் என்பது அதில் பரிபூரணமாகிறது. மூலன் மரபில் வருமோனகுருச் சித்திரத்தின் பெட்டகமே தாயுமானவம்!

தன்மயம், சுபாவம், தண்ணருள் வடிவம், சார்ந்த
மின்மயமான அண்டவெளி உருவான பூர்த்தி
என்மயம் எனக்குக் காட்டாது எனை அபகரிக்கவந்த
சின்மய அகண்டாகாரம் தட்சணாதிக்க மூர்த்தம்
(ஆசை எனும்.33)

இதுதான் தாயுமானவர் தீட்டிய தென்முகக் கடவுளின் சித்திரம். இதில்தான் மூலன் மரபில் வரும் மோன குருவையும் பாடி இரண்டற்றதாக ஆக்கிவிடுகிறார் தாயுமானவர். இது அவர் தீட்டும் பாட்டின் அற்புத ரகசியம். மூலன் மரபில் தென்னகத்தின் சைவச் சிந்தனை மரபு - சித்தாந்த மரபு அடங்கியுள்ளது.

கல்லால் நிழல் மலை, வில்லார் அருளிய
பொல்லார் இணைமலர், நல்லார் புனைவர் - மெய்கண்டாரின்

இந்தப் பாட்டின் நுட்பத்தை அறிந்தே தாயுமானவ நல்லாரும் வழுவாமல் இதனைப் போற்றிப் புனைந்துள்ளார். இன்னொரு முக்கியம். தாயுமானவர் தட்சணாமூர்த்தியின் மூர்த்தத்தில் ஓர் அகண்டாகார ஐக்கியத்தைத் தரிசிக்கிறார். மனிதனைத் தெய்வம் அணைத்துக் கொள்ளும் அரிய உறவு - யோக உறவு அதில் அடங்கியிருப்பதை உணர்ந்த ஞானங்களின் சுகவாரிப் பாடல்களாகவே தாயுமானவத்தைப் படைத்துள்ளார். பேதமற்ற போதநிலை அவற்றில் ஒளிவிடுகிறது.

நான் எனவும் நீ எனவும் இருதன்மை நாடாமல் நடுவே சும்மா
தானமரும் நிலைஇதுவே சத்தியம் சத்தியமென, நீ தமியனேற்கு
மோன குருவாகியும் கைகாட்டினையே! திரும்பவும் நான்
முளைத்துத் தோன்றி
மானமத மார்க்கம் புரிந்து இங்கு அலைந்தேன்! பரந்தேனே!
வஞ்சனேனே! (ஆசை எனும்.32)

எனும் இதில் தென்முகக் கடவுட் கோலம் சொல்லும் சின்மய ரகசியத்தை - அனுபூதி நுட்பத்தைத் தாயுமானவர் விளக்குவர். ஐம்புலனும் அழிந்த ஆன்மா, கட்டுக்களை எல்லாம் தொலைத்து

விட்ட ஆன்மா, நான் அற்ற ஆன்மா பக்குவத்தின் உச்சியில் வாலறிவனோடு ஐக்கியம் கொள்கிற போது,

நான் எனவும் நீ எனவும் இருதன்மை நாடாமல்
நடுவே சும்மா
தான் அமர்ந்து சத்தியம் - சத்தியம் என்கிறானாம் மோனகுரு!

உயிர்களுக்குள் பேதமற்ற நிலையைக் கண்டவனுக்குத் தனக்கும் அவனுக்கும் பேதமில்லை என்கிறானாம்.

மோனகுரு! சத்தியம் புகன்று சாதிக்கிறானாம். சைவத்தின் இந்தச் சுத்தாத்துவிதம் புனித அத்துவிதநிலை, கல்லால் அடி நிழலிலேயே சித்திக்கிறது என்பதானல்தான் தென்பால் உகந்த தென்முகக் கடவுளைத் தமது தத்துவப் பனுவலில் அங்கங்கும் சித்திரம் தீட்டியுள்ளார். இதுவும் தாயுமானவத்தின் தோள் கண்டார் தோளே கண்டார் நிலைதான்! தாள் கண்டார் தாளே கண்டார் நிலைதான்! ஐக்கிய அனுபவங்களை - அனுபவிக்கும் நிலைதான் சொல்லரிய நிட்டைநிலை; மோனநிலை; ஞான நிலை! தாயுமானவரின் தத்துவ நுட்பத்தை யாவரே முடியக் கண்டார்? என்றுதான் உண்மையாகக் கூறவேண்டும்.

கல்லேனும் ஐய! ஒரு காலத்தில் உருகும் என்
கல்நெஞ்சம் உருகவில்லையே! எனும் பாட்டில்
சொல்லால் முழக்கிலோ சுகமில்லை! மௌனியாய்ச்
சும்மா இருக்க அருளாய்!
சுத்த நிர்க்குணமான பரதெய்வம்!
பரஞ்சோதியே! சுகவாரியே! (சுகவாரி.3)

என்று அவர் பாடியிருப்பதில் மோனத்துக்கான ஒரு முத்திரை அழகினையும் சேர்த்தே பாடுவார். அவர் கண்ட மோனம், நிட்டை, முக்தி, மவுனபூமி எல்லாம் கல்லால் அடி தந்த ஞானங்கள்!

நீ அற்ற அந்நிலையே நிட்டை (உடல்.பொய்.53)

தூய மவுன பூமியில் நான் இல்லை
என நின்ற இடம் (உடல், பொய்.68)

மவுனத்தினால் முக்தி சாதிக்கலாம் (பாயப்புலி.13)

எனும் வரிகளில் தமது ஆழ்ந்த அனுபவங்களைப் பொட்டு வைப்பது போலப் பாடி விளக்கியுள்ளார். தான் தனது அற்றுப் போகிற போது நிட்டை கூடுகிறது; இந்த நிட்டை நிலையே ஒரு நிர்க்குணநிலை இந்த நிர்க்குண நிலையிலேயே ஒரு நிர்க்குணமானவனின் தரிசனம் -

ஐக்கியப்பேறு வாய்க்கிறது. இது சுத்தாத்துவிதத்திற்கான ஒரு சூத்திரம் போலத் திகழ்கிறது. இதுதான் வேதாகமத்தின் புருஷார்த்தக் காட்சி; ஞானம் விளைக்கும் வீடு பற்றிய காட்சி! ஒளிசெய் மானுடக்காட்சி! அத்துவிதப் பெரும்பேறு என்பதும் இதுதான்!

அறிந்த அறிவெல்லாம் அறிவன்றி இல்லை
மறிந்த மனமற்ற மவுனம் - செறிந்திடவே
நாட்டினான் ஆனந்த நாட்டில் குடிவாழ்க்கை
கூட்டினான் மோனகுரு **(உடல்பொய்.76)**

எனும் அழகிய வெண்பா ஆனந்த நாட்டின் குடிவாழ்க்கையை - வீட்டு வாழ்க்கையைப் பாடும். பக்தி இலக்கியங்கள் - பொதுவாகத் தோத்திர நோக்குகளில் தில்லைச் சிற்றம்பலத்தைப் படிமமாக்கிப் பாடியுள்ளன; தில்லை நடராசப் பெருமான் போற்றி வாழ்முதலாகப் பாடப் பெறுகிறான். சாத்திர இலக்கியங்களில் முற்று முழுதுமான சித்தாந்த முத்தி முதலாகத் தென்முகக்கடவுளை மையமாக வைத்துக் கல்லால்அடிக்கடவுள் குருவடிவில் போற்றப் பெறுகிறான். தில்லைமன்றின் பெருவெளியில் பல்வேறு மதமார்க்கங்களின் குறுகிய பார்வைகள் தொலைந்து, சிற்றம்பல வெளியில் ஒரு பொதுவெளியைத் தரிசனமாக்கிக் காட்டித் தாயுமானவரும் பாடியுள்ளார். ஆனாலும் அவரது பாடித்தீராத காதல் - பக்தி - எல்லாம் கல்லால் அடித் தட்சணாமூர்த்திக் குருவினையே தலைசிறந்த இலக்காக்கிப் பாடியுள்ளன. தாயுமானவரிடம் இதனைச் சிறப்பாக நோக்க முடியும். தாயுமானவத்தில் பரசிவக் குருவணக்கப் போற்றிகள் - கல்லால் அடித் துதிகள் தோத்திரத்துக்குத் தோத்திரமாகச், சாத்திரங்கட்குச் சாத்திரமாகப் பாடப்பெற்றுள்ள சீர்மையினை ஆராய முடியும். 18 ஆம்நூற்றாண்டில் திருநெறிய தமிழ், தமிழியங்கள் அறியப்படாத பொய்நடைமிக்க அரசியல் - சமூகச் சூழலில், தமிழ் முழுதறிய - சைவம் முழுதறியத் தமது அருளிப் பாடல்களைக் கல்லாலியத் தமிழாக்கித் தத்துவச் சிகரத்தைச் சிங்காசனமாக்கி அமரவைத்த பெருமை தாயுமானவர்க் குண்டு! அவரது ஒவ்வொரு கவிதையும் சைவத்தமிழ் - தோத்திரச் சாத்திரத் தமிழ் - தத்துவத் தமிழுக்கான சிம்மாசனங்கள் என்றால் இது புகழ்ச்சியில்லை. தமது உள்ளம் கவர் கள்வனாகக் கல்லால் அடிக்கடவுளையே விதவிதமாகப் பல்வேறு கவிதைப் பகுதிகளிலும் பாடியுள்ளார். பக்தியும், யோகமும், ஞானமும் பழுத்துக் கனிந்த கவிதைகள் தாயுமானவரின் கவிதைகள். தெய்வீகம் மானுடத்தை ஒளிசெய் மானுடமாக்கி, மானுடத்தில் தெய்வீகம் மணந்து ஒளிர்வதைக் காட்டுவதற்காகக் பாடப்பெற்ற அருளிப் பாடல்கள். ஒரு நிறைவின் பொலிவில் பேரொளியில் முழுத்துவமும், உன்னதமும் ஒளியும்

கூடியிருப்பதை தமது படைப்பாகக் காட்டுவதற்கு எழுந்த தத்துவக்கனிகள்; உலக இலக்கியங்களைக் கற்றுத் தேர்ந்த பேரறிஞர் சி.வி.இராமசாமி அய்யர் தாயுமானவத்தைப் படித்துப் பார்த்து மயங்கிப் போய்ப் பின்வருமாறு மதிப்பிட்டு எழுதுவர். தாயுமானவரின் கவிதைகளை உலகத்தரங்களோடு ஒப்பிடுவர்.

"தாயுமானவரின் பாடல்களில் சைவ சித்தாந்த நுட்பங்கள் தெளிவாகக் காணப்படுகின்றன. இவருடைய பாடல்கள் பக்திச்சுவை நிறைந்தவையாக இருக்கின்றன; இராமேசுவரத்தில் உள்ள சக்தி மூர்த்தமாகிய மலைவளர் காதலியைப் போற்றும் பாடல்கள் தமிழ்க் கவிதையின் சிகரங்களில் ஒன்றாகும். தாயுமானவர் சிவனை அகண்ட சச்சிதானந்த சிவம் என்றும், மதங்களுக்கு அதீதமாய் உளது என்றும் கூறும் பொழுது 'பரை என்னும் கிரணம் சூழ் பானு' என்று சிறப்பித்துக் கூறுகிறார். பக்திச் சுவை நிரம்பிய வேறு ஒரு வரிசைப் பாடல்களில் இவர் தில்லையில் உள்ள சிற்சபையில் நடைபெறும் நடராசருடைய பிரபஞ்சக்கூத்து, இறைவனுடைய லீலா விசேஷங்களையும், அதன் காரணமாக இறுதியில் ஏற்படும் ஆன்ம விமோசனங்களையும் குறிப்பிடுவதாகக் கூறுகிறார்".

எந்த எந்த விதமாக உணர்ச்சி ததும்பும் பாடல்களை இயற்ற முடியுமோ அந்தந்த விதமாக எல்லாம் தாயுமானவர் இயற்றி இருக்கிறார் என்று கூறலாம். இவருடைய சமயக் கருத்துக்களின் சாரம் முழுவதையும், தாதர் பாடல் உருவத்தில் அமைந்துள்ள, இவருடைய ஆனந்தக் களிப்பு எனும் பாடலில் காணலாம். இதைக் கிறிஸ்துவ வேதநூலில் உள்ள சாலமனுடைய பாடலிலும்; ஐஸேயாவினுடைய பாடலிலும்; கீத கோவிந்தத்திலும், நாயன்மார், ஆழ்வார்கள் பலருடைய பாடல்களிலும் காணலாம். தாயுமானவர் தமது ஆனந்தக்களிப்பில், ஆன்மாவைக் காதலியாகவும் ஆண்டவனைக் காதலனாகவும் வருணிக்கிறார். ஆன்மாவானது விருப்பு வெறுப்பையும் நான், எனது என்பவற்றையும் அறவே துறந்துவிட்டு இறைவனுடன் ஐக்கியம் ஆகின்றது. அப்படி ஆகும்போது ஆன்மா தான் அடைந்துவிட்ட பேரின்பத்தை ஆடியும் பாடியும் வெளியிடுவதே ஆனந்தக் களிப்பு! இந்தப் பாடலிலே பக்தி யோகமும், ஞான யோகமும் சேர்ந்து ஒன்றாவது இறைவனைக் குருவாக அடைந்து, ஞான தீட்சை பெற்று இன்ப வாழ்வு பெறும் ஆன்மாவின் வரலாறும் சித்தரிக்கப்பட்டுள்ளன. *(கலைக்களஞ்சியம் - தொகுதி, 5, 1958, பக்.581-582)* தாயுமானவத் தமிழை உலகம் கற்க வேண்டும். தத்துவங்களைக் கற்பார், *தாயுமானவத்தைக் கற்றறிதலால் உயிரும் உள்ளமும் உய்யும்! உலகும் உய்யும்!*

தத்துவ ஆழங்கள் நிறைந்த தாயுமானவரின் கவிதைகள் ஜெர்மன் மொழியில் அரிதாகப் போற்றி மொழி பெயர்க்கப்பட்டுள்ளதாகவும் அறிகிறோம். கிழக்கு ஜெர்மனியின் ஒரு பல்கலைக்கழகத்தில் தமிழ் கற்பித்து வரும் திரு.லேமன் என்பவர், இந்த மொழி பெயர்ப்பினைச் செய்தவர் என்று சேவியர் தனிநாயக அடிகள் குறிப்பிடுகிறார். (தமிழ்த்தூது.ப.125, 1962) இங்ஙனம் தாயுமானவரின் தத்துவத் தமிழோசை உலகமெலாம் பரவியிருப்பதில் நமக்கு எல்லாம் மகிழ்ச்சி! மேலும் அது பரவ வேண்டும் என்பதும் தீராத விழைவு!

சிந்தை அறநில்! என்று சும்மா இருத்தி, மேல்
சின்மயானந்த வெள்ளம்
தேக்கித் திளைத்து நான் அதுவாய் இருக்க நீ
செய் சித்ரம் மிக நன்று காண்!
எந்தை வட ஆல் பரமகுரு வாழ்க! வாழ அருளிய
நந்தி மரபு வாழ்க!
என்று அடியர் மனம் மகிழ வேத ஆகமத் துணிபு
இரண்டில்லை ஒன்று என்னவே
வந்த குருவே! வீறு சிவஞான சித்தி நெறி
மௌன உபதேச குருவே!
மந்த்ர குருவே! யோக தந்த்ர குருவே!
மூலன் மரபில் வருமௌன குருவே! (மௌனகுரு.2)

தாயுமானவரின் உள்ளக்கிடக்கையை இந்தத் திருப்பாட்டு இனிதாக மொழிகிறது. நான் அதுவாய் இருக்க நீ செய் சித்திரம் மிக நன்று காண்! இதுதான் கல்லாலியத்தின் அரிய ஆன்மியச் செய்தி. தாயுமானவத்தின் காட்சி! மானுடத்தை முழுமை ஆக்கும் போது தெய்வீகமாக அது பொலிகிறது. ஒளிசெய் மானுடத்தின் தரிசனம் ஒப்பற்ற அந்தப் பேரொளியில் திகழ்கிறது. தெய்வீக வாழ்வின் உறுதிப்பொருள் ஒரு மானுட வாழ்வின் முழுமை என்பதுதான் என்று சித்தம் மகிழ்கிறது. ஒளிசெய் மானுடம் என்பதும் அதுதானே!

எல்லாரும் இன்புற்று இருக்க நினைப்பதுவே,
அல்லாமல் வேறு ஒன்று அறியேன் பராபரமே!.

நிறைவாக

தாயுமானவர் தமிழ்க்கவிஞர்களில் தலையாய இடம் பெற்றவர். அவரது தத்துவச் சாரத்தியம், கவி ஆளுமைகள் எல்லாம் தனித்தன்மைகள் கொண்டவை. பக்தி இலக்கிய நோக்கிலும் சரி, வேதாந்த - சித்தாந்த தத்துவ நோக்குகளிலும் சரி அவரும் ஓர் எல்லை ஒன்று இன்மையைக் கண்டவர். மகாகவி பாரதியிடம் அவர் ஒரு தனித்த தாக்கத்தை ஏற்படுத்திய காரணத்தினால்தான், கம்பனை, இளங்கோவை, திருவள்ளுவனை உலகினுக்கு அடையாளம் காட்டியதுபோலத் தாயுமானவரையும் அடையாளம் காட்டிப் பாடியுள்ளார். எல்லை ஒன்று இன்மையைக் கம்பனிடம் தரிசித்தது போலச் சிலப்பதிகாரச் செய்யுளைக் கருதி இளங்கோவை நேசித்தது போலத் திருக்குறளின் உறுதியைக் கருதி உலகினுக்கே அவனைத் தந்தமை பற்றி எல்லாம் வியந்து தம் தமிழ்நெஞ்சு உவப்பப் பாடியது போலத் தாயுமானவர்க்கும் ஒரு பாட்டுப்பாடித் தள்ளரிய அவனது தமிழ்ஞானபீடத்தை நிறுவுகிறார். தமிழ் உலகம் என்றும் மறக்கக்கூடாத வகையில் ஒப்பற்ற பாட்டினைப் பாடுகிறார்.

என்றும் இருக்க உளங்கொண்டாய்
  இன்பத் தமிழுக்கு இலக்கியமாய்!
இன்றும் இருத்தல் செய்கின்றாய்
  இறவாய்! தமிழோடு இருப்பாய்நீ!
ஒன்று பொருள் அஃது இன்பமென
  உணர்ந்தாய்! தாயுமானவனே!
நின்ற பரத்து மாத்திரமோ?
  நில்லா இகத்தும் நிற்பாய் நீ!

தாயுமானவத்தின் உயிர்ப்பை உள்வாங்கிக் கொண்டு பாடிய பாட்டிது! நின்றபரம்; நில்லா இகம்; என்றும் இருக்க உளம் கொண்டாய் இன்பத் தமிழுக்கு இலக்கியமாய்; ஒன்று பொருள் அஃது இன்பம்; இன்றும் இருத்தல் செய்கின்றாய் - இறவாய் தமிழோடு இருப்பாய்; நில்லா இகத்தும் நிற்பாய்! வைரங்களில் செதுக்கிய வார்த்தைகளால் வார்த்த திருப்பாட்டு. தாயுமானவரை எப்படி எப்படி எல்லாம் பார்த்திருக்கிறார் பாரதி! எப்படி எப்படி எல்லாம் தரிசித்து வாழ்த்தியிருக்கிறார்! என்றும் இருத்தல் Eternity குறித்துத்தான் தம் கவிதைகளில் எல்லாம் தாயுமானவர் ஆழமாகப் பாடியுள்ளார்!. மானுடத்தின் அழிவற்ற

அமரநிலைக்குத்தான் அவரது பாட்டுக்கள் யாவும்; கட்டற்ற மனிதன் தெய்வத்தோடு கலந்து - சீவன் - சிவமாகிய நிலையில் அவனுக்கு அழிவேது? மானுடம் ஒளிசெய் மானுடமாகிய பிறகு என்றும் இருத்தலை, எட்ட முடியும் என்பதற்கான பாட்டுச் சித்திரங்களைத்தான் தாயுமானவர் தமது கவிதைகளில் தொடர்ந்து தீட்டியுள்ளார்; அதனால் தான் இன்பத் தமிழுக்கு அவர் இலக்கியமாகி இன்றும் வாழ்கின்றார். நில்லா இகமும் கூட அவருக்கு நின்ற பரமாகி விடுகிறது; என்றுமுள தமிழோடு, இறவாத கவிஞனாய் இன்றும் இருக்கின்றார் தாயுமானவர் என்று பாடியுள்ள நுட்பங்களில் உயர்ந்த அவரது தாயுமானவ தரிசனத்தை நாம் காண வேண்டும்.

அரிய தத்துவத் தமிழ்க்கொடையை தாயுமானவர் தமிழுக்குத் தந்துள்ள விதம் குறித்து இந்நூல் தனது சின்ன விழிகளால் ஓர் ஆகாயம் அளக்கப் பார்த்துள்ளது; முடிந்திருக்குமா என்பது கேள்வி தான்! இருந்தாலும் தாயுமானவரைத் தேடித் தேடி இளைத்திருப்பதைக் காணலாமே! ஒரு கவியின் தரிசனம் என்பது எத்தனை ஆச்சரியத்துக் குரியது அரியது.

மானுட முழுத்துவம் தெய்வீகத்தில்! அமரத்துவம், அழியாநிலை யாவும் அதில் தான்,

மலர்மிசை ஏகினான் மாணடி சேர்ந்தார்
நிலமிசை நீடுவாழ் வார் (திருக்குறள்.3)

என்று இந்த அழியாப் பேரின்ப வாழ்வு குறித்தே, மாணடி சேர்ந்தார் நிலமிசை நீடுவாழ்வார் என்று திருவள்ளுவன் நீள நினைந்து பாடியுள்ளார். இதைத்தான் பாரதி, தாயுமானவரைக் குறிப்பிடும் போது, நின்ற பரத்து மாத்திரமோ? நில்லா இகத்தும் நிற்பாய்! என்று என்றுமுள தமிழ் தந்த ஞானங்களின் தடத்தில் வாழ்த்துகிறார். நிலமிசை நீடுவாழ்தல் என்பது இது தானோ? இது எத்தனை அரியது! ஒன்றா உலகம் - இருந்தாலும் பெறவேண்டியது பொன்றாப் புகழ். இவையும் வள்ளுவத்தின் இனிய குரல்கள்! என்றும் இருத்தலுக்குத் தான் தொடர்ந்து தமிழ்ஞானம் வழிகாட்டியிருக்கிறது. இந்தத் தத்துவத் தமிழோசை தாயுமானவத்திலும் தொடர்ந்து ஒலித்துக் கொண்டே இருக்கிறது.

நெஞ்சகமே கோயில்! நினைவே சுகந்தம்! அன்பே
மஞ்சனநீர் பூசை கொள்ள வாராய்! (பராபர. 151)

துணைநூல்கள்

இலக்கண - இலக்கியங்கள், திருமுறைகள் - சாத்திரங்கள்

தொல்காப்பியம் மூலம், *1981*, நியூ செஞ்சுரி புக் ஹவுஸ் பிரைவேட் லிமிடெட், சென்னை

நன்னூல் மூலம், *1964*, ஆறுமுக நாவலர் வி.அச்சகம், சென்னை

பத்துப்பாட்டு மூலமும் நச்சினார்க்கினியர் உரையும், *1931*, உ.வே.சாமிநாதையர் பதிப்பு, கேசரி அச்சுக்கூடம், சென்னை.

எட்டுத்தொகை : அகநானூறு, மர்ரே இராஜம் பதிப்பு, *1958*, சென்னை.

எட்டுத்தொகை : புறநானூறு, மர்ரே இராஜம் பதிப்பு, *1958*, சென்னை.

திருக்குறள் இயல்புரை, முனைவர் இரா.சாரங்கபாணி, தமிழன்னை பதிப்பகம், அ.நகர், *1998*.

திருமந்திரம் மூலம், காசி மடத்துப் பதிப்பு, *1951*, திருப்பனந்தாள், பூம்புகார்ப் பதிப்பகம் பதிப்பு, சென்னை - *18*, *2004*.

தேவாரத் திருப்பதிகங்கள், பேரா.அ.ச.ஞானசம்பந்தன், அடங்கல் முறை, கங்கை வெளியீடு, சென்னை - *17*

நாலாயிர திவ்யப் பிரபந்தம், எஸ்.வையாபுரிப் பிள்ளை, (ப.ஆ) மர்ரே இராஜம் பதிப்பு, *1956*, சென்னை.

கம்பராமாயணம், கிட்கிந்தா காண்டம், மர்ரே இராஜம் பதிப்பு, *1958*, சென்னை.

திருத்தொண்டர் புராணம், *1950*, சைவ சித்தாந்த மகாசமாஜப் பதிப்பு, சென்னை.

ஸ்ரீ தாயுமான சுவாமிகள் பாடல் திரட்டு, பி.இரத்தின நாயகர் அண்ட் சன்ஸ், பதிப்பு, சென்னை-*1*, *1949*.

தாயுமான சுவாமிகள் அருளிச் செய்த திருப்பாடல் திரட்டு, ஆறுமுக நாவலர் பதிப்பு, நள வருடம் வைகாசி, எட்டாம் பதிப்பு.

ஸ்ரீ தாயுமான சுவாமிகள் திருப்பாடல் திரட்டு மூலமும், நூதன உரையும், பதிப்பு விபரம் இல்லை. இருப்பினும், *1877*, பழம் பதிப்பு.

தாயுமான சுவாமிகள் திருப்பாடல் திரட்டு மூலமும், பூவை. கலியாண சுந்தர முதலியார் மெய்கண்ட விருத்தி உரையும், 4 ஆம் பதிப்பு வெளியீடு, பி.இரத்தின நாயகர் அண்ட் சன்ஸ், பதிப்பு, சென்னை. 1922.

பாரதியார் கவிதைகள், பூம்புகார்ப் பதிப்பகம், சென்னை - 18, 2008

திருவருட்பா, இராமலிங்க அடிகள், ஆறாம் திருமுறை, ஊரன் அடிகள், சமரச சன்மார்க்க ஆராய்ச்சி நிலையம், வடலூர் - 1981.

பிற பார்வை நூல்கள்

டாக்டர் எஸ்.இராதாகிருஷ்ணன், **இந்தியப் பெருமக்கள் நால்வர்** (The Great Indians), V.S.V. இராகவன் (மொ.பெ.ஆ), ந.பழனியப்பன் (ப.ஆ), வள்ளுவர் பண்ணை, சென்னை - 35

ஸ்ரீ அரவிந்தர், சுபாஷ் (மொ.பெ), **இந்தியாவைப் பற்றி** (க.தொகுப்பு), அரவிந்தர் செயல் இயக்க வெளியீடு, 1974.

கலாநிதி நா.சுப்ரமணியன், **இந்தியச் சிந்தனை மரபு,** சவுத் ஏசியன்ஸ் புக்ஸ், சென்னை - 2, 1993

கி.லெட்சுமணன், **இந்தியத் தத்துவ ஞானம்,** பழனியப்பா பிரதர்ஸ் வெளியீடு, திருச்சி - 1987.

இராஜயோகி ஸ்ரீ சுந்தரம், **இராஜயோகம்,** முதற்பாகம், தி யோகா பப்ளிஷிங் ஹவுஸ், பெங்களூரு - 560051, மூன்றாம் பதிப்பு - 1991.

அறிஞர் மீ.ப.சோமு, **சித்தர் இலக்கியம், பகுதி** 1, அண்ணாமலைப் பல்கலைக்கழக வெளியீடு, 1988.

முதுபெரும் அறிஞர் அருணை வடிவேல் முதலியார், **சித்தாந்த வினா விடை,** தருமை ஆதீன வெளியீடு - 1975

டாக்டர் கு.சீனிவாசன், **சுத்த சன்மார்க்க விளக்கம்,** இலக்கிய நிலையம், 30 ஆண்டார் தெரு, திருச்சி. 2, 1966.

ஆ.வேலுப்பிள்ளை, **தமிழர் சமய வரலாறு,** பாரி புத்தகப் பண்ணை, சென்னை- 5, 1985.

டாக்டர் ச.வே. சுப்பிரமணியன், **தாயுமானவர்,** அண்ணாமலை நகர் - 1977.

டாக்டர் மு.வரதராசன், **தாயுமானவர்,** பாரி நிலையம், சென்னை-1, 1983.

வெள்ளையாம்பட்டுச் சுந்தரம், **தாயுமானவர் கதை**, அருள் பதிப்பகம், சென்னை - *7, 1982*

கா.சுப்பிரமணியப்பிள்ளை, **தாயுமான சுவாமிகள் சரித்திரமும், நூலாராய்ச்சியும்,** சைவ சித்தாந்த நூற்பதிப்புக் கழகம், சென்னை - *1, 1955*

அ.லெ.நடராசன், **தாயுமான சுவாமிகள் வாழ்வும் வாக்கும்,** கஸ்தூரிபா காந்தி, கன்யா குருகுலம், வேதாரண்யம் - *1980.*

முனைவர் சி.ஆர்.சகுந்தலா, **தாயுமானவர் தனிச்சிறப்பு,** என்.சி.பி.எச். வெளியீடு, சென்னை - *98, 1995.*

தண்டையாம்கோட்டை நடேச கணபதி, **தமிழ்ச் சித்தர் மரபு,** இராஜ்கமல், அசோக் நகர், சென்னை - *83, 2003*

தனிநாயக அடிகள், **தமிழ்த்தூது**, பாரி நிலைய வெளியீடு, சென்னை - *1962*

சோ.ந.கந்தசாமி, **திருக்குறள் கூறும் உறுதிப்பொருள்,** மணிவாசகர் பதிப்பகம், சென்னை *1977.*

அடிகளாசிரியர், **திருமூலரும் பேருரையும்**, திருவருள் நிலைய வெளியீட்டகம், குகையூர், விழுப்புரம், *1998.*

டாக்டர் எஸ்.இராதாகிருஷ்ணன், வி.எஸ்.வி. இராகவன் *(மொ.பெ.ஆ)* **மதமும் பண்பாடும்**, வள்ளுவர் பண்ணை, சென்னை- *33, 1977*

முனைவர் சி.நயினார் முகமது, **மஸ்தான் சாகிபும் தாயுமானவரும்,** உமறுப் பதிப்பகம், திருச்சி - *20, 1993.*

வேதாத்ரி மகரிஷி, **மனவளக்கலை**, வேதாத்திரி பதிப்பகம், ஈரோடு - *1999.*

பேரா.மு.அண்ணாமலை, **வள்ளுவர் தனித்தன்மை,** மணிவாசகர் பதிப்பகம், சிதம்பரம் - *1979.*

சுவாமி சித்பவானந்தர், விவேகானந்தர் விவரணம், ஸ்ரீ இராம கிருஷ்ண தபோவன வெளியீடு, திருச்சி - *1977.*

Dr.P. Souri Rajan, A Critical Study of Saint Tayumanavar Sri Vengateswara University, Thiruppathi - 1978

திரு.வி.க. தமிழ்க்கொடை, திரு.வி.க. கட்டுரை, கடவுட் காட்சியும் தாயுமானாரும், தமிழ்மண் பதிப்பகம், சென்னை - 17, 2006.

திருவருட் செய்தி, 3ஆம் தொகுதி, தருமபுர ஆதீன வெளியீடு, 1990.

ஞானியார் அடிகள் நினைவுமலர், சைவ சித்தாந்தப் பெருமன்ற வெளியீடு, சென்னை - 4, 1995.

கலைக்களஞ்சியம் தொகுதி 5 - 1958.

ஸ்ரீரமண நூல் திரட்டு, ரமணாச்சிரமம், திருவண்ணாமலை - 1931.